D1764255

ஹோர்ஹே லூயிஸ் போர்ஹெஸ்

(1899–1986)

அர்ஜென்டீனாவைச் சேர்ந்த புகழ்பெற்ற சிறுகதை எழுத்தாளர், கட்டுரையாளர் மற்றும் கவிஞர். இருபதாம் நூற்றாண்டின் உலக இலக்கியப் போக்குகளைத் தீர்மானித்தவர்களில் மிக முக்கியமானவர். அவருடைய கற்பனாசக்தியும் நூதனமான இலக்கியச் செயல்பாடுகளும் லத்தீன் அமெரிக்க இலக்கியத்துக்குப் புதிய வாசல்களைத் திறந்தன. இலக்கியத்தையும் இலக்கியத்துக்கு அப்பாற்பட்ட சங்கதிகளையும் ஒன்றிணைத்து புனைவுகளில் ஒரு புதிய வகைமையை அவர் உருவாக்கினார். பின்நவீனத்துவ மற்றும் மாய–யதார்த்த வகைமை எழுத்துகளின் முன்னோடி போர்ஹெஸே. அவரது படைப்புகள் யதார்த்த உலகிலிருந்து பெரிதும் விலகிப் புதிய சிந்தனைகளின் வழியே நுணுக்கமான சுய–விசாரணையின் மீது ஒளிபாய்ச்சின. புனைகதைக்கும் கட்டுரைக்கும் இடையேயிருந்த இடைவெளியைக் குறைத்தார். 1961–இல் முதல் சர்வதேச பதிப்பாளர்களின் விருதை வென்றபிறகு உலகின் கவனம் போர்ஹெஸின் எழுத்துகள் மீது திரும்பியது. போர்ஹெஸைப் பெரிதும் பாதித்தவர்களென காஃப்காவையும் எட்கர் ஆலன் போவையும் சொல்லலாம். சிறுகதைகளில் புதிய அலையை உருவாக்கிய போர்ஹெஸ் இறுதிவரை ஒரு நாவல் கூட எழுதவில்லை என்பது குறிப்பிடத்தக்கது.

கற்பனையான உயிரிகளின் புத்தகம்

ஹோர்ஹே லூயிஸ் போர்ஹெஸ்

[மார்கரீட்டா கெரேரோவோடு இணைந்து]

தமிழில்
கார்த்திகைப் பாண்டியன்

எதிர் வெளியீடு

கற்பனையான உயிரிகளின் புத்தகம்

ஹோர்ஹே லூயிஸ் போர்ஹெஸ்
[மார்கரீட்டா கெரேரோவோடு இணைந்து]
தமிழில்: கார்த்திகைப் பாண்டியன்

முதல் பதிப்பு: ஜூலை 2019

எதிர் வெளியீடு,
96, நியூ ஸ்கீம் ரோடு, பொள்ளாச்சி - 642 002.
தொலைபேசி: 04259 - 226012, 99425 11302.

விலை: ரூ. 450

எதிர் வெளியீடு எண்: 243

Karpanaiyana Uyirikalin Puthagam
The Book of Imaginary Beings
Jorge Luis Borges

with Margarita Guerrero

Translated by: Karthigai Pandiyan
Tamil edition Copyright © with Ethir veliyeedu
This book is Published in an agreement with the authors copyright holder.
Interior Illustrations rights are assorted to the individual copyright holders.

First Edition: July 2019

Published by
Ethir Veliyeedu, 96, New Scheme Road, Pollachi - 642 002.
Email: ethirveliyedu@gmail.com
www. ethirveliyedu. in

Price: ₹ 450

Wrapper Design: Santhosh Narayanan
Flap caricature by: Marcelo Suarez del Prado ©
ISBN : 978-93-87333-63-5
Printed at Jothy Enterprises, Chennai.

All rights reserved. No part of this book may be reprinted or reproduced or utilised in any form or by any electronic, mechanical or other means, now known or hereafter invented, including photocopying and recording, or in any information storage or retrieval system, without permission in writing from the Publisher.

நன்றி

ந.ஜயபாஸ்கரன் – ஆர்.சிவகுமார் – அன்புவேந்தன்
போகன் சங்கர் – பா.திருச்செந்தாழை – நேசமித்ரன்
ஸ்ரீதர் ரங்கராஜ் – வி.பாலகுமார் – பெரு.விஷ்ணுகுமார் – ஷகிதா
பயணி (சிறுபத்திரிகை) – வாமு. கோமு (நடுகல்) – சுனீல் கிருஷ்ணன்
பூமா – நகுலன் – அனுஷ் – சீனிவாசன்

கார்த்திகைப் பாண்டியன்

1981 ஆம் வருடம் மதுரையில் பிறந்த கார்த்திகைப் பாண்டியன் பொறியியலில் முனைவர் பட்டம் பெற்றவர். தற்போது கோவையில் தனியார் பொறியியல் கல்லூரியொன்றில் பேராசிரியராகப் பணிபுரிகிறார். எஸ்.ராமகிருஷ்ணனை தனது ஆதர்ஷமாகக் கொண்டவர். சிறுகதைகள் எழுதவதோடு மொழிபெயர்ப்பிலும் தீவிர ஆர்வம் செலுத்தி வருகிறார். நல்லதொரு இலக்கிய வாசகனாக அடையாளம் காணப்படுவதே தனக்குத் திருப்தியளிப்பதாகச் சொல்கிறார்.

இதுவரை வெளியாகியுள்ள படைப்புகள்

சிறுகதைகள்
மர நிறப் பட்டாம்பூச்சிகள்

மொழிபெயர்ப்புகள்
எருது (உலகச் சிறுகதைகள்-1)
சுல்தானின் பீரங்கி (உலகச் சிறுகதைகள்-2)
ஒரு முகமூடியின் ஒப்புதல் வாக்குமூலம் - யுகியோ மிஷிமா (நாவல்)
நரகத்தில் ஒரு பருவகாலம்- ஆர்தர் ரைம்போ(கவிதைகள்)
துண்டிக்கப்பட்ட தலையின் கதை (உலகச் சிறுகதைகள்-3)

தொடர்புக்கு: 98421 71138
மின்னஞ்சல்: karthickpandian@gmail.com

உள்ளடக்கம்

முதல் பதிப்பின் முன்னுரை: கற்பனை விலங்கியலின் தொகைநூல் 13
1967 பதிப்பின் முன்னுரை 16

அ பாவ் அ கூ 19
அப்து மற்றும் அனெட் 22
ஆம்ஃபிஸ்பேனா 24
காஃப்காவால் கற்பனை செய்யப்பட்ட மிருகம் 26
சி.எஸ்.லூயிஸ்ஸால் கற்பனை செய்யப்பட்ட மிருகம் 28
போ–வால் கற்பனை செய்யப்பட்ட மிருகம் 30
கோள வடிவ மிருகங்கள் 32
ஆறு கால்களைக் கொண்ட கலைமான்கள் 34
மூன்று கால்களைக் கொண்ட கழுதை 36
பஹமுத் 39
பால்டாண்டர்ஸ் 42
பான்ஷீ 45
பாரோமெட்ஸ் 47
பசிலிஸ்க் 48
பெஹிமோத் 52
ப்ரவுணிக்கள் 55
புராக் 57
கார்பன்கிள் 60
கேட்டோப்ளீபஸ் 63

தேவலோக மான்	66
சென்டார்	67
செர்பிரஸ்	71
செஷர் பூனை மற்றும் கில்கென்னி பூனைகள்	74
கைமேரா	76
சீனத்து டிராகன்	79
சீனத்து நரி	82
சீனத்து ஃபீனிக்ஸ்	84
க்ரோனோஸ் அல்லது ஹெராக்ளிஸ்	86
சி.எஸ்.லூயிஸ்ஸால் கற்பனை செய்யப்பட்ட உயிரினம்	88
க்ரோகோட்டா மற்றும் லூக்ரோகோட்டா	90
கலப்பினம்	92
இரட்டை	96
கீழ்த்திசையின் டிராகன்	99
இறந்தவர்களைப் புசிக்கும் மிருகம்	102
எட்டு-கிளைகளைக் கொண்ட சர்ப்பம்	104
புத்தரின் பிறப்பை முன்கூறிய யானை	106
ஈலோய் மற்றும் மோர்லோக்குகள்	107
குட்டிச்சாத்தான்கள்	108
1694ஆம் ஆண்டு லண்டனில் திருமதி ஜேன் லீட் தெரிந்துகொண்ட, பார்த்த மற்றும் சந்தித்தவை பற்றியதொரு ஆய்வறிக்கை	110
மோகினிகள்	112
ஃபாஸ்டிடோகலோன்	114
சிலியின் விலங்கினங்கள்	117

சீனாவின் விலங்கினங்கள்	121
ஆடியில் வசிக்கும் விலங்கினங்கள்	123
அமெரிக்க ஐக்கிய மாகாணங்களின் விலங்கினங்கள்	125
கருடன்	127
நோம்கள்	129
கோலெம்	131
கிரிஃபான்	134
ஹானியேல், காஃப்ஸியேல், அஸ்ரியேல் மற்றும் ஆனியேல்	138
இடிகளின் கடவுள் ஹவோகா	142
ஹார்ப்பிகள்	143
சொர்க்கத்துச் சேவல்	146
ஹிப்போகிரிஃப்	147
ஹோச்சிகன்	150
ஹும்பாபா	151
நூறு-தலைகள்	152
லெர்னாவின் ஹைட்ரா	153
இத்தியோசென்ட்டார்கள்	155
யூதப் பைசாசங்கள்	157
ஜின்கள்	158
கமி	161
நெருப்பு அரசனும் அவனது போர்ப்புரவியும்	163
க்ராக்கென்	165
குயாடா	168
லமேத் வாவ்நிக்குகள்	170

லாமியாக்கள்	171
இறந்தகாலத்தைத் துதிப்பவர்கள்	174
லெமூர்கள்	176
சமப்படுத்தும் உயிரி	177
லிலித்	178
நிலவின் முயல்	179
மாண்ட்ரேக்	182
மாண்டிகோர்	186
மெர்மிகோலியன்	188
மினோடார்	189
மைபுட்டியின் குரங்கு	192
அகிரோன் எனும் அரக்கன்	193
ஆமைகளின் தாய்	195
நாகர்கள்	197
நாஸ்நாஸ்	199
நார்ன்கள்	200
நீர்நங்கைகள்	202
ஓட்ராடெக்	203
லெவயதானின் மகவு	207
ஒற்றைக்கண் உயிரிகள்	209
சிறுத்தை	213
கூழைக்கடா	216
பெரிடன்	218
ஃபீனிக்ஸ்	221

பிக்மிக்கள்	225
மழைப்பறவை	226
ரெமோரா	228
ரூக்	230
சாலமேண்டர்	233
சேடிர்கள்	237
ஸ்கீலா	239
கடற்குதிரை	241
லா ஃபெர்டே-பெர்னார்டின் மயிரடர்ந்த மிருகம்	243
சிமோர்க்	245
நீரணங்குகள்	248
சங்கிலிகளால் கவசமிடப்பட்ட பெண்பன்றி மற்றும் பிற அர்ஜென்டீனிய விலங்கினங்கள்	252
ஸ்ஃபிங்க்ஸ்	254
ஸ்குவோங்க்	256
ஸ்வீடன்போர்கின் தேவதைகள்	259
ஸ்வீடன்போர்கின் பிசாசுகள்	261
சில்ஃப்கள்	262
டாலோஸ்	263
தா'வோ தி'யே	266
வெப்பஞ்சார்ந்த உயிரிகள்	268
அன்னம் பிரதேசத்தின் புலிகள்	270
வேதாளங்கள்	272
இரு மீபொருண்மை உயிரிகள்	273

யூனிகார்ன்	275
சீனத்தின் யூனிகார்ன்	279
உரோபரோஸ்	282
வால்கைரீக்கள்	285
மேற்கத்திய டிராகன்	287
யூவார்க்கி	291
ஸரடன்	293

மொழிபெயர்ப்பாளர் குறிப்பு: கற்பனையான உயிரிகளின் மணற்புத்தகம் 297

முதல் பதிப்பின் முன்னுரை

கற்பனை விலங்கியலின் தொகைநூல்

ஒரு குழந்தை முதன்முறையாக விலங்குக்காட்சிசாலைக்கு அழைத்துச் செல்லப்படுகிறான். அந்தக் குழந்தை வளர்ந்து நீங்களாகலாம், அல்லது நானாகவும், அல்லது, மறுதலையாக, நாமனைவரும் முன்னொரு காலத்தில் அந்தக் குழந்தையாக இருந்திருக்கிறோம், ஆனால் அதை மறந்து விட்டோம். விலங்குக்காட்சிசாலையில், அந்த நடுக்கமூட்டும் “உயிரியல் பூங்காவில்”, இதற்கு முன் தான் பார்த்திராத வாழுயிரிகளை குழந்தை பார்க்கிறான் - சிறுத்தைகளை, வல்லூறுகளை, எருமைகளை, பிறகு எல்லாவற்றையும் விட வினோதமான, ஒட்டகச்சிவிங்கிகளை. விலங்குகள் சாம்ராஜ்யத்தின் குழப்பந்தரும் வகைமைகளை முதல் முறையாக அவன் பார்க்கிறான், அந்தக் கண்காட்சி, அவனை எச்சரிப்பதற்கு அல்லது பயமுறுத்துவதற்குப் பதிலாக, மகிழ்ச்சிக்குள்ளாக்குகிறது. அது அவனுக்கு மிகுந்த உவகையைத் தருகிறது, சொல்லப்போனால், விலங்குக்காட்சிசாலைக்குப் போவது குழந்தைப்பிராயத்தினுடைய “கேளிக்கையின்” ஒரு பகுதியாக மாறுகிறது, அல்லது கேளிக்கையை கடத்தக்கூடியதாக. ஒருவரால் எப்படி இந்த வழக்கமான ஆனாலும் மர்மமான நிகழ்வை விவரிக்கவியலும்?

நாம், நிச்சயமாக, இதை மறுக்கலாம். நமக்கு நாமே சொல்லிக் கொள்ளலாம், அந்தப் பூங்காவுக்குள் வலுக்கட்டாயமாக இழுத்துச் செல்லப்பட்ட குழந்தைகள், இருபது வருடங்களுக்குப் பிறகு மனநலம் பாதித்தவர்களாக மாறுவார்கள் என, உண்மை யாதெனில், விலங்குக்காட்சிசாலையைக் கண்டுபிடித்திராத குழந்தையென்று யாருமில்லை என்பதோடு வளர்ந்தவர்களைப் பொறுத்தமட்டில் கவனமாக ஆராய்ந்தால் மனநலம் பாதித்ததாகக் கண்டறியப்படாதவர்களும் யாருமில்லை. அல்லது நாம் உறுதிபடச் சொல்லலாம், குழந்தை என்பது, வரையறையின்படி, ஒரு கண்டுபிடிப்பாளர், ஒட்டகத்தைக் கண்டுபிடிப்பதென்பது, அதற்கு, கண்ணாடிகளை அல்லது நீரை அல்லது படிக்கட்டுகளைக் கண்டுப்பிடிப்பதைக் காட்டிலும், வெகுவாகக்

குறிப்பிடத்தகுந்ததல்ல. குழந்தை தனது பெற்றோரை நம்புகிறான் என்பதையும் நாம் உறுதிபடச் சொல்லலாம், விலங்குகளால் நிறைந்திருக்கும் அந்த இடத்துக்குத் தன்னை அழைத்துச் செல்பவர்களை. தவிரவும், அவனது படுக்கையில் கிடக்கும் திணிக்கப்பட்ட புலியும் கலைக்களஞ்சியத்திலுள்ள புலியும் சேர்ந்து இரத்தமும் சதையுமாயிருக்கும் புலியை பயமின்றிப் பார்க்க அவனைத் தயார்படுத்தியுள்ளன. பிளாட்டோ (ஒருவேளை இந்த விவாதத்தில் அவர் இணைந்தாரேயானால்) நமக்குச் சொல்லக்கூடும், குழந்தை ஏற்கனவே புலியைப் பார்த்திருப்பதாக, முன்மாதிரிகளின் உலகில், ஆக இப்போது, அதைப் பார்க்கையில், அவன் அதை அடையாளங்காணவே செய்கிறான். சோப்பன்ஹவர் (இன்னும் திடுக்கிடச் செய்வதாக) சொல்லக்கூடும், குழந்தை எந்த பயமுமின்றி புலிகளைப் பார்க்கிறானென்றால் அவனுக்குத் தெரியும், அவன்தான் புலிகளென்பதும் புலிகள்தான் அவனென்பதும், அல்லது, மிகத்துல்லியமாக, புலிகளுக்கும் அவனுக்கும் ஒரே சாரம்தான் - விருப்பம்.

தற்போது யதார்த்த விலங்குக்காட்சிசாலையை விடுத்து தொன்மங்களின் விலங்குக்காட்சிசாலைக்கு நாம் நகரலாம், அந்த உயிரியல் பூங்காவுக்கு, அதன் விலங்கினங்கள் சிங்கங்களை உள்ளடக்கியிருக்காது, மாறாக ஸ்ஃபிங்க்ஸ்கள், கிரிஃபான்கள், மற்றும் சென்ட்டார்களைக் கொண்டிருக்கும். இந்த இரண்டாவது விலங்குக்காட்சிசாலையின் மக்கட்தொகை அனைத்து வகையிலும் முதலாவதைக் காட்டிலும் அதிகமாயிருக்க வேண்டும், ஏனெனில் அரக்கவுயிரி என்பது நிஜமான உயிரினங்களிலிருந்து எடுக்கப்பட்ட மூலகங்களின் கூட்டமைப்பு என்பதைத் தவிர வேறல்ல, மேலும் கூட்டமைப்புக்கான சாத்தியக்கூறுகள் முடிவிலியின் எல்லைகளைத் தொடுகின்றன. சென்ட்டாரில், குதிரையும் மனிதனும் ஒன்றுபடுகிறார்கள்; மினோடாரில், எருதும் மனிதனும் (தாந்தே அதை மனித முகத்தோடும் எருதின் உடலோடும் கற்பனை செய்தார்). இந்த வழிகாட்டுதலைத் தொடர்ந்து, நமக்குத் தோன்றுகிறது, எத்தனை அரக்கவுயிரிகள் வேண்டுமானாலும், மீன், பறவை, மற்றும் ஊர்வன உயிரிகளின் கூட்டமைப்பில், உருவாக்கப்படலாம் - அதற்கான ஒரே வரம்பு, நமது சலிப்பு அல்லது திடீர் உணர்ச்சி வேறுபாடென்பதாக மட்டுமேயிருக்கும். அது, எவ்வாறாயினும், ஒருபோதும் நிகழ்வதில்லை; நாம் உருவாக்கக்கூடிய அரக்கவுயிரிகள் பிறப்பதற்கு முன்பே அழிந்தும் போகலாம், கடவுளுக்கு நன்றி. *புனித அந்தோணியின் சோதனைகள்* என்ற நூலின் இறுதிப் பக்கங்களில், அனைத்து விதமான மத்திமகால மற்றும் செவ்வியற்கால அரக்கவுயிரிகளை ஃப்ளாபர்ட் ஒருங்கிணைத்தார், மேலும் (அவருடைய விளக்கவுரையாளர்கள் நமக்குச் சொல்கிறார்கள்) தானே புதிதாகச் சிலவற்றைக் கண்டுபிடிக்கவும்

முயற்சி செய்தார்; மொத்த எண்ணிக்கை அத்தனை பெரிதல்ல, உடன், மனித இனத்தின் கற்பனாசக்தி மீது ஆதிக்கம் செலுத்தும்படியான மிருகங்களின் எண்ணிக்கையும் அவற்றுள் வெகு குறைவே. கடவுளுக்கு உடைமையாக்கத்தக்க விலங்கியலோடு ஒப்பிட கனவுகளின் ஆற்றலுக்கு உடைமையாக்கத்தக்க விலங்கியல், குறிப்பிடும்படியான எளிமையோடிருப்பதை, எங்களுடைய இந்தத் தொகைநூலினூடாக உலாவும் வாசகர்கள் உணர முடியும்.

டிராகனின் அர்த்தம் என்னவென்பது எங்களுக்குத் தெரியாது, எப்படி இந்த பிரபஞ்சத்தின் அர்த்தம் நமக்குத் தெரியாதோ அதைப்போலவே, ஆனால் மனிதனின் கற்பனையோடு ஒத்திசைந்து போகும் ஏதோவொன்று டிராகனின் உருவத்தில் உள்ளது, ஆகவேதான் டிராகன் பல்வேறு நிலவெளிகளிலும் காலகட்டங்களிலும் உயிர்த்தெழுகிறது. அதுவொரு, யாரேனும் சொல்லக்கூடும், *அத்தியாவசியமான அரக்கவுயிரி*, கைமேரா அல்லது கேட்டோப்ளீபஸைப் போல நிலையற்றதன்மை கொண்ட தற்செயல் உயிரியல்ல.

இந்தப் புத்தகம், அனேகமாக இந்த வகைமையில் முதலாவதாக இருக்கலாம், அத்தனை கற்பனை விலங்குகளையும் தனது அட்டைகளுக்கு மத்தியில் அடக்கியிருக்கிறது எனும்படியான தவறான நம்பிக்கைகள் ஏதும் எங்களுக்கு இல்லையென்பதையும் சொல்ல விரும்புகிறோம். செவ்வியற்கால மற்றும் கீழைத்தேய இலக்கியத்தை தீவிரமாக ஆராய்ந்திருக்கிறோம், ஆனால் நாங்கள் எடுத்துக் கொண்டிருக்கக்கூடிய சங்கதி எல்லையற்ற ஒன்றென்பதையும் முழுதாக அறிந்திருக்கிறோம்.

மனித உருமாற்றங்கள் குறித்தத் தொன்மங்களை இத்தொகைநூலில் தெரிந்தே தவிர்த்திருக்கிறோம் - ஓநாய் மனிதன் மற்றும் அது போன்றவற்றை.

லியோனார் கெரேரோ தே கப்போலா, ஆல்பர்டோ டி'அவெர்சா, மற்றும் ரஃபேல் லோபெஸ் பெல்லிகிரி ஆகியோரின் அன்புகலந்த உதவிக்கு எங்களுடைய நன்றியைத் தெரிவித்துக் கொள்ள விரும்புகிறோம்.

-ஹோ.லூ.போ.-மா.கெ.

மார்டினெஸ், ஜனவரி 29, 1954

1967 பதிப்பின் முன்னுரை

இளவரசன் ஹாம்லெட், புள்ளி, கோடு, சமதளப்பரப்பு, பல்பரிமாண கனசதுரம், அனைத்து பொதுவான பெயர்ச்சொற்கள், மேலும், அனேகமாக, நம் ஒவ்வொருவரோடு சேர்ந்து தேவனும் கூட, இவை யாவற்றையும் உள்ளடக்கமாகக் கொண்டிருப்பதை இந்தப் புத்தகத்தின் தலைப்பு நியாயப்படுத்தக்கூடும். தொகுத்துப் பார்த்தால், நடைமுறையில், இந்த மொத்தப் பிரபஞ்சமும். நாங்கள், என்றபோதும், 'கற்பனை உயிரிகள்' எனும் தொடர்மொழி நேரடியாகத் தரும் அர்த்தத்துக்குக் கட்டுப்பட்டிருக்கிறோம், காலத்தினூடாகவும் வெளியினூடாகவும் மனிதனின் கற்பனை தோற்றுவித்த விசித்திர உயிரினங்களின் தொகுதியைத் திரட்டியுள்ளோம்.

டிராகனின் அர்த்தம் என்னவென்பது எங்களுக்குத் தெரியாது, எப்படி இந்த பிரபஞ்சத்தின் அர்த்தம் நமக்குத் தெரியாதோ அதைப்போலவே, ஆனால் மனிதனின் கற்பனையோடு ஒத்திசைந்து போகும் ஏதோவொன்று டிராகனின் உருவத்தில் உள்ளது, ஆகவேதான் டிராகன் பல்வேறு நிலவெளிகளிலும் காலகட்டங்களிலும் உயிர்த்தெழுகிறது.

இத்தகைய இயல்போடுள்ள புத்தகம் நிச்சயம் முழுமையடையாததாகவே இருக்கும்; ஒவ்வொரு புது பதிப்பும் வருங்காலப் பதிப்புகளுக்கான உள்ளீடே, முடிவிலியை நோக்கி அவை வளர்ந்திடலாம். தங்களுடைய உள்ளூர் அரக்கவுயிரிகளின் பெயர்கள், நம்பத்தகுந்த விளக்கங்கள் மற்றும் அவற்றின் மிக விசேஷமான குணநலன்களை எங்களுக்கு அனுப்பித் தர வேண்டுமென கொலம்பியா அல்லது பாராகுவேயிலுள்ள இறுதியான வாசகர்களையும் நாங்கள் வேண்டுகிறோம்.

பலவகைத் தரவுகளின் அனைத்துத் தொகுப்புகளையும் போல, ராபர்ட் பர்டன், ஃப்ரேசர், அல்லது ப்ளீனி ஆகியோரின் குன்றா நிறைவளமுடைய தொகுதிகளைப் போலவே, கற்பனையான உயிரிகளின் புத்தகம் தொடர்ச்சியான வாசிப்புக்கென எழுதப்படவில்லை. ஆர்வமிருப்பவர்கள், கலைடாஸ்கோப் வெளிப்படுத்தும் மாறுபட்ட உருவங்களை ஒருவர் பார்க்கும் வழிமுறையில், நேரம் கிடைக்கும்

சமயங்களில் அவ்வப்போது இதற்குள் மூழ்க வேண்டுமென்பதே எங்கள் விருப்பம்.

இந்தத் "தொகைநூலுக்கான" ஆதாரங்கள் நிறைய உண்டு; ஒவ்வொரு கட்டுரைக்கும் அதை நாங்கள் குறிப்பிட்டுள்ளோம். கவனக்குறைவான விடுபடல்கள் ஏதேனுமிருப்பின் வருத்தம் தெரிவிக்கிறோம்.

-ஹோ.லூ.போ.-மா.கெ.

மார்டினெஸ், செப்டம்பர் 1967

A Bao A Qu

அ பாவ் அ கூ

உலகின் அதியற்புத நிலப்பரப்பினைக் காண நீங்கள் விரும்பினால், சைடோரில் உள்ள வெற்றிக் கோபுரத்தின் உச்சிக்குச் செல்ல வேண்டும். அங்கே, வட்டவடிவ மேல்தளத்தில் நின்றபடி, ஒட்டுமொத்தத் தொடுவானையும் ஒருவரால் பார்க்கவியலும். சுழன்று மேலேறும் படிக்கட்டுகள் மேல்தளத்துக்குக் கூட்டிப் போகும், என்றாலும் ஒரு தொல்கதையை நம்பாதவர்கள் மாத்திரமே தைரியமாக மேலேறிச் செல்லலாம். அந்தக் கதை இப்படியாகப் போகிறது:

மனித மனத்தின் வெவ்வேறு சாயல்களைக் கூர்ந்து அறிந்ததாகவும் ஆதிகாலம் தொட்டு வெற்றிக் கோபுரத்தின் படிக்கட்டுகளில் வாழ்ந்து வருகிறதாகவும் ஓர் உயிரி உள்ளது, அது அ பாவ் அ கூ என்று அறியப்படுகிறது. பெரும்பாலான சமயங்களில் முதல் படியின் மீது எந்த இயக்கமுமின்றி அது ஒடுங்கிக் கிடக்கும், யாரேனும் ஒருவருடைய வருகையின் பொருட்டு அதற்குள்ளிருக்கும் ரகசிய உயிர்ப்பு தீண்டப்படும் வரை, அப்பொழுதில் அவ்வுயிரியின் ஆழத்தில் ஓர் உள்ளொளி பிரகாசிக்கத் தொடங்கும். அதே நேரம், அதன் உடம்பும் கிட்டத்தட்ட ஒளி ஊடுருவிச் செல்லும்படியான தோலும் கிளர்ச்சியுற்று அதிர ஆரம்பிக்கும். ஆனால் யாராவது சுழற்படிக்கட்டுகளில் ஏறத் தொடங்குகிறபோதுதான் அ பாவ் அ கூ விழிப்புநிலைக்கு வரும், பிறகு அந்தப் பார்வையாளரின் பாதச்சுவடுகளுக்கு நெருக்கமாகத் தன்னைப் பொருத்திக் கொள்ளும், சுழன்று மேலேறும் படிக்கட்டுகளின் வெளிப்புற விளிம்பில், பல யுகங்களாக வந்து போன யாத்ரீகர்களால் அந்தப் படிகள் தூர்ந்து போயிருந்தன. ஒவ்வொரு தளத்துக்கும் அம்மிருகத்தின் நிறம் மிகவும் அடர்த்தியாக மாறும், உடன் அதன் வடிவமும் முழுமையடைந்து கொண்டே வர அது உண்டாக்கும் நீலநிறத் தோற்றம் அற்புதமாக ஒளிரும். ஆனால், படிகளில் ஏறும் மனிதன் நிர்வாணத்தை உணர்ந்தவனாக அவனது செயல்கள் யாதொரு தீங்கையும் விளைவிக்காது என்கிற சூழலில் மட்டுமே, கடைசிப் படிக்கட்டை அவன் வந்து சேரும்போது அது தன் இறுதி வடிவத்தை அடைந்திடும். இல்லையெனில், உச்சியை அடைவதற்கு முன்னாலேயே அ பாவ் அ கூவின் உடல் தொய்ந்து போகும், முடக்குவாதத்தால் பாதிக்கப்பட்டதைப் போல, உடல் முழுமையடையாமல், நீல நிறம் மங்கலாக மாறி, அதன் பிரகாசமும் குறையத் தொடங்கும். தான் முழுமையடைய முடியாமல் போகும்போது அந்த மிருகம் மிகுந்த துன்பத்துக்கு ஆளாகும், கேட்பதற்குச் சிரமமான மிக சன்னமான ஒலியில் பட்டுத்துணியின் சரசரப்பைப் போன்றதொரு முனகலை வெளிப்படுத்தும். அ பாவ் அ கூ வாழ்ந்திடும் காலமும் மிகக் குறுகியதுதான், ஏனெனில், பார்வையாளர் கீழிறங்கத் தொடங்கியவுடனே, அ பாவ் அ கூவின் உடல் சுருங்கி தட்டுத் தடுமாறி முதல் படிக்கட்டை

வந்தடையும், அங்கே, நலிவுற்றதாக, தனது வடிவத்தை முழுமையாக இழந்து, அடுத்த பார்வையாளருக்காக அது காத்திருக்கும். படிக்கட்டுகளில் பாதி தூரத்தை அடையும்போது அதன் கொடுக்குகள் தென்படத் தொடங்கும் என மக்கள் சொல்வார்கள். தனது மொத்த உடலாலும் அதனால் பார்க்க முடியும் எனவும் தொடுவதற்கு அந்த மிருகம் குழிப்பேரிப்பழத்தின் தோலைப் போல இருக்கும் என்றும் சொல்லப்படுகிறது.

பல நூற்றாண்டுகளாக, அ பாவ் அ கூ ஒரேயொரு முறை மட்டுமே மேல்தளத்தை அடைந்திருக்கிறது.

தற்போது செவ்விலக்கியம் எனக் கொண்டாடப்படுகிற "மலேய பில்லிசூனியம் பற்றி (On Malay Witchcraft)" என்கிற ஆய்வுக்கட்டுரையில் சி.சி.இடுர்வுரு (C.C.Iturvuru) இந்தப் புராணக்கதையைப் பதிவு செய்திருக்கிறார்.

☯ ☪

Abtu and Anet

அப்து மற்றும் அனெட்

எகிப்தியர்கள் அனைவரும் அறிந்திருந்ததைப் போல, அப்துவும் அனெட்டும் இரண்டு இயல்புருவ அளவிலான மீன்கள், ஒத்த தோற்றமும் தெய்வாம்சமும் கொண்டவை, சூரியக்கடவுளுடைய கப்பலின் அணியத்துக்கு முன்னால் ஏதேனும் ஆபத்துகள் தென்படுகின்றனவா என்பதைக் கண்காணித்தவாறு அவை நீந்திச் சென்றன. அவற்றின் செல்வழி முடிவற்றதாய் இருந்தது; பகலில் அந்தக் கலம் கிழக்கிலிருந்து மேற்காக வானத்தில் மிதந்து போனது, புலரியில் இருந்து அந்திக்கு, பிறகு இரவிலோ பாதாள வழியாக எதிர்திசையில் சென்றது.

೮ ೧೩

The Amphisbaena

ஆம்ஃபிஸ்பேனா

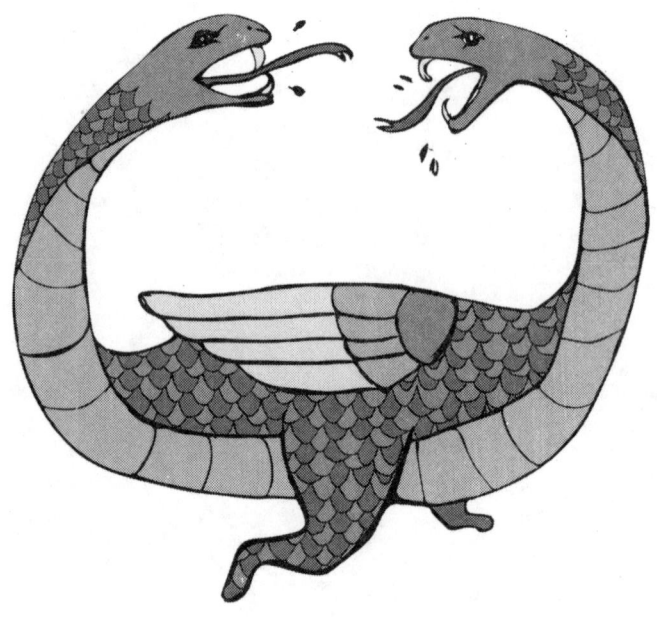

ஆப்பிரிக்கப் பாலைவனத்தினூடாக அணிவகுத்துச் சென்ற கொடூரமான பயணத்தில் கேட்டோவின் *(Cato)* வீரர்கள் எதிர்கொண்ட உண்மையான அல்லது கற்பனையான ஊர்வன வகை ஜந்துக்களை *ஃபார்ஸாலியா (Pharsalia, IX, 701-28)* பட்டியலிடுகிறது. அவற்றுள் பரேயஸ் என்றொரு இனமுண்டு, 'போகும் வழியைப் பிளந்து கொண்டு போக அதன் வாலே போதும்' (அல்லது பதினேழாம் நூற்றாண்டு ஸ்பானியக் கவிஞனொருவன் சொன்னதைப்போல, 'தனக்கான வழியை அது உண்டாக்கும், விறைத்திருக்கும் ஒரு கழியைப் போல'), ஜக்குலி என்றொரு இனமும் உண்டு, மரங்களில் இருந்து ஈட்டிகளைப் போல சீறிப்பாய்ந்திடும், மேலும், மிகவும் ஆபத்தான ஆம்ஃபிஸ்பேனாக்களும்கூட, தங்களுடைய இரண்டு தலைகளின் திசைகளிலும் அவை நகர்ந்து செல்லக்கூடியவை. ஆம்ஃபிஸ்பேனாக்களைப் பற்றி விவரிக்க ப்ளீனியும் இதே வார்த்தைகளைத்தான் பயன்படுத்துகிறார், மேலும் சொல்கிறார்: 'உள்ளிருக்கும் நஞ்சையெல்லாம் வெளியேற்ற ஒரு வாய் போதாது என்பதைப்போல'. ப்ரூனட்டோ லத்தீனியின் *டெசோரோ* - நரகத்தின் ஏழாவது வளையத்தில் தனது முதிர்ந்த சீடனுக்கு லத்தீனி பரிந்துரைத்த கலைக் களஞ்சியம் - விரிவாகவும் தெளிவாகவும் சொல்கிறது: ஆம்ஃபிஸ்பேனா என்பது இரண்டு தலைகளைக் கொண்ட சர்ப்பம், முறையான இடத்தில் ஒரு தலையையும் மற்றொன்றை அதன் வாலிலும் கொண்டிருக்கும்; இரண்டு தலைகளாலும் அதனால் தீண்ட முடியும், மிகத் துரிதமாக ஊர்ந்து செல்லும் அதன் கண்கள் மெழுகுதிரிகளைப் போல மின்னும். மேல், கீழ், முன், பின், இடம், வலம் என எதுவுமேயின்றி எந்த ஜீவராசியும் இருக்க முடியாதென *இழிந்த தவறுகள் (Vulgar Errors - 1646)* எனும் புத்தகத்தில் சர் தாமஸ் ப்ரவுண் எழுதினார், மேலும் ஆம்ஃபிஸ்பேனாவின் இருப்பை அவர் உறுதியாக மறுத்தார், 'எதிரெதிர் முனைகளில் புலன்களைக் கொண்டு போய் சேர்ப்பதென்பது இரண்டு பக்கத்தையுமே முன்புறமாக மாற்றுகிறது, இது சாத்தியமற்ற ஒன்று.. ஆக எதிரெதிர் முனைகளில் ஒரு தலையை வைக்கும் இந்த வஞ்சகம் மிக மோசமாகத் திட்டமிடப்பட்ட சூழ்ச்சியாகும்..'' கிரேக்கமொழியில் ஆம்ஃபிஸ்பேனா என்றால் "இரு வழிகளிலும் போகக்கூடிய" என்று அர்த்தம். ஆண்டிலிஸிலும் அமெரிக்காவின் சில பகுதிகளிலும் *டோபல் ஆன்டடோரா (doble andadora* - இரு வழிகளிலும் போகக்கூடிய பிராணி) என்கிற ஊர்வன வகை பிராணிக்கு இந்தப்பெயர் வழங்கப்படுகிறது, "இரண்டு தலைகளையுடைய சர்ப்பம்", உடன், "எறும்புகளின் தாய்". எறும்புகள் அதனைப் பாதுகாத்து வளர்ப்பதாகச் சொல்லப்படுகிறது. மேலும், இரண்டாக வெட்டப்பட்டால், அதன் இரு பாகங்களும் மீண்டும் ஒட்டிக்கொள்ளும் என்கிறார்கள்.

ஆம்ஃபிஸ்பேனாவின் மருத்துவகுணங்கள் ப்ளீனியால் சிலாகித்துச் சொல்லப்பட்டன.

An Animal Imagined by Kafka

காஃப்காவால் கற்பனை செய்யப்பட்ட மிருகம்

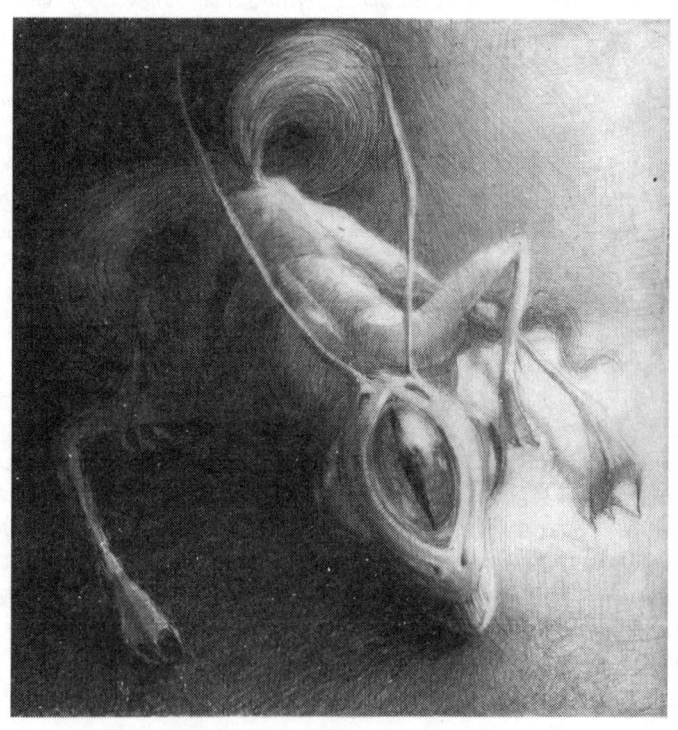

26 / ஹோர்ஹே லூயிஸ் போர்ஹெஸ்

அது நீளமான வாலினைக் கொண்டிருந்த மிருகம், பல கஜங்கள் நீளத்தோடு, நரியின் வாலைப் போலிருந்தது அதன் வால். என்றாவது ஒரு நாள் இந்த வாலைத் தொட்டு விட வேண்டுமென நான் எவ்வளவு விரும்பியிருப்பேன், ஆனால் அதற்குச் சாத்தியமில்லை, அந்த மிருகம் தொடர்ச்சியாக நகர்ந்து கொண்டிருக்க, அதன் வாலும் தொடர்ச்சியாக இந்தப்புறமும் அந்தப்புறமுமாக விசையோடு ஆடிக் கொண்டேயிருக்கும். தோற்றத்தில் அது கங்காருவைப் போலுள்ளது, ஆனால் முகத்தால் அல்ல, கிட்டத்தட்ட மனித முகம் போல அது தட்டையாயிருக்கிறது, சிறிதாகவும் நீள்வட்ட வடிவிலும்; மேலும் அதன் பற்கள் மட்டுமே ஏதாவது உணர்வை வெளிப்படுத்தும் ஆற்றலைக் கொண்டிருக்கின்றன, மறைந்திருந்தாலும் அல்லது வெளிப்படையாகத் தெரியும்போதும். சில சமயங்களில் அம்மிருகம் என்னை வசப்படுத்த முயல்வதாக உணர்கிறேன். அந்த வாலை நான் பாய்ந்து பிடிக்கும்போது சட்டென்று விடுவித்துக் கொண்டு, மீண்டும் ஒரு முறை அதைத் தொட நான் சபலம் கொள்ளும்வரை அமைதியாகக் காத்திருந்து, பிறகு மறுபடியும் தாவி விலகியோடுவதில் வேறென்ன காரணம் இருக்க முடியும்?

ஃப்ரான்ஸ் காஃப்கா - மிகுந்த நேசத்துக்குரிய அப்பாவுக்கு

(ஜெர்மானிய மொழியிலிருந்து மொழிபெயர்த்தவர்கள்

எர்னஸ்ட் கெய்சரும் எத்தின் வில்கின்ஸுனும்)

An Animal Imagined by C.S.Lewis

சி.எஸ்.லூயிஸ்ஸால் கற்பனை செய்யப்பட்ட மிருகம்

இரைச்சல் தற்போது மிகவும் அதிகரிக்க புதர்க்காடுகளின் அடர்த்தியில் ஒரு கஜம் முன்னால் இருந்ததைக்கூட அவனால் பார்க்க முடியவில்லை, அந்தக் கணம் இசை சட்டென்று நின்றது. சலசலப்பும் சுள்ளிகள் உடைபடும் ஒலியும் கேட்ட திசையில் அவசரமாக நகர்ந்தான், ஆனால் அங்கு எதுவுமில்லை. தேடுவதை நிறுத்தி விடலாம் எனக் கிட்டத்தட்ட அவன் தீர்மானித்த தருணம் மீண்டும் பாடல் சற்றுத் தொலைவில் ஒலிக்கத் தொடங்கியது. மறுபடியும் அவன் அதைப் பின்தொடர்ந்தான்; மறுபடியும் அவ்வுயிரினம் பாடுவதை நிறுத்தி அவனிடமிருந்து நழுவிப் போனது. அவனது தேடலுக்கான பரிசு கிட்டுவதற்கு முந்தைய ஒரு மணி நேரத்தின் பெரும்பாலான பகுதிக்கும் மேல் இந்தக் கண்ணாமூச்சி ஆட்டத்தை அதோடு அவன் ஆடியிருந்திருக்க வேண்டும்.

இசை பலமாக வெடித்துச் சிதறிய கணங்களில் ஒன்றின்போது மிகக் கவனமாகவும் மெதுவாகவும் நடந்தவன் இறுதியாக மலர்களடர்ந்த கிளைகளினூடாக, கறுப்புநிறத்தில் எதையோ பார்த்தான். பாடுவதை அது நிறுத்தியபோதெல்லாம் அசையாமல் நின்றும், மீண்டும் அது பாடத் தொடங்கியபோதெல்லாம் மிகுந்த எச்சரிக்கையோடு முன்னேறிச் சென்றும், பத்து நிமிடங்கள் வரை அவன் அதைப் பின்தொடர்ந்தான். கடைசியாக முழுப்பார்வைக்கும் தட்டுப்பட்ட அம்மிருகம் தான் கவனிக்கப்படுவது தெரியாமல் பாடிக் கொண்டிருந்தது. நாயைப் போல நேராக நிமிர்ந்து அமர்ந்திருந்தது, கறுப்பாகவும் மிருதுவாகவும் பளபளப்போடும், ஆனால் அதன் தோள்கள் ரான்சம்மின் தலைக்கு மேலே உயரமாயிருந்தன, தூண்களென அவற்றைத் தாங்கி நின்ற முன்னங்கால்கள் இளம் மரங்களைப் போலிருக்க அவை வீற்றிருந்த அகலமான மெல்லிய குளம்புகள் ஒட்டகத்தினுடையதைப் போல் பெரிதாயிருந்தன. மிகப்பெரிய வட்டவடிவ வயிறு வெள்ளையாக இருக்க, தோள்களைக் காட்டிலும் அதிக உயரத்தில் அதன் கழுத்து குதிரையைப் போல நீண்டிருந்தது. ரான்சம் நின்ற இடத்திலிருந்து அதன் தலையை ஒருபுறமாக மட்டுமே பார்க்க முடிந்தது - அடர்ந்து ஒலித்த அதிர்வொலிகளோடு மகிழ்ச்சியில் அது பாட வாய் அகலமாகத் திறந்திருந்தது, மேலும் அந்த இசை

28 | ஹோர்ஹே லூயிஸ் போர்ஹெஸ்

வழுவழுப்பான அதன் தொண்டையில் உருவாக்கும் அலைகளைக் கிட்டத்தட்டப் பார்க்கவும் முடிந்தது. அகலமான நீரடர்ந்த கண்களை அவன் ஆச்சரியமாகப் பார்த்தான், துடிதுடித்த கூருணர்வுடனான நாசியையும். பிறகு அந்த உயிரினம் பாடுவதை நிறுத்தி, அவனைப் பார்த்தது, விலகி ஓடி பிறகு மீண்டும் நின்றது, தற்போது சில தப்படிகள் தொலைவில், நான்கு கால்களிலும், யானைக்குட்டியை விட அளவில் சிறியதாக அல்லாமல், நீளமாக புதர்போல அடர்ந்திருந்த வாலை அது ஆட்டிக் கொண்டிருந்தது. பெரிலாண்ட்ராவில் மனிதனைக் கண்டு அச்சத்தை வெளிப்படுத்தக்கூடிய முதல் ஜீவனாக அதுதான் இருந்தது. என்றபோதும் அது அச்சம் இல்லை. அவன் அதனை அழைத்தபோது நெருங்கி வந்தது. தன்னுடைய பட்டுப்போன்ற மூக்கை அவனுடைய கரத்துக்குள் வைத்து அவனது தொடுகையை உணர்ந்தது; ஆனால் மறுகணமே அவனிடமிருந்து விலகியோடியது, பிறகு, தனது நீண்ட கழுத்தை வளைத்து, தலையைப் பாதங்களுக்குள் புதைத்துக் கொண்டது. அவனால் அதனோடு வேறு எந்தவிதமான தொடர்பையும் ஏற்படுத்திக் கொள்ள முடியவில்லை, வெகுநேரம் கழித்து அங்கிருந்து விலகி அவனுடைய பார்வையிலிருந்து மறைந்தபோதும் அவன் அதைப் பின்தொடரவில்லை. அவ்வாறு அவன் செய்திருந்தால், மானைப் போன்ற அதன் நாணத்தையும், அதன் உணர்வுகள் வெளிப்படுத்திய மென்மையையும், எப்போதும் ஒரு ஒலியாக மட்டும், யாருமே பயணப்பட்டிராத காடுகளின் அடர்த்தியான நடுப்பகுதியில் ஒலிக்கும் ஒலியாக மட்டுமேயிருக்க வேண்டும் என்கிற அதன் வெளிப்படையான ஆசையையும் காயப்படுத்துவதாக இருந்திருக்கும். அவன் தனது பயணத்தைத் தொடர்ந்தான்: சில நொடிகளுக்குப் பிறகு அவனுக்குப் பின்னால் பாடல் ஒலிக்கத் தொடங்கியது, முன்னை விட சத்தமாகவும் அற்புதமாகவும், மீட்டெடுக்கப்பட்ட தனிமையை எண்ணிக் கூத்தாடும் களிப்பாடலைப் போல.

அந்த வகை மிருகங்களிடம் பால் சுரப்பதில்லை (பெரிலாண்ட்ரா சொன்னது) என்பதால் எப்போதும் அவை கொண்டு வருவதெல்லாம் வேறு வகையினத்தைச் சேர்ந்த பெண்-மிருகங்களிடம் சுரப்பதுதான். அவள் அபாரமாகவும் அழகாகவும் ஒலியெழுப்ப இயலாதவளாகவும் இருக்கிறாள், பாடக்கூடிய குட்டி மிருகம் பால்குடி மறக்கும்வரை அவளுடைய குட்டிகளுக்கு மத்தியில்தான் இருக்கும் என்பதோடு, அவளுக்கு உரிமையானதாகவும் இருக்கும். ஆனால் அது வளர்ந்து அத்தனை மிருகங்களைக் காட்டிலும் கூருணர்வுடையதாகவும் ஒளிபொருந்தியதாகவும் மாறியபின் அவளை விட்டு விலகிச் செல்லும். பிறகு அதன் பாடலைக் கேட்டு அவள் வியப்பாள்.

சி.எஸ்.லூயிஸ்: *பெரிலாண்ட்ரா (Perelandra)*

৽ ৎ

கற்பனையான உயிரிகளின் புத்தகம் / 29

The Animal Imagined by Poe

போ-வால் கற்பனை செய்யப்பட்ட மிருகம்

1838 இல் *பதிப்பிக்கப்பட்ட நான்டக்கட்டைச் சேர்ந்த ஆர்தர் கோர்டான் பிம்மின் கதையில் (Narrative of Arthur Gordon Pym of Nantucket)*, குறிப்பிட்ட சில அண்டார்டிக் தீவுகளில் தென்பட்டதாக அதிர்ச்சியளிக்கக்கூடிய ஆனால் நம்பும்படியான ஒரு விலங்கினத்தை எட்கர் ஆலன் போ குறிப்பிடுகிறார். அத்தியாயம் பதினெட்டில், நாம் வாசிக்கலாம்:

> முட்செடியில் இருப்பதைப் போல முழுதும் சிவப்புநிற சதைக்கனிகளால் நிறைந்திருந்த புதரையும் நாங்கள் கண்டெடுத்தோம், உடன் வினோதமாகத் தோற்றமளித்த நிலம்சார் விலங்கொன்றின் இறந்த உடலையும். அது மூன்றடி நீளம் இருந்தது, ஆனால் உயரமோ ஆறு அங்குலங்கள் மட்டுமே, நான்கு மிகச்சிறிய கால்களோடு, பளபளக்கும் ஒண்சிவப்பில் நீண்ட நகங்கள் அதன் பாதங்களைப் பாதுகாத்தன, ஒட்டுமொத்தமாக அது பவழப்பாறையைப் போலிருந்தது. நேரான பட்டுப்போன்ற மயிரால் உடல் மூடப்பட்டிருந்தது, பரிசுத்தமான வெண்ணிறத்தில். எலியினுடையதைப்போல நலிந்து மெலிவுற்றிருந்த அதன் வால் ஒன்றரை அடி நீளம் இருக்கக்கூடும். தலையோ பூனையை நினைவுறுத்தியது, காதுகளைத் தவிர; இவை நாயின் காதுகளைப் போல மடிந்து கிடந்தன. *பற்களோ* பாதங்களில் கண்ட அதே பளபளக்கும் ஒண்சிவப்பு நிறத்திலிருந்தன.

அந்தத் தெற்குப்பகுதிகளில் காணக்கிடைத்த நீரும் கூட எவ்விதத்திலும் குறைந்ததல்ல. அத்தியாயத்தின் இறுதிக்கட்டத்தை நெருங்கும்போது, போ எழுதுகிறார்:

> நீரின் வினோத குணத்தைப் பற்றிச் சொல்வதெனில், நாங்கள் அதை ருசிக்க மறுத்தோம், அசுத்தமாயிருக்கலாம் என்ற எண்ணத்தில்.. இந்த நீர்மத்தின் இயல்பு குறித்த தெளிவான விளக்கத்தைச் சொல்ல முடியாதவனாக இருக்கிறேன், எக்கச்சக்கமான வார்த்தைகளின் துணையின்றி என்னால்

அதைச் சொல்லவும் முடியாது. சாதாரண நீரைப் போல சரிவுகளிலெல்லாம் அதுவும் விரைந்து வழிந்தோடியது, என்றாலும் ஒருபோதும், அருவியாகக் கீழே விழுந்த தருணங்களைத் தவிர, *களங்கமின்மையின்* வழமையான தோற்றத்தை அது கொண்டிருக்கவில்லை. அது, இருந்தபோதிலும், உண்மையைச் சொல்ல வேண்டுமெனில், இயல்பான எந்தவொரு சுண்ணாம்பு நீரைப் போலவும் மிகத்துல்லியமான தெளிவைத்தான் கொண்டிருந்தது, ஆக வேறுபாடென்பது அதன் தோற்றத்தில் மாத்திரமே. முதல் பார்வைக்கு, மிகக்குறிப்பாக சின்னச்சின்னச் சரிவுகள் இருந்த இடங்களிலெல்லாம், ஒரே சீரான தன்மையோடு, சாதாரண நீரில் அரபிக் கோந்தினை (வேலமரத்துப் பிசின்) அடர்த்தியாகக் கலந்தது போன்ற தோற்றத்தைக் கொண்டிருந்தது. ஆனால் இது கூட அதன் அசாதாரண குணங்களில் வெகு குறைவாகக் குறிப்பிட்டுச் சொல்லக்கூடிய ஒன்றுதான். நிறமற்றதாக அது இருக்கவில்லை, மாறாக ஒரே நிறத்தையும் கொண்டிருக்கவில்லை - பார்வைக்கு, வழிந்தோடிய தருணங்களில், ஊதா நிறத்தின் அத்தனை சாத்தியங்களையும் அது வெளிப்படுத்தியது, மாறத்தக்க பட்டின் வண்ணச்சாயல்களைப் போல.. பாத்திரம் நிறைய நீரையள்ளி, அசைவற்று முழுதாக அதனை நிலைகொள்ள அனுமதித்தபிறகு, அந்த நீர்மத்தின் பொருண்மை மொத்தமும் எண்ணற்ற தனித்துவமான நாளங்களால் நிறைந்திருப்பதைக் கண்டுகொண்டோம், ஒவ்வொரு நாளமும் தனித்துவமான வண்ணச்சாயலைக் கொண்டிருந்தது; மேலும் இந்த நாளங்கள் ஒன்றோடொன்று பின்னிக் கிடக்கவில்லை என்பதையும்; அவற்றின் ஒன்றியிருக்கும் திறம், அந்தந்த நாளங்களின் சொந்தத்துகள்களைப் பொறுத்தமட்டில் மிகத்துல்லியமாயிருக்க, அருகாமையிலிருந்த மற்ற நாளங்களோடு ஒப்பிடும்போது குறைபாடுள்ளதாக இருந்தது. ஒரு கத்தியின் அலகைச் சாய்வாக நாளங்களின் மீது நாங்கள் பாய்ச்சியபோது, உடன் தண்ணீர் அதை மூடியது, எங்களோடு சேர்ந்து இயங்குவதைப் போல, மேலும், வெளியே எடுத்தவுடன், கத்தியைப் பாய்ச்சியதற்கான தடயங்களனைத்தும் உடனடியாகத் துடைத்தழிக்கப்பட்டன. என்றாலும், இரண்டு நாளங்களுக்கு நடுவில் கச்சிதமாகக் கத்தியைச் செலுத்தினால், மிகத்துல்லியமான ஒரு பிளவு உண்டானது, ஒன்றிணைக்கும் திறனின் சக்தியால் உடனடியாக அதைச் செப்பனிட முடியவில்லை.

ஐ ஏ

Animals in the Form of Spheres

கோள வடிவ மிருகங்கள்

ஒரு பொருளின் மேற்பரப்பிலுள்ள ஒவ்வொரு புள்ளியும் அதன் நடுப்பகுதியிலிருந்து சம தூரத்தில் அமைந்திருப்பதால் திடப்பொருட்களில் மிகவும் சீரான வடிவத்தைக் கொண்டிருப்பது கோளம்தான். இதன் காரணமாகவும், மேலும் நிலையானதொரு இடத்தை விட்டு விலகாமல் ஒரே அச்சில் சுழலக்கூடிய தன்மையினாலும், இவ்வுலகத்துக்குக் கோள வடிவத்தைத் தந்த டெமியூர்ஜின் (Demiurge) நியாயத்தீர்ப்பை பிளாட்டோ (திமேயஸ், 33) அங்கீகரித்தார். உலகை வாழும் உயிரினமாக எண்ணிய பிளாட்டோ தன் சட்டங்களில் (898) கிரகங்களுக்கும் நட்சத்திரங்களுக்கும் கூட உயிர் இருப்பதாகச் சொன்னார். இவ்வகையில், பரந்துபட்ட கோளவடிவ மிருகங்களைக் கொண்டு அவர் கற்பனைகளின் விலங்கியலுக்குச் செழிப்பூட்டினார், மேலும் விண்ணுலகச் சங்கதிகளின் வட்டச்சுழல்பாதை அவற்றின் தன்னியல்பான ஒன்றே என்பதைப் புரிந்து கொள்ள மறுத்த முட்டாள் வானியல் நிபுணர்களின் மீது பழிசுமத்தவும் செய்தார்.

ஐநூறு வருடங்களுக்குப் பிறகு, அலெக்ஸாண்ட்ரியாவில், தேவாலயத்தைச் சேர்ந்த பாதிரியார்களில் ஒருவரான ஆரிஜென், ஆசிர்வதிக்கப்பட்டவர்களெல்லாம் கோள வடிவில் மீண்டும் உயிர்பெறுவதோடு, சொர்க்கத்துக்குள் உருண்டவாறே உள்நுழைவார்கள் எனவும் உபதேசித்தார்.

மறுமலர்ச்சிக் காலகட்டத்தில், சொர்க்கத்தை ஒரு மிருகமாக உருவகப்படுத்தும் எண்ணம் லூசிலியோ வானினிக்குத் தோன்றியது; நவபிளாட்டோனியச் சிந்தனையாளரான மார்சிலியோ ஃபிசினோ பூமியின் ரோமம், பல் மற்றும் எலும்புகள் குறித்துப் பேசினார்; கிரகங்கள் யாவுமே வெதுவெதுப்பான குருதியும், முறையான பழக்கவழக்கங்களும் காரணகாரியங்களும் வாய்க்கப்பெற்ற மகத்தான அமைதியுடன் கூடிய மிருகங்கள் என்றார் ஜியார்டானோ ப்ரூனோ. பதினேழாம் நூற்றாண்டின் தொடக்கத்தில், ஜெர்மானிய வானியல் நிபுணரான ஜொஹன்னஸ்

கெப்ளர் ஆங்கிலேய மறைஞானி ராபர்ட் ஃபிளட்டோடு விவாதம் செய்தார், இந்தப் பூமி உயிர்த்திருக்கும் ஒரு மாபெரும் அரக்கன் எனும் கருதுகோளை அவர்களிருவரில் யார் முதலில் சொன்னார்கள் என்பதை, 'உறக்கத்திலும் விழிப்பிலும் மாறிக் கொண்டேயிருக்கும் திமிங்கலத்தைப் போன்ற மூச்சு கடலின் சிற்றலைகளையும் நீரோட்டத்தையும் தீர்மானிக்கும்.' அதன் உடற்கூறுகள், உணவு வழக்கங்கள், நிறம், நினைவுகள், கற்பனைத் திறன் மற்றும் வடிவ சாத்தியங்கள் என யாவும் கெப்ளரால் விடாமுயற்சியோடு ஆராயப்பட்டன.

பத்தொன்பதாம் நூற்றாண்டில், ஜெர்மானிய உளவியலாளரான குஸ்தாவ் தியோடர் ஃபெக்னர் (பன்மைத்துவ பிரபஞ்சம் என்னும் நூலில் வில்லியம் ஜேம்ஸால் புகழப்பட்ட மனிதர்) இதற்கு முன் சொல்லப்பட்ட கருதுகோள்களை எல்லாம் ஒரு குழந்தையின் பேராவலோடு மறுசிந்தனைக்கு உட்படுத்தினார். நம்முடைய தாயான இந்த பூமி உயிருள்ள ஒரு ஜீவராசியே - செடிகொடிகள், மிருகங்கள் மற்றும் மனிதர்கள் என எல்லாவற்றையும் விட மேம்பட்ட ஒரு ஜீவராசி - எனும் அவரது கருதுகோளை எள்ளி நகையாடாத யார் வேண்டுமானாலும் ஃபெக்னரினுடைய ஜெண்ட்-அவஸ்தாவின் (Zend-Avesta) பக்தி ததும்பும் பக்கங்களை புரட்டிப் பார்க்கலாம். ஓர் எடுத்துக்காட்டுக்கு, நாம் அதில் வாசிக்கலாம், பூமியின் கோள வடிவம் என்பது நம் உடம்பிலுள்ள அதியுன்னத உறுப்பான விழியின் வடிவமே. மேலும், 'வானம் என்பது உண்மையாகவே தேவதைகளின் வசிப்பிடம் என்றானால், இந்தத் தேவதைகள்தான் நிச்சயம் நட்சத்திரங்களாக இருக்கக்கூடும், ஏனென்றால் வானில் வாழக்கூடியவர்கள் என வேறு யாருமில்லை.'

৪০ ৪

Antelopes with Six Legs

ஆறு கால்களைக் கொண்ட கலைமான்கள்

34 / ஹோர்ஹே லூயிஸ் போர்ஹெஸ்

ஓடினின் குதிரையான சாம்பல்-நிற ஸ்லேப்னிருக்கு - நிலத்திலும், காற்றிலும், நரகத்தின் பரப்புகளுக்குள்ளும் அது பிரயாணிக்கக்கூடியது - எட்டுக் கால்கள் வழங்கப்பட்டிருப்பதாகச் (அல்லது சுமத்தப்பட்டிருப்பதாக) சொல்வார்கள்; ஒரு சைபீரியப் பழங்கதை முதன்முதலில் கலைமான்களுக்கு ஆறு கால்களை வழங்கியது. இப்படியொரு கொடையின் காரணமாக அவற்றைப் பிடிப்பது சிரமமாகவோ அல்லது சாத்தியமற்றதாகவோ இருந்தது; தெய்வீக வேட்டைக்காரனான டுன்க்-போய் (Tunk-Poj), இடைவிடாமல் கிறீச்சிட்டுக் கொண்டிருந்ததாகவும் ஒரு நாயின் குரைப்பால் அவனுக்கு அடையாளம் காட்டப்பட்டதுமான புனித மரத்தின் கட்டைகளைக் கொண்டு விசேஷமான சில சறுக்குக்கட்டைகளை உருவாக்கினான். அந்தச் சறுக்குக்கட்டைகளும் கூட கிறீச்சிட்டதோடு அம்பின் வேகத்தில் நகர்ந்தன; அவற்றின் வேகத்தைக் குறைக்கவோ அல்லது மட்டுப்படுத்தவோ, மற்றொரு மந்திர மரத்தின் கட்டைகளால் தயாரித்த சில பாளங்களைச் சறுக்குகளில் பொருத்துவதின் அவசியத்தை அவன் உணர்ந்திருந்தான். வானுலகம் முழுவதும் டுன்க்-போய் கலைமானைத் துரத்தி வேட்டையாடினான். களைத்துப்போன மிருகம் தரையில் வீழ, டுன்க்-போய் அதன் பின்புறமிருந்த கடைசி இரண்டு கால்களையும் வெட்டி வீசினான்.

'மனிதர்கள்,' டுன்க்-போய் சொன்னான், 'ஒவ்வொரு நாளும் சிறுத்துக் கொண்டும் நலிந்தும் வருபவர்கள். நானே இத்தனைச் சிரமப்பட நேர்ந்தால் ஆறு கால்களைக் கொண்ட கலைமான்களை அவர்கள் எப்படி வேட்டையாடுவார்கள்?'

அன்று முதல், கலைமான்கள் நான்கு கால்களைக் கொண்ட மிருகங்களாக இருக்கின்றன.

ఌ ఔ

The Ass with Three Legs

மூன்று கால்களைக் கொண்ட கழுதை

பம்பாயைச் சேர்ந்த பார்சிக்கள் தற்போதும் பின்பற்றுகிற ஒரு மதத்தைத் தோற்றுவித்தவர் ஜராதுஷ்ட்ரா, இருபது லட்சம் பாடல்களை அவர் இயற்றியதாக ப்ளீனி சொல்கிறார்; அவர் மேல் பக்தியோடிருந்த சித்திரமொழியாளர்கள் எழுதிய ஜராதுஷ்ட்ராவின் மொத்தத் தொகுப்புகளும் சேர்ந்து கிட்டத்தட்ட பன்னிரெண்டாயிரம் பசுத்தோல் ஏடுகளாவது இருக்கக்கூடும் என்கிறார் அரேபிய சரித்திர ஆய்வாளரான அல்-டபாரி. மெசிடோனியாவைச் சேர்ந்த அலெக்ஸாண்டர் இந்த வரைதோல்களை பெர்சிபோலிசில் வைத்து எரித்தது அனைவரும் அறிந்ததே, ஆனால் எதையும் தக்கவைத்துக் கொள்ளும் பாதிரிகளின் நினைவாற்றலுக்கு நன்றி, ஏடுகளின் அடிப்படை மூலவுரைகளை அவர்களால் பாதுகாக்க முடிந்தது, பிறகு ஒன்பதாம் நூற்றாண்டில் தயாரான *புந்தாஹிஷ் (Bundahish)* என்னும் கலைக்களஞ்சியத்தின் சங்கதிகளும் இவற்றோடு இணைக்கப்பட்டன, இந்தப் பக்கம் அதில் இருக்கிறது:

மூன்று கால்களைக் கொண்ட கழுதையைப் பற்றிச் சொல்லும்போது, கடலின் நடுவே அது நிற்பதாகவும், அதன் குளம்புகளின் எண்ணிக்கை மூன்றெனவும் கண்களின் எண்ணிக்கை ஆறெனவும் காதுகளின் எண்ணிக்கை இரண்டெனவும் கொம்பின் எண்ணிக்கை ஒன்றெனவும் சொல்கிறார்கள். அதன் புறத்தோல் வெண்மையாக, உணவு புனிதமானதாயிருக்க, அந்தக் கழுதையின் மொத்த இருப்புமே நியாயத்தை நிலைநிறுத்துவதாக உள்ளது. மேலும் அதன் ஆறு கண்களில் இரண்டு கண்கள் அவை இருக்க வேண்டிய இடத்தில் உள்ளன, உச்சந்தலையில் மேலும் இரண்டு கண்களும் மீதி இரண்டு கண்கள் நெற்றியிலும் உள்ளன; தனது ஆறு கண்களின் தீட்சண்யத்தைக்கொண்டே அது வெல்லவும் அழிக்கவும் செய்கிறது.

அதன் ஒன்பது வாய்களைப் பொருத்தமட்டில், மூன்று முகத்திலும் மூன்று நெற்றியிலும் மற்ற மூன்று வாய்கள் அதன் விலாப்பகுதிக்கு உள்ளேயும் அமைந்திருக்கின்றன... தரையில் ஆழமாக ஊன்றியுள்ள ஒவ்வொரு குளம்பும் ஆயிரம் செம்மறியாடுகளைக் கொண்ட மந்தைக்குச் சமமான இடத்தை ஆக்கிரமிக்கும், மேலும் அதன் ஒவ்வொரு குதிகாலுக்குக் கீழேயும் கிட்டத்தட்ட ஆயிரம் குதிரைவீரர்கள் நகர்ந்து செல்லலாம். அதன் காதுகளைப் பொறுத்தமட்டில், அவை [பெர்சியாவின் வடக்கு மாகாணமான] மாஸாண்டெரானை மூடிவிடக்கூடியவை. தங்கத்தால் ஆனதாகவும் உள்ளீடற்றதாகவும் இருந்த அதன் கொம்பிலிருந்து

ஆயிரமாயிரம் சிறுகிளைகள் வளர்ந்திருந்தன. இந்தக் கொம்பைக் கொண்டுதான் தீமைகளின் அத்தனை கட்டுமானங்களையும் அது மோதித் தகர்த்தெறியும்.

மூன்று கால்களைக் கொண்ட கழுதை இட்ட சாணமாக அம்பர் (amber) இருந்தது. மஸ்தாயிசத்தின் *(Mazdaism)* தொன்மவியலில், வாழ்க்கை ஒளி மற்றும் சத்தியத்தின் சின்னமாக விளங்கும் அஹுரா மஸ்தாவின் (ஓர்முஸ்த்) உதவியாளர்களில் ஒன்றாக, நலன்பயக்கும் இந்த அசுரவுயிரி முன்னிறுத்தப்படுகிறது.

ஐ ஆ

Bahamut

பஹமுத்

கற்பனையான உயிரிகளின் புத்தகம் / 39

பெஹிமோத்தின் புகழ் அரேபியாவின் பாழ்நிலங்களை வந்தடைந்தபோது மனிதர்கள் அதன் வடிவத்தை மாற்றி பூதாகரமாக்கினார்கள். நீர்யானை அல்லது யானை என்பதில் இருந்து ஆழங்காணவியலாத கடலொன்றில் மிதக்கும் மீனாக அவர்கள் அதை மாற்றினார்கள்; மீனின் மீது காளையை வைத்தார்கள், பிறகு அந்தக் காளையின் மீது மாணிக்கக்கற்களால் ஆன மலையை, மேலும் அந்த மலையின் மீது தேவதையை, அந்த தேவதைக்கு மேலே ஆறு நரகங்களை, பிறகு நரகங்களின் மீது பூமியை, இறுதியாக பூமியின் மீது ஏழு சொர்க்கங்களையும். இஸ்லாமிய மரபில் இப்படிச் சொல்லப்படுகிறது:

> கடவுள் பூமியைப் படைத்தார், ஆனால் பூமிக்கு எந்த அஸ்திவாரமும் இல்லை என்பதால் பூமிக்குக் கீழே ஒரு தேவதையைப் படைத்தார். ஆனால் தேவதைக்கு எந்த அஸ்திவாரமும் இல்லை என்பதால் தேவதையின் கால்களுக்குக் கீழே மாணிக்கக்கற்களாலான கொடும்பாறையைப் படைத்தார். ஆனால் அந்தப்பாறைக்கு எந்த அஸ்திவாரமும் இல்லை என்பதால் பாறைக்குக் கீழே நான்காயிரம் கண்கள், காதுகள், நாசிகள், வாய்கள், நாவுகளோடு, கால்களும் கொடையாக வழங்கப்பட்ட காளையைப் படைத்தார். ஆனால் அந்தக் காளைக்கு எந்த அஸ்திவாரமும் இல்லை என்பதால் பஹமுத் என்கிற மீனை அவர் படைத்தார், மேலும் மீனுக்குக் கீழே நீரை வைத்தார், பிறகு அந்த நீருக்குக் கீழே இருண்மையை, மனிதர்களின் அறிவால் அதைத்தாண்டி பிரயாணிக்கவியலாது.

மற்றவர்களோ பூமியின் அஸ்திவாரம் நீரின் மீது அமைந்திருப்பதாகச் சொல்வார்கள்; நீருக்கு, கொடும்பாறையின் மீது; பாறைக்கு, காளையினுடைய நெற்றியின் மீது; காளைக்கு, மணற்படுக்கையின் மீது; மணலுக்கு, பஹமுத்தின் மீது; பஹமுத்துக்கு, திக்குமுக்காடச் செய்யும் காற்றின் மீது; காற்றுக்கோ பனிமூட்டத்தின் மீது. அந்தப் பனிமூட்டத்தின் கீழே இருப்பது இன்னதென்று யாருக்கும் தெரியாது.

பஹமுத் மிகப்பெரிதாகவும் கண்களைக் கூசச்செய்யும் பளபளப்போடும் இருப்பதால் மனிதனின் கண்களால் அதன் தீவிரத்தைத் தாங்க முடியாது. உலகத்தின் கடல்களையெல்லாம் கொண்டுபோய் அந்த மீனின் நாசிகளுள் ஒன்றில் வைத்தால், அகண்ட பாலைவனத்தில் விதைக்கப்பட்ட ஒற்றைக் கடுகுவிதையைப் போலத்தான் இருக்கும். *அரேபிய இரவுகளின்* 496வது இரவில் நமக்கு இப்படிச் சொல்லப்படுகிறது, பஹமுத்தைப் பற்றித் தெரிந்து கொள்ளும்

பாக்கியம் ஈசாவுக்கு (இயேசு) வழங்கப்பட்டது, மேலும், அந்த விருப்பம் நிறைவேறியபிறகு, ஈசா மயக்கமுற்று தரை மீது விழுந்தார், அவர் மீண்டும் தன் நினைவுகளை அடைவதற்குள் மூன்று பகல்களும் மூன்று இரவுகளும் கடந்திருந்தன. கதை இன்னும் தொடர்கிறது, கணித்தற்கரிய அந்த மீனின் கீழே கடல் இருக்கிறது; கடலின் கீழே, காற்றின் எல்லையற்றப் பாழ்வெளி; காற்றின் கீழே, நெருப்பு; நெருப்பின் கீழே, ஆறு நரகங்களையும் தன் வாய்க்குள் வைத்திருக்கும் ஃபாலக் *(Falak)* என்கிற சர்ப்பம்.

காளையின் மீது வீற்றிருக்கும் கொடும்பாறை என்கிற கருதுகோள், மேலும் பஹமுத்தின் மீது அமைந்திருக்கும் காளை, அல்லது எதன் மீது வேண்டுமானாலும் அமைந்திருக்கும் பஹமுத், இவையெல்லாம் கடவுளின் இருப்பைப் பறைசாற்றும் பிரபஞ்சவியல் ஆதாரங்களின் வரைபடமாகத்தான் தெரிகிறது. ஒவ்வொரு காரியத்துக்கும் ஏதோவொரு மூலகாரியம் இருக்குமென இந்த ஆதாரம் வாதிடுகிறது, ஆக, முடிவிலிக்குள் தொலைந்து போவதைத் தடுக்க, முதல் காரியம் என்பது அத்தியாவசியமாக உள்ளது.

ஸு ௭

Baldanders

பால்டாண்டர்ஸ்

42 / ஹோர்ஹே லூயிஸ் போர்ஹெஸ்

நூரம்பர்கைச் சேர்ந்த புகழ்பெற்ற காலணி வடிவமைப்பாளரான ஹான்ஸ் சாக்ஸுக்கு பால்டாண்டர்ஸ் (*இந்தப் பெயரை நாம் விரைவில்-மற்றொன்றாக அல்லது எந்தத்-தருணத்திலும்-வேறு-ஒன்றாக என மொழிபெயர்க்கலாம்*) பற்றித் தெரிய வந்தது ஆடிசியில் உள்ளதொரு பத்தியின் வழியாக, அதில் மெனெலாஸ் (*Menelaus*) எனும் அரசன் எகிப்தியக் கடவுளான புரோட்டியஸைப் (*Proteus*) பின்தொடர்ந்து செல்கிறான், புரோட்டியஸோ தன்னை ஒரு சிங்கமாக, சர்ப்பமாக, சிறுத்தையாக, மாபெரும் காட்டுப்பன்றியாக, மரமாக, பிறகு வழிந்தோடும் நீராக என உருமாற்றிக் கொண்டேயிருக்கிறான். சாக்ஸ் இறந்து கிட்டத்தட்ட தொன்னூறு ஆண்டுகளுக்குப் பிறகு, கிரிம்மல்சாஷேன் எழுதிய போக்கிரிகளின் சாகசங்களை விவரிக்கும்-மாயமந்திர (*Picaresque-Fantastic*) நாவலான *சிம்ப்ளிசிசிமஸின் சாகசங்களின்* (*The Adventuresome Simplicissimus* - 1669) கடைசிப் புத்தகத்தில் பால்டாண்டர்ஸ் புதிய தோற்றத்தில் வருகிறான். வனத்தின் நடுவில், பழங்கால ஜெர்மானிய கோயிலைச் சேர்ந்ததென அவனுக்குத் தோன்றும்படியான ஒரு கற்சிலையைக் கதாநாயகன் பார்க்கிறான். அவன் அதைத் தொட, தான் பால்டாண்டர்ஸ் என அந்தச் சிலை அவனிடம் சொல்கிறது, பிறகு வெவ்வேறு வடிவங்களை அது மேற்கொள்கிறது, மனிதனாக, ஓக் மரமாக, பெண்பன்றியாக, கொழுத்தக் கொத்திறைச்சியாக, தீவனப்புற்களால் நிறைந்த வயலாக, சாணமாக, மலராக, மலர்ந்திருக்கும் கிளையாக, முசுக்கட்டைப் புதராக, பட்டுத் திரைச்சீலையாக, மேலும் பல பொருட்கள் மற்றும் உயிரினங்களின் வடிவங்களை, அதன் பிறகு, மறுபடியும், மனிதனின் வடிவத்தை வந்தடைந்தது. சிம்ப்ளிசிசிமஸுக்கு இந்தக் கலையைக் கற்றுத் தருவதாக அவன் பாவனை செய்தான், 'நாற்காலிகள், நீள் இருக்கைகள், பானைகள் மற்றும் கலன்கள் போன்ற இயற்கையாகவே பேச்சாற்றலற்ற பொருட்களோடு உரையாடும் கலை'; மேலும் தன்னை ஒரு செயற்பொறுப்பாளராக மாற்றிக்கொண்டு புனித ஜானின் வெளிப்பாட்டில் இருந்து இந்த வரிகளை எழுதுகிறான்: 'நானே ஆதியும் அந்தமுமாய் இருக்கிறேன்', கதாநாயகனுக்காகத் தனது அறிவுரைகளை அவன் விட்டுப்போகும் சங்கேத ஆவணத்தைத் திறக்கும் சாவி இந்த வார்த்தைகள்தான். நிலையற்ற நிலவே (துருக்கியர்களினுடையதைப் போன்றது, சொல்லப்போனால் துருக்கியர்களைக் காட்டிலும் அதிக உரிமையோடு) தன்னுடைய முத்திரை என்றும் பால்டாண்டர்ஸ் சொன்னான்.

பால்டாண்டர்ஸ் என்பவன் வரிசைக்கிரமமாக வந்ததொரு அரக்கன், காலத்தோடு அவனும் மாறிக்கொண்டே இருந்தவன். கிரிம்மல்சாஷேன்

எழுதிய நாவலின் முதல் பதிப்பின் தலைப்புப் பக்கம் இந்தப் பகடியைத் தைரியமாக எதிர்கொண்டது. மனித உடலும் வனதேவதையின் *(Satyr)* தலையும் கொண்டதொரு உயிரினத்தின் உருவம் அதில் செதுக்கப்பட்டிருந்தது, விரிந்திருக்கும் பறவையின் சிறகுகளோடும் மீனின் வாலோடும், செம்மறியாட்டின் கால்களோடும் கழுகின் கூரிய நகங்களோடும், அது, அவன் வரித்துக் கொண்ட வெவ்வேறு வடிவங்களுக்கான அடையாளங்களாக விளங்கக்கூடிய முகமூடிகளின் குவியலைக் காலால் மிதித்தவாறு நிற்கிறது. இடைவாரில் ஒரு வாளையும், தன்னுடைய கையில், கிரீடம், மிதக்கும் படகு, கோப்பை, கோபுரம், குழந்தை, இரண்டு பகடைகள், மணிகளோடிருக்கும் முட்டாளின் தொப்பி மற்றும் போர்த்தடவாளங்களின் ஒரு பகுதி எனப் பல படங்களைக் காட்டும் திறந்த புத்தகத்தையும் அவன் கொண்டிருக்கிறான்.

৩ ଓ

44 / ஹோர்ஹே லூயிஸ் போர்ஹெஸ்

The Banshee

பான்ஷீ

எவரும் இந்தப் "பெண் மோகினியின்" மேல் பெரிதாகத் தங்கள் பார்வையைப் பதித்ததாகத் தெரியவில்லை. அவளொரு ஸ்தூல வடிவம் என்பதைவிட ஐரிஷ் இரவுகளையும் (*சர் வால்டர் ஸ்காட்டின் பேய்களின் ஆய்வு விளக்கமும் பில்லிசூனியமும்* என்கிற நூலின்படி) ஸ்காட்டிய மலையகங்களையும் அச்சுறுத்தும் துயரார்ந்த அலறல் என்றுதான் சொல்ல வேண்டும். தான் சென்றிருக்கும் வீட்டின் சாளரங்களுக்குக் கீழிருந்து, குடும்பத்தில் ஒருவரின் மரணத்தை அவள் முன்னறிவிப்பாள். லத்தீன், சாக்ஸன் மற்றும் டானிஷ் கலப்பில்லாத தூய செல்டிக் ரத்தத்தின் அடையாளமாக அவள் கருதப்படுகிறாள். வேல்ஸ் மற்றும் பிரிட்டனியில்கூட பான்ஷீயைப் பற்றிய தகவல்கள் பரவியுள்ளன. அவளுடைய அலறல் ஒப்பாரி (*Keening*) என்றழைக்கப்படுகிறது.

ஐ ஞ

The Barometz

பாரோமெட்ஸ்

பாரோமெட்ஸ் என்றும் லைகோபோடியம் பாரோமெட்ஸ் என்றும் சீன லைகோபோடியம் என்றும் அழைக்கப்படுகிற டார்டாரியின் ஆட்டுக்குட்டிச் செடி (The Vegetable Lamb of Tartary), பொன்னிற ரோமக்கம்பளியால் மூடிய ஆட்டுக்குட்டியின் தோற்றத்தைக் கொண்டிருக்கக்கூடிய தாவரம். தன்னுடைய சூடோடோக்ஸியா எபிடெமிகாவில் (Pseudodoxia Epidemica - 1646) சர் தாமஸ் ப்ரவுண் அதைப் பற்றிய இந்த விளக்கத்தைத் தருகிறார்:

> பாரோமெட்ஸைப் பற்றி நிறைய ஆச்சரியமான சங்கதிகள் உலவுகின்றன, அந்த விசித்திர செடி-மிருகம் அல்லது டார்டாரியின் ஆட்டுக்குட்டிச் செடி, அவற்றைப் புசிப்பதில் ஓநாய்கள் பேரானந்தம் கொண்டன, அதுவொரு ஆட்டுக்குட்டியின் வடிவத்தில் இருக்க, உடைத்தால் உதிரம் போன்ற சாறை வெளிப்படுத்தும், தன்னைச் சுற்றியிருக்கக்கூடிய செடிகளை உண்டு அது உயிர் வாழ்ந்தது.

மற்ற அரக்கவுயிர்கள் எல்லாம் வெவ்வேறு வகை மிருகங்களை ஒன்றிணைப்பதன் மூலம் உருவாக்கப்பட்டவை: பாரோமெட்ஸோ தாவர உலகமும் மிருகங்களின் உலகமும் சங்கமிக்கும் புள்ளி.

பூமியில் இருந்து பிடுங்கும்போது ஒரு மனிதனைப் போல ஓலமிடக்கூடிய மாண்ட்ரேக்கை; நரகத்தின் (Inferno) வளையங்களுள் ஒன்றில் சொல்லப்படும் தற்கொலைகளின் துயர வனத்தை, கிழிந்த அவற்றின் முழங்கால்களில் இருந்து ஒரே சமயத்தில் ரத்தமும் வார்த்தைகளும் சொட்டிக் கொண்டிருக்கும்; மேலும் செஸ்டர்டன் கனவில் கண்ட மரத்தை, தன்னுடைய கிளைகளில் தங்கியிருந்த பறவைகளை விழுங்கி பிறகு வசந்தகாலத்தின்போது இலைகளுக்குப் பதிலாக சிறகுகளை அது முகிழ்க்கும்; யாவற்றையும் இது நினைவுறுத்துகிறது.

ೞ ಚ

The Basilisk

பசிலிஸ்க்

காலஓட்டத்தில், இன்று அது மறக்கப்படும்வரை, பசிலிஸ்க் (*Cockatrice* - காக்கட்ரைஸ் என்றும் அழைக்கப்படுகிறது) மிக அசிங்கமானதாகவும் பயங்கரமானதாகவும் வளர்ந்து கொண்டே வந்திருக்கிறது. கிரேக்க மொழியிலிருந்து தருவிக்கப்பட்ட அதன் பெயருக்கு "சிற்றரசன்" என்று பொருள்; மூத்த ப்ளீனியைப் (*VIII, 33*) பொறுத்தமட்டில், அது, தலையில் கிரீட வடிவில் பிரகாசமான பகுதியைக் கொண்டிருந்த ஒரு சர்ப்பம். வரலாற்றின் இடைக்காலச் சமயங்களில், நான்கு கால்களைக் கொண்ட சேவலாக அது உருமாறுகிறது, கிரீடமும், மஞ்சள்நிறச் சிறகுகளும், அகண்ட கூர்மையான இறக்கைகளும், மேலும் ஒரு கொக்கியிலோ அல்லது மற்றொரு சேவலின் தலையிலோ சென்று முடியும் சர்ப்பத்தின் வாலும் அதற்கு இருந்தது. அதன் தோற்றத்தில் உண்டான மாற்றம், அதன் பெயரில் உண்டான மாற்றத்தின் வழியே பிரதிபலித்தது: தன்னுடைய பார்சனின் கதையில் (*Parson's Tale*) ஜெஃப்ரி சாசர் 'பசிலிகாக்' பற்றிக் குறிப்பிடுகிறார் ('பசிலிகாக் தன் பார்வையின் நஞ்சைக் கொண்டே மனிதர்களைச் செயலற்றவர்களாக உறைந்திடச் செய்யும்'). அல்ட்ரோவாண்டியின் *சர்ப்பங்கள் மற்றும் டிராகன்களின் இயல்பு வரலாற்றைச் (Natural History of Serpents and Dragons)* சித்திரங்களாக வெளிப்படுத்தும் தகடுகளில் ஒன்று பசிலிஸ்கிற்கு இறக்கைகளுக்குப் பதில் செதில்களை வழங்குகிறது, மேலும் எட்டுக் கால்களின் பயன்பாட்டையும். (இளைய எட்டாவின் கூற்றுப்படி, ஓடினின் குதிரையான ஸ்லேப்னிரும் எட்டுக் கால்களைக் கொண்டிருந்தது.)

பசிலிஸ்கைப் பற்றிய நிலையான ஒரே சங்கதி அதன் உறுத்த பார்வையும் நஞ்சும் உண்டாக்கக்கூடிய கொடூர விளைவுகள் மட்டுமே. கோர்கோன்ஸ்களின் (*Gorgons*) கண்கள் உயிருள்ள ஜீவன்களைக் கல்லாக மாற்றும்; அவற்றில் ஒன்றின் உதிரத்திலிருந்தே லிபியாவின் அத்தனை சர்ப்பங்களும் தோன்றியதாக லூகான் நமக்குச் சொல்கிறார் - ஆஸ்ப், ஆம்ஃபிஸ்பேனா, அம்மோடைட் மற்றும் பசிலிஸ்க். *பார்ஸாலியாவின்* ஒன்பதாம் புத்தகத்திலிருந்து பின்வரும் பகுதிகளை மிக நேரடியான மொழிபெயர்ப்பில் நாங்கள் தந்திருக்கிறோம்:

> கெடுதி பொருந்திய இயற்கை இந்த உடலில் [மெடுஸாவின்] முதலில் உயிர்க்கொல்லி கொள்ளைநோய்களை உண்டாக்கியது; அதிர்வுறும் நாவுகளால் ஹிஸ்ஸ்ஸ்ஸ் என்ற ஒலியோடு சீற்றங்களை வெளிப்படுத்திய நாகங்கள் அந்தத் தாடைகளில் இருந்து வழிந்தோடின, பெண்ணின் கேசம் முதுகுப்பக்கம் வழிவதைப் போன்ற அதே முறைமையில், மகிழ்ச்சியில் திளைத்த மெடுஸாவின் கழுத்தைச் சுற்றிக்கொண்டு அசைந்தன. உங்களை

நோக்கித் திரும்பியுள்ள அவள் நெற்றியின் மீது அந்த சர்ப்பங்கள் செங்குத்தாக நிமிர்ந்து நிற்க, விரியனின் நஞ்சு நன்கு வாரப்பட்ட அவளுடைய கேசத்திலிருந்து வழிந்தது.

> கேடுகெட்ட முர்ரஸின் ஈட்டியால் பசிலிஸ்க் துளைக்கப்பட்டபோது என்னதான் நடந்தது? அந்த ஆயுதத்தின் வழியே விரைவாக வழிந்தோடிய நஞ்சு கையை இறுகக்கட்டுகிறது; சடுதியில், உறையிலிருந்து உருவப்பட்ட வாளால் அவன் அதை வெட்டி, அதே தருணத்தில் ஒட்டுமொத்தமாக தன் கரத்திலிருந்து அந்தக் கையைத் துண்டிக்கிறான்; மேலும், தனது மரணத்துக்கான நடுக்கந்தரும் முன்னறிவிப்பைப் பார்த்தவாறே, அவனுடைய கை அங்கே நசிந்து கொண்டிருக்க, பாதுகாப்பாக அவன் நின்றிருந்தான்.

பசிலிஸ்க் பாலைவனத்தில் வசித்தது; அல்லது, இன்னும் துல்லியமாகச் சொல்வதென்றால், பாலைவனத்தை அதுதான் உண்டாக்கியது. பறவைகள் அதன் பாதங்களின் கீழே செத்து விழ பூமியின் கனிகளோ கருத்து அழுகின; தன்னுடைய தாகத்தை அது தணித்துக்கொண்ட ஓடைகளின் நீரோ பல நூற்றாண்டுகளுக்கு நஞ்சு கலந்ததாக மாறிப்போனது. வெறுமனே ஒரு பார்வையால் அது பாறைகளைப் பிளந்ததையும் புல்வெளிகளை எரித்ததையும் ப்ளீனி பதிவு செய்திருக்கிறார். அனைத்து மிருகங்களிலும், மரநாய் மட்டுமே இந்த அரக்கவுயிரியால் பாதிக்கப்படவில்லை என்பதோடு பார்வைக்குச் சிக்கினால் பசிலிஸ்கை தாக்கவும் செய்யும்; அத்துடன், சேவலின் கூவலொலியும் பசிலிஸ்கை வெருண்டோடச் செய்யும் என நம்பப்பட்டது. அனுபவமுள்ள ஒரு பிரயாணி தெரிந்திராத பிரதேசங்களுக்குள் நுழைவதற்கு முன்னால் கூண்டிலடைக்கப்பட்ட சேவலையோ மரநாயையோ தன்னோடு எடுத்துச் செல்வதில் கவனமாயிருந்தான். மற்றொரு ஆயுதமெனில் கண்ணாடி, அதன் சொந்தப் பிரதிபலிப்பே பசிலிஸ்கை கொன்று போடும்.

செவில்லின் இஸிடோரும் *ஸ்பெக்குலம் டிரிப்லெக்ஸைத் (Speculum Triplex - மூன்றாக மடிக்கக்கூடிய கண்ணாடி)* தொகுத்தவர்களும் லூகானின் பழங்கதைகளை நிராகரித்து பசிலிஸ்கின் தோற்றமூலம் குறித்து அறிவார்ந்த விளக்கத்தைத் தேடினார்கள். (அவர்களால் அதன் இருப்பை நிராகரிக்க முடியவில்லை, ஏனெனில், நஞ்சுபொருந்திய ஊர்வனவகை மிருகமொன்றின் பெயரான *செஃபா (Tsepha)* என்னும் ஹீப்ரு வார்த்தையை வல்கேட் *(Vulgate)* 'காக்கட்ரைஸ்' என மொழிபெயர்க்கிறது.) சேவலால் இடப்பட்ட வடிவமற்ற முட்டையை நாகமோ தேரையோ அடைகாத்து குஞ்சு பொறித்ததாகச்

சொல்லப்பட்ட ஒரு புனைகதையே அதிகமான ஆதரவைப் பெற்றது. பதினேழாம் நூற்றாண்டில், அந்த அரக்கவுயிரியைப் போலவே மிகவும் வலிந்து சொல்லப்பட்ட இந்த விளக்கத்தை சர் தாமஸ் ப்ரவுண் கண்டுபிடித்தார். கிட்டத்தட்ட அதே காலகட்டத்தில், ‘பசிலிஸ்க்’ எனும் கவிதையில் க்யூவிடோ *(Quevedo)* எழுதியிருப்பதை நாம் வாசிக்கலாம்:

Si esta vivo quien te vio,
Toda su historia es mentira,
Pues si no murio, te ignora,
Y si murio no lo afirma.

உனைக் கண்டவன் எவனும் இன்னும் உயிர்த்திருப்பான் ஆயின்,
உனைப் பற்றிய சரித்திரம் எல்லாம் பொய் என்றாகும்,
அவன் இறந்தானில்லை எனில், உனை அறிந்திருக்கவில்லை,
மாறாக இறந்தான் எனில், பார்த்ததை உறுதி செய்ய அவனால் இயலாது.

ல ஞ

Behemoth

பெஹிமோத்

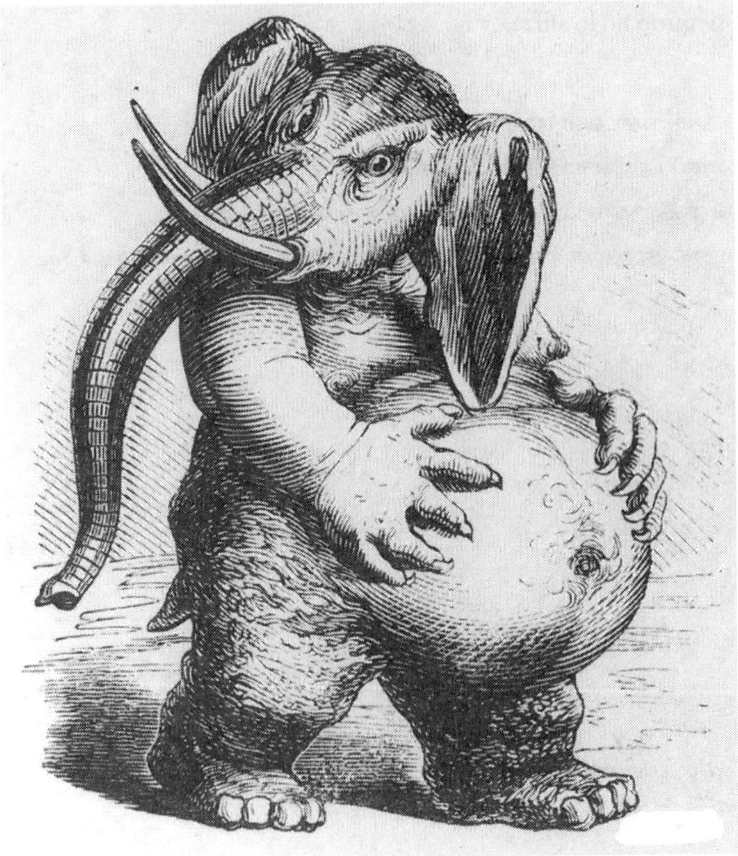

கிறித்துவகாலத்துக்கு நான்கு நூற்றாண்டுகள் முன்பு, பெஹிமோத் என்பது யானை அல்லது நீர்யானையின் உருப்பெருக்கிய வடிவமாயிருந்தது, அல்லது இந்த மிருகங்களைப் பற்றித் தவறாகவும் அச்சத்தோடும் புரிந்து கொள்ளப்பட்ட வடிவம் எனலாம்; தற்போது - மிகத் துல்லியமாக - யோபுவில் (XL: 15-24) அதனை விவரிக்கும் பத்து புகழ்பெற்ற பாடல்கள் உள்ளன, இந்த வரிகளால் வரவழைக்கக்கூடிய ஒரு பிரமாண்ட உயிரினம். மற்றதெல்லாம் விவாதத்துக்குரியது என்பதோடு மொழிவரலாற்றியலோடு தொடர்புடையதாகும்.

'பெஹிமோத்' என்கிற வார்த்தை பன்மையைக் குறிப்பது; 'மிருகம்' எனப் பொருள்படும் ஹீப்ரூ வார்த்தையான *ப்'ஹெமாஹ்* *(b'hemah)* என்பதன் அதிதீவிர பன்மைத்துவ வடிவம்தான் இது என அறிஞர்கள் சொல்கிறார்கள். '*யோபுவின் புத்தகம் பற்றிய கண்காட்சி*' *(Exposicion del Libro de Job)* எனும் நூலில் ப்ரே லூயிஸ் தே லியான் எழுதியதைப் போல: 'மிருகங்கள்' என்பதைக் குறிக்கும் ஹீப்ரூ வார்த்தைதான் *பெஹிமோத்*; ஆன்றறிந்த அறிஞர்கள் தந்திருக்கக்கூடிய தீர்ப்பின்படி, அது யானையைக் குறிக்கிறது, அதன் பிரமாண்ட ஆகிருதியின் காரணமாக இவ்வாறு அழைக்கப்படுகிறது; மேலும் ஒற்றை மிருகமாக இருந்தாலும் கூட பல மிருகங்களாக அது கருதப்படுகிறது.'

ஆதியாகமத்தின் மூலப்பிரதியிலுள்ள முதல் பாடலைக் குறித்தும் நாம் நினைவுறுத்தப்படுகிறோம், தேவனின் ஹீப்ரூ பெயரான *எலொஹிம்* *(Elohim)* என்பது பன்மையைக் குறிப்பது, அது வரித்துக் கொண்ட வினைச்சொல்லின் வடிவம் ஒருமையில் இருந்தாலும் கூட - *ஆதியிலே தேவன் வானத்தையும் பூமியையும் சிருஷ்டித்தார்* *(Bereshit bara Elohim et hashamaim veet haaretz).* அதே வேளையில், மும்மைக் கோட்பாட்டாளர்கள், கடவுள் என்பவர் மூன்றும்-ஒன்றாகக்-கலந்தவர் என்கிற கருதுகோளை நிரூபிக்கும் வாதமாக இந்தச் சங்கதியை முன்வைக்கிறார்கள்.

அரசர் ஜேம்ஸின் வேதாகம மொழிபெயர்ப்பின் இவ்வரிகளினூடாகவே பெஹிமோத்தை நாம் அறிகிறோம்:

> *15* இப்போதும் பெஹிமோத்தை நீ உற்றுப்பார்; உன்னை உண்டாக்கினதுபோல அதையும் உண்டாக்கினேன்; அது மாட்டைப் போல புல்லைத் தின்னும்.

16 இதோ, அதினுடைய பெலன் அதின் இடுப்பிலும், அதின் வீரியம் வயிற்றின் நரம்புகளிலும் இருக்கிறது.

17 அது தன் வாலைக் கேதுரு மரத்தைப்போல நீட்டுகிறது: அதின் இடுப்பு நரம்புகள் பின்னிக் கொண்டிருக்கிறது.

18 அதின் எலும்புகள் கெட்டியான வெண்கலம் போலவும் அதின் அஸ்திகள் இரும்புக்கம்பிகள் போலவுமிருக்கிறது.

19 அது தேவனுடைய கிரியைகளில் பிரதானமான ஒரு கிரியை, அதனை உண்டாக்கினவர் அதற்கொரு பட்டயத்தையும் கொடுத்தார்.

20 காட்டு மிருகங்கள் யாவும் விளையாடும் மலைகள் அதற்கு மேய்ச்சலை விளைவிக்கும்.

21 அது நிழலுள்ள செடிகளின் கீழும், நாணலின் மறைவிலும், உளையிலும் படுத்துக் கொள்ளும்.

22 தழைகளின் நிழல் அதைக் கவிந்து, நதியின் அலரிகள் அதைச் சூழ்ந்து கொள்ளும்.

23 இதோ, நீரருந்தும் நதி புரண்டு வந்தாலும் அது பயந்தோடாது; யோர்தான் நதியத்தனை தண்ணீர் அதின் முகத்தில் மோதினாலும் அது அசையாதிருக்கும்.

24 அதின் கண்கள் பார்த்திருக்க அதை யார் பிடிக்கக்கூடும்? மூக்கணாங்கயிறு போட அதின் மூக்கை யார் குத்தக்கூடும்?

ஜ ௭

The Brownies

ப்ரவுணிக்கள்

ப்ரவுணிக்கள் என்பவர்கள் உதவும் உள்ளம் கொண்ட பழுப்பு நிறக் குள்ளர்கள், அந்த நிறம்தான் அவர்களுடைய பெயருக்கும் காரணமாக அமைகிறது. தினத்தின் அன்றாட வீட்டுவேலைகளைச் செய்வதற்கென, இல்லங்களில் மனிதர்கள் உறங்கும்போது, ஸ்காட்டிய நிலங்களுக்கு வருகைபுரிவது அவர்கள் வழக்கம். கிரிம்ஸின் கதைகளுள் ஒன்று இதே சங்கதியைத்தான் பேசுகிறது.

புகழ்பெற்ற எழுத்தாளரான ராபர்ட் லூயிஸ் ஸ்டீஃபன்சன், தன்னுடைய ப்ரவுணிக்களை, தான் இலக்கியம் என்னும் கலை சார்ந்து பயிற்றுவித்திருப்பதாகச் சொன்னார். ப்ரவுணிக்கள் அவருடைய கனவுகளில் வந்து அவரைச் சந்தித்து அதியற்புதக் கதைகளைச் சொன்னார்கள்; ஓர் உதாரணத்துக்கு, தீயசக்தியான திரு ஹைடாக மாறிய டாக்டர் ஜேகிலின் விநோத உருமாற்றம், பிறகு ஒலாலாவின் உட்கதையும் கூட, அதில், ஒரு பழமையான ஸ்பானிய குடும்பத்தின் வாரிசு தன் சகோதரியின் கையைக் கடித்து விடுகிறான்.

৸ ଓ

Burak

புராக்

கற்பனையான உயிரிகளின் புத்தகம் / 57

ஜார்ஜ் சாலேவின் மொழிபெயர்ப்பில் (1734), குரானின் அத்தியாயம் பதினேழின் முதல் பாடல் இவ்வரிகளைக் கொண்டிருக்கிறது: 'எல்லாப் புகழும் அவருக்கே, இரவோடு இரவாகத் தன் சேவகனை வழிநடத்திச் சென்றார், மெக்காவின் புனித ஆலயத்தில் இருந்து தனது தொலைதூர எருசலேமின் ஆலயத்துக்கு, அதன் எல்லைகள் நம்மால் ஆசிர்வதிக்கப்பட்டிருக்கின்றன, நம்முடைய சமிக்ஞைகளில் சிலவற்றை அவருக்கு நாம் காட்டுவதற்காக..' வர்ணனையாளர்கள் இதில் புகழப்படுகிறவர் அல்லா என்கிறார்கள், அவருடைய சேவகன் என்பது மொஹம்மது, புனித ஆலயம் என்பது *மெக்கா*, தொலைதூர ஆலயம் என்பது எருசலேம், பிறகு எருசலேமில் இருந்து இறைத்தூதர் ஏழாவது சொர்க்கத்துக்கு அழைத்துச் செல்லப்பட்டதாகச் சொல்கிறார்கள். புராணத்தின் மிகப் பழமையான வடிவங்களில், மொஹம்மது ஒரு மனிதனாலோ தேவதையாலோ வழிநடத்தப்பட்டதாக உள்ளது; பிற்காலத்தில் அவருக்கு ஒரு தெய்வீகக் குதிரை வழங்கப்படுகிறது, கழுதையைக் காட்டிலும் பெரிதாகவும் கோவேறு கழுதையைக் காட்டிலும் சிறிதாகவும். இந்தக் குதிரைதான் புராக், அதன் பெயருக்கு 'பிரகாசிக்கும்' என அர்த்தம். "*ஆயிரம் இரவுகளும் மற்றுமோர் இரவும் பற்றிய புத்தகம்*" என்கிற நூலை மொழிபெயர்த்த ரிச்சர்ட் பர்டனின் கூற்றுப்படி, இந்தியாவிலுள்ள முஸ்லிம்கள் வழக்கமாக புராக்கின் சித்திரத்தை மனிதமுகம், கழுதையின் காதுகள், குதிரையின் உடல், மயிலின் இறக்கைகளும் வாலும் கொண்டிருப்பதாகத் தீட்டுகிறார்கள்.

ஓர் இஸ்லாமியத் தொன்மம் இப்படிச் சொல்கிறது, தரையை விட்டு எழும் சமயத்தில் புராக் நீர் நிரம்பிய ஒரு ஜாடியைத் தட்டி விட்டது. இறைத்தூதர் ஏழாவது சொர்க்கத்துக்கு அழைத்துச் செல்லப்பட்டார், வழியில் ஒவ்வொரு சொர்க்கத்திலும் அங்கு வாழ்ந்திருந்த நம்பிக்கையாளர்களிடமும் தேவதைகளிடமும் உரையாடினார், பிறகு ஒருமையையும் கடந்து சென்றார், மேலும் இறைவன் தனது கையை அவருடைய தோளில் வைத்தபோது இதயத்தைச் சில்லிடச் செய்யும் குளிரை உணர்ந்தார். மனிதனின் காலமும் கடவுளின் காலமும் ஒன்றாகப் பயணிப்பவை அல்ல; திரும்பிய பிறகு இறைதூதர் அந்த ஜாடியை உயர்த்திப் பிடித்தார், அதில் இருந்து ஒரு துளி கூட இன்னும் கீழே சிந்தியிருக்கவில்லை.

மிகுயேல் அஸ்ம் பலாசியோஸ், இருபதாம் நூற்றாண்ட்டைச் சேர்ந்த ஸ்பானிய கீழைத்தேயவாதி, 1200களின் முர்சியாவைச் சேர்ந்த மந்திரவாதி ஒருவனைப் பற்றிச் சொல்கிறார், அவன், *மிகுந்த-கருணையுடைய மேன்மை பொருந்தியவரை*

நோக்கிய இரவுப் பயணத்தைப் பற்றிய புத்தகம் (Book of the Night Journey to the Majesty of the All-Generous) எனும் உருவகக்கதையில், புனிதமான அன்பின் சின்னத்தை புராக்கில் கண்டான். மற்றொரு பிரதியில் அவன் 'இதய சுத்தியின் வடிவமான புராக்' பற்றிக் குறிப்பிடுகிறான்.

ಞ ಇ

The Carbuncle

கார்பன்கிள்

கனிமவியலில் கார்பன்கிள் என்பது, 'சிறிய நிலக்கரித்துண்டு' எனப் பொருள்படும் லத்தீன் வார்த்தையான *கார்பன்குளஸில் (Carbunculus)* இருந்து தோன்றியது, ஒரு மாணிக்கக்கல்; பழங்காலத்தின் கார்பன்கிளைப் பொறுத்தமட்டில், அது செந்நிற மணிக்கல்லாக இருந்திருக்க வேண்டும்.

பதினாறாம் நூற்றாண்டு தென்னமெரிக்காவில், ஸ்பானிய போர்வெற்றியாளர்களால் இந்தப் பெயர் ஒரு மர்மமான விலங்கிற்கு வழங்கப்பட்டது - மர்மத்துக்குக் காரணம், அது பறவையா அல்லது பாலூட்டியா, அதற்கு இருந்தது சிறகுகளா அல்லது மென்மயிரா என்பதைச் சரியாகச் சொல்லுமளவிற்கு யாரும் அதைப் பார்த்திருக்கவில்லை. பாதிரியும் கவிஞருமான மார்ட்டின் டெல் பார்கோ செண்டெனரா, பராகுவேயில் அதைப் பார்த்ததாக உரிமை கோருகிறார், தனது *அர்ஜென்டீனாவில் (1602)* அதை 'சிறிய விலங்கு, தலையின் மேல் மினுங்கும் கண்ணாடியோடு, பிரகாசிக்கும் நிலக்கரியைப் போல..' என்று மட்டுமே விவரிக்கிறார். மற்றொரு போர்வெற்றியாளரான கொன்சாலோ ஃபெர்ணாண்டஸ் டெல் ஓவிய்டோ, இந்தக் கண்ணாடியையோ அல்லது இருளுக்குள் இருந்து ஒளிரும் வெளிச்சத்தையோ - இரு முறை அதனை மகெல்லன் ஜலசந்தியில் அரைகுறையாக அவர் பார்த்திருந்தார் - டிராகன்கள் தங்களின் மூளைக்குள் ஒளித்து வைத்திருப்பதாக நம்பப்பட்ட விலைமதிப்பற்றக் கல்லோடு ஒப்பிடுகிறார். இந்தத் தகவலை அவர் செவில்லின் இஸிடோரிடமிருந்து எடுத்தாள்கிறார், தனது *சொல்லிலக்கணங்கள் (Etymologies)* எனும் நூலில் இஸிடோர் இவ்வாறு எழுதுகிறார்:

> அது டிராகனின் மூளையில் இருந்து எடுக்கப்பட்டாலும் உயிரோடிருக்கும் மிருகத்தின் தலை வெட்டுப்படாதவரை மாணிக்கக்கல்லாக மாறுவதில்லை; மந்திரவாதிகள், இதன் பொருட்டே, தூங்கும் டிராகன்களின் தலைகளை வெட்டுவார்கள். டிராகன்களின் வசிப்பிடத்திற்குள் நுழையும் தைரியம் கொண்ட மனிதர்கள் இம்மிருகங்களை தூக்கநிலைக்கு இட்டுப்போகும்படி மாற்றிய தானியங்களைச் சிதற விடுவார்கள், அவை தூக்கத்தில் ஆழ்ந்தபிறகு அவற்றின் தலையைத் துண்டித்து மாணிக்கக்கற்களைப் பறித்து வெளியே எடுப்பார்கள்.

நாம் இங்கு ஷேக்ஸ்பியரின் தேரை குறித்து நினைவுறுத்தப்படுகிறோம் (*நீ விரும்பிய வண்ணமே,* II), அது, "கோரமாகவும் நஞ்சுடையதாக

இருந்தாலும்கூட, தன் தலையில் விலைமதிப்பற்ற ரத்தினத்தை அணிந்திருக்கிறது..”

கார்பன்கிள் எனும் அணிகலனைக் கொண்டிருப்பது செல்வத்தையும் நல்லதிர்ஷ்டத்தையும் தரும் என்றொரு நம்பிக்கை இருந்தது. தப்பித்து நழுவிக் கொண்டேயிருக்கும் இவ்வுயிரினத்தைத் தேடும் வேட்டையில் பராகுவேயின் ஆற்றுப்படுகைகளிலும் காடுகளிலும் பெரும் துயரங்களை பர்கோ செண்டெனரா எதிர்கொண்டார், அவர் அதைக் கண்டுபிடிக்கவேயில்லை. இந்நாள் வரைக்கும், இம்மிருகத்தைப் பற்றியும் அதன் தலையிலுள்ள ரகசியக்கல் பற்றியும், மேலதிகமாக வேறெதுவும் நமக்குத் தெரியவில்லை.

೮ ೞ

The Catoblepas

கேட்டோப்ளீபஸ்

ப்ளீனி (VIII, 32) தொடர்புறுத்துகிறார், எத்தியோப்பியாவின் எல்லைப்பகுதிகளில் எங்கோ, நைலின் தலைப்பகுதிக்கு அருகே,

> கேட்டோப்ளீபஸ் என்கிற முரட்டு விலங்கு அங்கு காணப்படுகிறது; நடுத்தர அளவிலான ஒரு மிருகம், வேறொரு வகையில் சொல்வதெனில், உடலின் மற்ற அவயங்களை அசைப்பதில் கூட அது மிகவும் மந்தமானது; தன் தலை குறிப்பிட்டுச் சொல்லும்படியான கனத்த எடையோடிருப்பதால் மிகுந்த பிரயாசையோடுதான் அதை அந்த மிருகம் தூக்கிச் சுமக்கிறது, எப்போதும் பூமியை நோக்கி அந்தத் தலை கீழே தாழ்ந்திருக்கிறது. இப்படியொரு சூழல் மட்டும் இல்லாதிருந்தால், அதுவே மனித இனத்தின் அழிவுக்குக் காரணமாய் இருந்திருக்கும்; ஏனெனில் அதன் விழிகளைக் கண்டவர்களெல்லாம் அந்த இடத்திலேயே செத்து விழுந்தார்கள்.

கிரேக்க மொழியில் 'கேட்டோப்ளீபஸ்' என்பதற்கு 'கீழ்நோக்கி பார்க்கக்கூடியது' என அர்த்தம். ஃப்ரெஞ்சு இயற்கையியலாளரான குவியே, (பசிலிஸ்க் மற்றும் கோர்கோன் ஆகியவற்றின் கலப்படமான) க்னுக்களே கேட்டோப்ளீபஸ் எனும் பெயரில், முன்னோர்களுக்கு அறிமுகமானதாக யூகிக்கிறார். *புனித அந்தோணியின் சோதனைகளின் (The Temptation of Saint Anthony)* முடிவில், ஃப்ளாபர்ட் அதனை விவரிப்பதோடு இவ்வாறு பேசவும் வைக்கிறார்:

> காட்டுப்பன்றியின் தலையோடுள்ள கருப்புநிற எருமை, தரைக்கு நெருக்கமாகத் தொங்கும் தலை, காலியான குடலைப் போல நீளமாகவும் தளர்ந்துமிருக்கிற மெலிந்த கழுத்தால் உடலோடு இணைந்திருக்கிறது.
>
> சேற்றில் புரள்கிறது, அதன் முகத்தை மறைத்திருக்கும் விறைத்த மயிர்க்கால்களோடான பெரும் பிடரியின் கீழே கால்கள் திக்குமுக்காடுகின்றன.
>
> 'கொழுத்தும், மனம் சோர்ந்தும், எச்சரிக்கையோடும், என் வயிற்றின் கீழே வெதுவெதுப்பான சேற்றுமணலை உணர்வதைத் தவிர்த்து நான் வேறேதும் செய்வதில்லை. என்னால் தாள முடியாத அளவுக்கு என் தலை பாரமாயிருக்கிறது. என் உடலைச் சுற்றி மெல்ல அதை நான் சுழற்றுகிறேன்; பாதி திறந்திருக்கும் தாடைகளைக் கொண்டு, என் மூச்சுக்காற்றால் ஈரமாகிக் கிடக்கும் விஷச்செடிகளை என் நாவினைக் கொண்டு உள்ளிழுத்துக்

கொள்கிறேன். ஒருமுறை, எதிர்பாராத வகையில் என் முன்னங்கால்களை உண்டு விட்டேன்.'

'யாருமே, அந்தோணி, என் விழிகளைப் பார்த்ததில்லை; அல்லது, அதைப் பார்த்தவர்களெல்லாம் மரித்துப் போனார்கள். இமைகளை நான் உயர்த்தினால் - இளஞ்சிவப்பு நிறத்திலும் வீக்கத்தோடுமிருக்கும் என் இமைகளை - அந்தக்கணமே நீ மரிப்பாய்.'

~ ~

The Celestial Stag

தேவலோக மான்

தேவலோக மானின் புறத்தோற்றம் குறித்து நமக்குச் சுத்தமாக எதுவுமே தெரியாது (ஏனெனில் ஒருபோதும் யாரும் அப்படி ஒன்றைச் சரிவரப் பார்த்ததில்லை), ஆனால் துயரத்தால் பீடிக்கப்பட்ட இம்மிருகங்கள் தரையின் கீழுள்ள சுரங்கங்களில் வாழும் எனவும், பகல்பொழுதின் வெளிச்சத்தைச் சென்றடைவதைத் தவிர வேறெதையும் அவை விரும்புவதில்லை என்பதையும், நாம் அறிவோம். அவற்றுக்குப் பேசும் சக்தி உண்டு என்பதால் சமதளத்தைச் சென்றடையத் தங்களுக்கு உதவும்படி சுரங்கத் தொழிலாளிகளிடம் மன்றாடும். முதலில், மறைந்திருக்கும் தங்க மற்றும் வெள்ளி நாளங்களை வெளிக்காட்டித் தருவதாக வாக்குறுதி தந்து வேலையாட்களைத் தங்கள் வழிக்குக் கொண்டு வர தேவலோக மான் முயற்சி செய்யும்; இந்த உபாயம் தோற்றுப் போகையில், அந்த மிருகம் தொல்லைக்குரிய ஒன்றாக மாற, அதை அடக்கியாள வேண்டிய சூழலுக்குத் தள்ளப்படும் சுரங்கத் தொழிலாளிகள் ஏதேனும் ஒரு நிலவறைக்குள் அதனை அடைத்து வைப்பார்கள். வேலையாட்களை விட மான்களின் எண்ணிக்கை அதிகமாயிருக்கும் சமயங்களில் சித்திரவதை செய்து அவர்கள் கொல்லப்படுவார்கள் எனவும் ஒரு வதந்தி உண்டு.

தேவலோக மானால் திறந்தவெளியைச் சென்றடைய முடியுமாயின், மரணத்தையும் கொள்ளைநோய்களையும் பரப்பக்கூடிய ஒரு கெட்ட-நாற்றமடிக்கும் திரவமாக அது மாறிப்போகும் என்று புராணம் சொல்கிறது.

சீனாவைச் சேர்ந்த இந்தக் கதை ஜி.வில்லோபை-மீட் என்பவரால் அவருடைய சீனப் பேய்களும் பூதங்களும் (Chinese Ghouls and Goblins) என்ற புத்தகத்தில் பதிவு செய்யப்பட்டிருக்கிறது.

ಖ ಆ

The Centaur

செண்ட்டார்

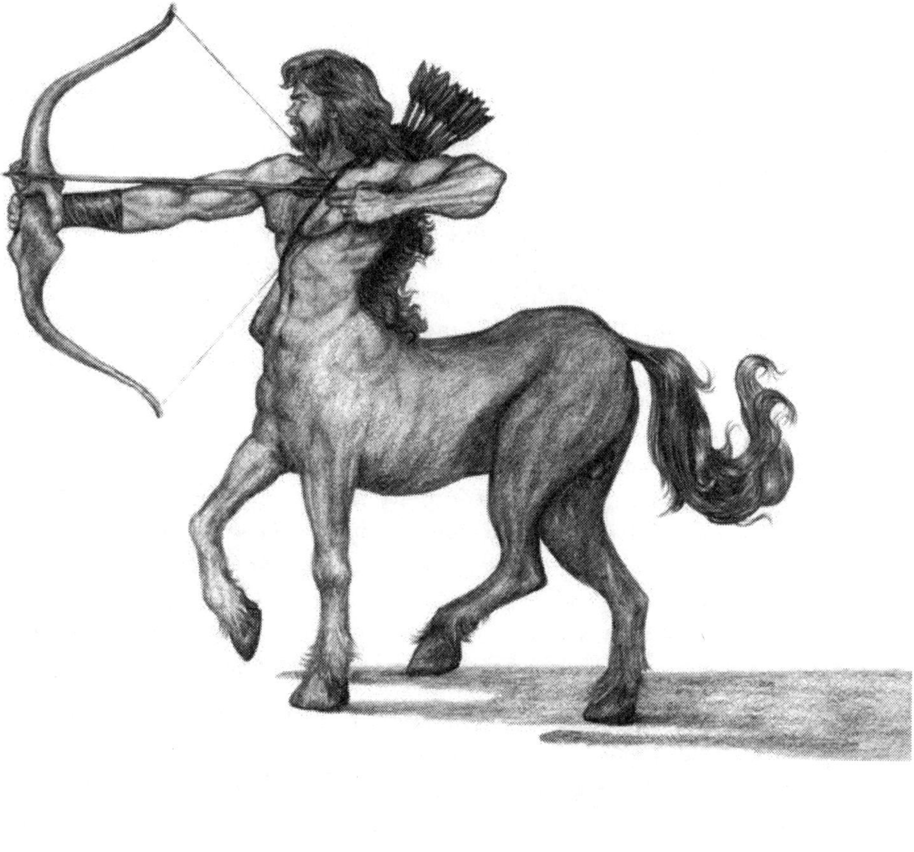

கற்பனை விலங்கியலின் மிகவும் இணக்கமான உயிரினம் சென்ட்டார்தான். ஓவிட்டின் *உருமாற்றங்களில் (Metamorphoses)* 'இரட்டையுரு' என்று அது அழைக்கப்படுகிறது, என்றாலும் அதன் பன்முகத்தன்மை மிக எளிதில் புறக்கணிப்படுகிறது, மேலும் கருத்துருவாக்கங்களின் பிளாட்டோனிய உலகில் ஒரு குதிரையைப் போலவோ அல்லது மனிதனைப் போலவோ சென்ட்டாரின் மாதிரிவடிவமும் இருக்குமென நாம் எண்ணத் தலைப்படுகிறோம். இத்தகைய முன்மாதிரியைக் கண்டுபிடிக்க பல நூற்றாண்டுகள் ஆயின; நிர்வாண மனிதனின் இடுப்புக்குக் கீழே ஒரு குதிரையின் உடலும் பின்பகுதியும் அசௌகரியமாகப் பொருத்தப்பட்டிருப்பதை ஆதிகாலத்தைச் சேர்ந்த தொன்மையான நினைவுச்சின்னங்கள் காட்டுகின்றன. ஒலிம்பியாவிலுள்ள ஸூஸ் *(Zeus)* கோவிலின் மேற்குப்புற முகப்பில், சென்ட்டார்கள் ஒரு குதிரையின் கால்களில் நிற்கின்றன, மேலும் அந்த மிருகத்தின் கழுத்து ஆரம்பிக்க வேண்டிய இடத்தில் நாம் ஒரு மனிதவுடலைக் காண்கிறோம்.

தெஸ்ஸாலியின் அரசனான இக்ஸியான் என்பவனுக்கும் ஸூஸால் ஹேராவின் (அல்லது ஜூனோவின்) வடிவம் வழங்கப்பட்ட ஒரு மேகத்துக்கும் பிறந்த பிள்ளைகள்தான் சென்ட்டார்கள்; தொல்கதையின் மற்றொரு வடிவம் அவர்களை அப்போலோவின் மகனான சென்ட்டாரஸுக்கும் ஸ்டில்பியாவுக்கும் பிறந்தவர்கள் என வலியுறுத்துகிறது; மூன்றாவது, மக்னீசியாவைச் சேர்ந்த குதிரைகளோடு சென்ட்டாரஸ் கொண்ட உறவால் உருவானவர்களே சென்ட்டார்கள் என்கிறது. *(கந்தர்வனில் இருந்து சென்ட்டார்கள் உருவானதாகச் சொல்கிறார்கள்; வேதபுராணத்தில், சூரியக்கடவுளின் குதிரைகளை ஓட்டிப்போகும் குட்டிக் கடவுள்களே கந்தர்வர்கள்.)* ஹோமரின் காலத்தைச் சேர்ந்த கிரேக்கர்களுக்குக் குதிரையேற்றம் தெரியாததால் அவர்கள் முதன்முதலில் பார்க்க நேர்ந்த சைத்தியக் *(Scythian)* குதிரைவீரன் குதிரையோடு ஒன்றாக இணைந்திருப்பவனாகத் தெரிந்திருக்கலாம் என யூகிக்கப்படுகிறது, மேலும் ஸ்பானியப் போர்வெற்றியாளர்களின் குதிரைப்படையை சென்ட்டார்களாக இந்தியர்கள் தவறாகப் புரிந்து கொண்டிருக்கலாம் எனவும் சொல்லப்படுகிறது. பிரஸ்காட்டால் மேற்கோள் காட்டப்பட்ட ஒரு பத்தி இப்படிச் சொல்கிறது:

> சவாரி செய்தவர்களில் ஒருவன் தன் குதிரையிலிருந்து கீழே விழுந்தான்; அந்த மிருகத்தின் ஒரு பாதி துண்டிக்கப்பட்டு கீழே விழுந்ததைக் கண்ட இந்தியர்கள், இதுகாறும் அதனை அவர்கள் ஒற்றை வடிவமென எண்ணியிருந்த சூழலில், நிரம்பி வழிந்த அச்சத்தின் காரணமாகத் திரும்பி

தலைதெறிக்க ஓடினார்கள், மிருகம் தன்னை இரண்டாகப் பிளந்ததைத் தங்களுடைய தோழர்களிடம் உரத்துச் சொல்லியவாறும் அதை எண்ணி அதிசயித்தபடியும்; அங்குதான் கடவுளின் கரம் ரகசியமாக இயங்கிருப்பதை நாம் அறியலாம்; ஏனெனில், இது நடக்காமல் போயிருந்தால், அத்தனை கிறித்துவர்களையும் அவர்கள் கொடூரமாகக் கொன்றிருப்பார்கள்.

ஆனால் கிரேக்கர்களோ, இந்தியர்களைப் போலல்லாமல், குதிரையை அறிந்திருந்தார்கள்; எனவே சென்ட்டார் என்பது அறியாமையிலிருந்து தோன்றிய ஒரு குழப்பமாக அல்லாது திட்டமிடப்பட்ட கண்டுபிடிப்பாகவே இருக்கக்கூடும்.

சென்ட்டார்களைப் பற்றிய தொல்கதைகளில் நன்கு அறியப்பட்டதென்பது ஒரு திருமண வரவேற்பில் நிகழ்ந்த சச்சரவின் பொருட்டு லபித்துகளோடு அவர்கள் ஈடுபட்ட போர் பற்றியதுதான். சென்ட்டார்களுக்கு இப்போது மதுரசம் புதிய அனுபவமாக இருந்தது; விருந்தின் நடுவில் போதையேறிய ஒரு சென்ட்டார் மணமகளை அவமதித்தான், மேசைகளையெல்லாம் தலைகீழாகத் திருப்பிப் போட்டு மிகவும் புகழ்பெற்ற சென்ட்டாரோமாக்கியைத் (சென்ட்டார்கள் பங்கேற்கும் சண்டை) தொடங்கி வைத்தான், அதுதான், ஃபிதியாஸோ அல்லது அவருடைய சீடனோ பார்த்தேனானில் சிலையாகச் செதுக்கியது, ஓவிட் தன்னுடைய *உருமாற்றங்களின்* பதிமூன்றாம் அதிகாரத்தில் எழுதியது, மேலும் ரூபன்ஸுக்கு உந்துதலாகவும் திகழ்ந்தது. லபித்துகளால் தோற்கடிக்கப்பட்டு, தெஸ்ஸாலியை விட்டு வெளியேற சென்ட்டார்கள் வற்புறுத்தப்பட்டார்கள். அவர்களுடனான இரண்டாவது யுத்தத்தின்போது ஹெர்குலிஸ் தனது அம்புகளைக் கொண்டு சென்ட்டார்களின் இனத்தைக் கிட்டத்தட்ட நிர்மூலமாக்கினான்.

கோபமும் அருவருக்கத்தக்கக் காட்டுமிராண்டித்தனமும் சென்ட்டார்களின் குணமாக உருவகிக்கப்படுகிறது, என்றாலும், ‘சென்ட்டார்களில் மிகவும் நேர்மையானவன்’ ஆன கைரோன் (*இலியாட்*, XI, *832*) என்பவனே அக்கிலிஸுக்கும் ஆஸ்குலபியஸுக்கும் ஆசிரியராக இருந்தான், அவர்களுக்கு இசை, வேட்டை மற்றும் போர் ஆகிய கலைகளோடு மருத்துவத்தையும் அறுவைசிகிச்சை முறைகளையும் அவன் சொல்லித் தந்தான். ‘சென்ட்டார்களின் காண்டம்’ எனப் பொதுவாக அழைக்கப்படும் *நரகத்தின்* பன்னிரெண்டாவது காண்டத்தில் கைரோன் தனித்துத் தெரிகிறான். மாமிக்ளியானோ தன்னுடைய *நகைச்சுவையின் (Commedia)* **1945**-ஆம் பதிப்பில் வெளியிட்ட துல்லியமான விவரங்கள் அக்கறை கொண்டவர்களுக்கு மிகுந்த ஆர்வத்தைத் தரக்கூடும்.

கிளாடியஸின் ஆட்சியில் ரோமில் இருந்து எகிப்துக்குக் கொண்டுவரப்பட்ட, தேனில் ஊற வைத்து நறுமணமூட்டிப் பாதுகாத்த ஹிப்போசென்ட்டாரை (சென்ட்டாரின் இன்னொரு பெயர்) தான் பார்த்ததாக ப்ளீனி (VII, 3) சொல்கிறார்.

'ஏழு துறவிகளின் விருந்தில்' *(Feast of the Seven Sages)* ப்ளூட்டார்க் நகைச்சுவையாகக் குறிப்பிடுகிறார், கொரிந்தை ஆண்ட கொடுங்கோலனான பெரியாண்டரின் மேய்ப்பர்களில் ஒருவன், தன்னுடைய தலைவனுக்காக, ஒரு குதிரை ஈன்றெடுத்த புதிய உயிரினத்தைத் தோல் பையில் போட்டு எடுத்து வந்தான், அதன் முகமும், கழுத்தும், கைகளும் மனிதனைப் போலிருக்க உடல் குதிரையினுடையதாக இருந்தது. மனிதக்குழந்தையைப் போல அது அழ, அனைவரும் அதனை ஒரு அச்சமூட்டும் துர்சகுனமென நம்பினார்கள். அக்குழந்தையை ஆராய்ந்த துறவி தாலெஸ் ஏளனமாக நகைத்தார், அவனுடைய கால்நடை வளர்ப்பாளர்களின் நடத்தையைத் தன்னால் ஏற்றுக்கொள்ளவே முடியாது என பெரியாண்டரிடம் சொன்னார்.

டி ரேரம் நேச்சுரா (De rerum natura) என்கிற தன் கவிதையின் ஐந்தாவது புத்தகத்தில் சென்ட்டார்கள் உண்மையில் இருக்க சாத்தியமேயில்லை என லூக்ரேடியஸ் அறிவிக்கிறார், ஏனென்றால் குதிரையினம் மனிதனைக் காட்டிலும் விரைவாக முதிர்ச்சியடையும், ஆக மூன்று வயதாகும்போது சென்ட்டார் ஒரே நேரத்தில் நன்கு வளர்ந்த குதிரையாகவும் மழலையில் உளறுகிற குழந்தையாகவும் இருக்கும். மனிதனுக்கு ஐம்பது வருடங்கள் முன்னதாகவே குதிரை இறந்து போகும்.

70 | ஹோர்ஹே லூயிஸ் போர்ஹெஸ்

The Cerberus

செர்பிரஸ்

நரகம் என்பது வீடென்றானால், ஹேடீஸின் (Hades) வீடு, அதற்கென ஒரு காவல்நாய் இருப்பதென்பது இயல்பானதுதான்; இந்த நாய் அச்சுறுத்தக்கூடியதாக இருக்குமென்பதும் இயல்பானதுதான். ஹீசியட்டின் தெய்வக் கொடிவழி (Hesiod's Theogony) அதற்கு ஐம்பது தலைகளை வழங்குகிறது; நெகிழிக் கலைகளுக்கான சங்கதிகளை எளிமையாக்கிட, இந்த எண்ணிக்கை குறைக்கப்பட்டு செர்பிரஸுக்கு மூன்று தலைகள் எனத் தற்போது பொதுவில் உறுதி செய்யப்பட்டுள்ளது. விர்ஜில் அதன் மூன்று தொண்டைகள் குறித்துப் பேசுகிறார்; ஓவிட் மும்மூன்றாக ஒலிக்கும் அதன் குரைப்பைச் சொல்கிறார்; பட்லரோ சொர்க்கத்தின் வாயிற்காப்பாளன் ஆன போப்பின் மூன்று-முடிகளைக் கொண்ட டியாராவோடு (Tiara - கிரீடம்) நரகத்தின் வாயிற்காப்பாளன் ஆன நாயின் மூன்று தலைகளை ஒப்பிட்டுப் பார்க்கிறார் (ஹூடிப்ராஸ், IV, 2). தாந்தே அதற்கு வழங்கிய மனித குணங்கள் அதன் கொடூரமான இயல்புகளை அதிகரித்தன: அழுக்கான கருப்புநிறத் தாடி, கூரிய நகங்களைக் கொண்ட கரங்கள் - கொட்டும் மழையின் நடுவில் - சபிக்கப்பட்டவர்களின் ஆன்மாக்களைக் குத்திக் கிழிக்கின்றன. அது கடிக்கிறது, குரைக்கிறது, உடன் பற்களைக் கொண்டு இளிக்கவும் செய்கிறது.

செர்பிரஸை பகலின் வெளிச்சத்துக்குக் கொண்டு வருவதுதான் ஹெர்குலிஸுக்கு வழங்கப்பட்ட பணிகளில் இறுதியானதாகும். ('அவன் செர்பிரஸை வெளியே இழுத்து வந்தான், நரகத்தின் வேட்டைநாயை' என 'துறவியின் கதை'யில் சாசர் எழுதுகிறார்.) பதினெட்டாம் நூற்றாண்டைச் சேர்ந்த ஆங்கில எழுத்தாளரான சக்கரி க்ரே, ஹூடிப்ராஸைப் பற்றிய தன் வர்ணனையில் அந்த சாகசத்தை இப்படி விளங்கிக் கொள்கிறார்:

> மூன்று தலைகளையுடைய நாய் இறந்தகாலத்தையும், நிகழ்காலத்தையும், எதிர்காலத்தையும் குறிக்கிறது; அத்தனை பொருட்களையும் பெற்றுக் கொண்டு, அவை இருப்பதைப் போலவே, அது விழுங்கி விடும். ஹெர்குலிஸ் அதை வென்றான், சாகச நிகழ்வுகள் எப்போதும் காலத்தை வென்று நிற்கும் என்பதை இது உணர்த்துகிறது, ஏனெனில் அவை நினைவுகளின் தாழ்வாரத்தில் இடம்பிடிக்கின்றன.

பழங்கால ஏடுகளின்படி, நரகத்துக்குள் நுழைபவர்களை செர்பிரஸ் தன் வாலால் (அதுவொரு சர்ப்பம்) வரவேற்பதோடு, அங்கிருந்து வெளியேற முயற்சிப்பவர்களை துண்டு துண்டாகக் கிழித்தெறியும். பிற்காலத் தொன்மக்கதை ஒன்று புதிதாக வருபவர்களை அது கடிக்கும் எனச் சொல்கிறது; செர்பிரஸை

72 | ஹோர்ஹே லூயிஸ் போர்ஹெஸ்

சமாதானப்படுத்த இறந்தவர்களின் சவப்பெட்டிக்குள் ஒரு தேனப்பத்தை வைத்தார்கள்.

நோர்ஸ் *(Norse)* தொன்மவியலின்படி, இரத்தத்தில்-தோய்ந்திருக்கூடிய நாயான கார்ம்ர் *(Garmr)*, இறந்தவர்களின் வசிப்பிடத்தைக் கண்காணிப்பதோடு நரகத்தின் ஓநாய்கள் சூரியனையும் சந்திரனையும் விழுங்கிடும் வேளையில் கடவுள்களோடு சண்டையிடும். சிலர் இந்த நாய்க்கு நான்கு கண்களைத் தருகிறார்கள்; மரணத்தின் பிராமணக் கடவுளான யமனின் நாய்களும் நான்கு கண்களையே கொண்டிருந்தன.

பிராமணீயமும் புத்தமும் நரகத்தை நாய்களால் நிரப்புகின்றன, அவை, தாந்தேயின் செர்பிரஸைப் போலவே, ஆன்மாக்களைத் துன்புறுத்துகிறவையாக இருக்கின்றன.

ೞ ೞ

The Cheshire Cat and the Kilkenny Cats

செஷைர் பூனை மற்றும் கில்கென்னி பூனைகள்

“செஷைர் பூனையைப் போல இளி” எனும் சொற்றொடர் அனைவருக்கும் தெரிந்ததுதான், முகத்தைக் கிண்டலாக வைத்துக் கொள்வதே அதற்கு அர்த்தம். அத்தொடரின் தோற்றம் குறித்துப் பல்வேறு விளக்கங்கள் சொல்லப்பட்டுள்ளன. செஷைரில் பல்லிளிக்கும் பூனைத்தலை வடிவில் பாலாடைக்கட்டிகள் விற்கப்பட்டன என்பது அதில் ஒன்று. மற்றொன்று, செஷைர் அடிப்படையில் மன்னரின் ஆட்சியுரிமைக்குட்பட்ட மாகாணம் அல்லது நிலப்பகுதி என்பதால் இத்தகைய மேதகைமை அங்கிருந்த பூனைகளின் உவகையைத் தூண்டி உற்சாகம் கொள்ளச் செய்ததாகச் சொல்கிறது. இன்னொன்றும் உண்டு, மூன்றாம் ரிச்சர்டின் ஆட்சிக்காலத்தில் கேட்டர்லிங் *(Caterling)* என்றழைக்கப்பட்ட வனத்துறை அதிகாரி ஒருவனிருந்தான், வனத்துக்குள் அத்துமீறி நுழைபவர்களோடு மோதும்போதெல்லாம் கோபம் கலந்ததொரு புன்னகை அவன் முகத்தில் தோன்றும் எனச் சொல்வார்கள்.

1865-இல் பதிப்பிக்கப்பட்ட *ஆலிஸின் அற்புத உலகத்தில்*, லூயி கேரோல் செஷைர் பூனையை மெல்ல மறைந்திடும் சங்கதிகளின் வகைமைக்குள் கொண்டு போய்ச் சேர்த்தார், அதன் இளிப்பைத் தவிர - பல்லும் இல்லாமல் வாயும் இல்லாமல் - மற்றதெல்லாம் மறைந்து போகும். கில்கென்னி பூனைகளைப் பொறுத்தமட்டில் அவை பயங்கரமான சண்டைகளில் ஈடுபட்டு ஒன்றையொன்று விழுங்கிவிடும் எனச் சொல்வார்கள், அவற்றின் வால் மட்டுமே பின்னர் மீந்திருக்கும். இந்தக் கதை பதினட்டாம் நூற்றாண்டு தொடங்கிச் சொல்லப்பட்டு வருகிறது.

ஐ ஞ

The Chimera

கைமேரா

ஹோர்ஹே லூயிஸ் போர்ஹெஸ்

கைமேராவைப் பற்றிய முதல் குறிப்பென நமக்குக் கிடைக்கக்கூடியது இலியட்டின் ஆறாவது புத்தகத்தில் உள்ளது. ஹோமர் அதில் எழுதுகிறார், தேவலோக மிருகங்களின் மந்தையிலிருந்து கைமேரா தோன்றியதெனவும், அதன் முன்பாதி சிங்கமாகவும், நடுவில் வெள்ளாடாகவும், பிற்பகுதி ஒரு சர்ப்பத்தினுடையதாகவும் இருக்க, வாயில் இருந்து தீச்சுவாலைகள் வெளிக்கிளம்பிட, இறுதியில், க்ளௌகஸின் மகனும் அழகனுமான பெல்லெரோபோனால் - கடவுள்களின் சமிக்ஞைகளைப் பின்பற்றி - அது கொல்லப்பட்டது. சிங்கத்தின் தலை, வெள்ளாட்டின் வயிறு, சர்ப்பத்தின் வால் என்பதுதான் ஹோமரின் வார்த்தைகள் உணர்த்தும் துல்லியமான சித்திரம், ஆனால் ஹீசியட்டின் தெய்வக் கொடிவழி கைமேராவுக்கு மூன்று தலைகள் இருந்ததாகச் சொல்கிறது, மேலும் ஐந்தாம் நூற்றாண்டின் புகழ்பெற்ற அரெஸ்ஸோ வெண்கலச்சிற்பத்திலும் இவ்வகையில்தான் கைமேரா சித்தரிக்கப்பட்டுள்ளது. மிருகத்தின் முதுகுப்பகுதியில் இருந்து ஒரு வெள்ளாட்டின் தலை துள்ளியெழ, ஒரு முனையில் சர்ப்பத்தின் தலையையும் மறுமுனையில் சிங்கத்தின் தலையையும் அது கொண்டிருக்கிறது.

ஐனீட்டின் (Aeneid - விர்ஜில் எழுதிய லத்தீன் வீரகாவியம்) ஆறாவது பகுதியில் கைமேரா மீண்டும் தோன்றுகிறது, 'தீயென்னும் ஆயுதமேந்தி'; விர்ஜிலின் கருத்துரையாளரான செர்வியஸ் ஹோனோரடஸ் குறிப்பிடுகிறார், அத்தனை மேற்கோள்களும் அந்த ராட்சத மிருகத்தின் பிறப்பிடம் லைசியா என்றே உறுதி செய்தன, அங்கு அதன் பெயரில் ஒரு எரிமலை உள்ளது. இந்த மலையின் அடிவாரத்தை சர்ப்பங்கள் சூழ்ந்திருந்தன, சற்று உயரத்திலிருந்த அதன் பக்கவாட்டுப் பகுதிகள் பசும்புல்லாலும் வெள்ளாடுகளாலும் நிறைந்திருக்க, தீச்சுவாலைகளை வெளித்தள்ளியவாறு தனித்திருந்த அதன் மேற்பகுதியில் ஒரு சிங்கக்கூட்டம் தன் இருப்பிடத்தை அமைத்துக் கொண்டிருந்தது. இந்த விசித்திர நிலைத்தோற்றத்தை விளக்கும் குறியீடாகவே கைமேரா இருக்கக்கூடும். முன்னதாக, தன் கப்பல்களை சிங்கம், வெள்ளாடு மற்றும் சர்ப்பங்களின் படங்களால் அலங்கரித்த ஒரு கடற்கொள்ளைத் தலைவனின் பெயர் கைமேரா என ப்ளூட்டார்க் சொல்கிறார்.

மக்களுக்கு அலுப்பூட்டுகிற ஒன்றாக கைமேரா மாறிக் கொண்டிருந்ததற்கு இத்தகைய அபத்தமான கருதுகோள்களே சாட்சி. அதைக் கற்பனை செய்வதை விட வேறொன்றாக மாற்றிக் கொள்வது எளிதானதாக இருந்தது. ஒரு மிருகமாக அது மிக அந்நியமானதாகத் தோன்றியது; சிங்கம், வெள்ளாடு மற்றும்

சர்ப்பம் (ஒரு சில தரவுகளில், டிராகன்) ஆகியவற்றை இணைத்து உருவான மிருகத்தை உளமார அப்படியே ஏற்றுக்கொள்ள முடியாது. காலப்போக்கில் கைமேரா என்பது ஒரு "குணமாக" மாறத் தொடங்கியது (Chimerical - சாதிக்கச் சாத்தியமில்லாத); ராபிலெஸ்ஸின் ஒரு புகழ்பெற்ற நகைச்சுவை (வெறுமையில் உழலும் ஒரு கைமேராவால் மாற்று எண்ணங்களை விழுங்க முடியுமா?) இந்த மாற்றத்தைத் தெளிவாக உணர்த்துகிறது. அதன் சீற்ற உருவம் மறைந்தாலும் அந்த வார்த்தை உயிர்த்திருக்கிறது, சாத்தியமற்றதைச் சுட்டியபடி. வீணான அல்லது முட்டாள்தனமான கற்பனை என்றுதான் கைமேராவின் பொருள்வரையறை தற்போது நமக்கு அகராதிகளில் வாசிக்கக் கிடைக்கிறது.

ഌ ଔ

The Chinese Dragon

சீனத்து டிராகன்

பத்தாயிரம் உயிர்கள் அல்லது முன்மாதிரிகள் (உலகம்) யாவும் ஒன்றையொன்று ஈடு செய்யக்கூடிய இரண்டு நித்தியத் தத்துவங்களான *யின்* மற்றும் *யாங்* ஆகியவற்றின் சீரான இணைவிலிருந்து பிறந்ததாக சீனாவின் அண்டப்பிறப்புக் கோட்பாடு கற்பிக்கிறது. *யின்*னோடு தொடர்புடையது என கவனம், இருள், செயலின்மை, இரட்டைப்படை எண்கள் மற்றும் குளிர் ஆகியவற்றைச் சொல்லலாம்; வளர்ச்சி, ஒளி, செயல், ஒற்றைப்படை எண்கள் மற்றும் வெப்பம் ஆகியன *யாங்*கோடு தொடர்புடையவை. யின்னுக்கான அடையாளங்கள் என்பன பெண்கள், பூமி, ஆரஞ்சு நிறம், பள்ளத்தாக்குகள், ஆற்றுப்படுகைகள் மற்றும் புலி; யாங்கைப் பொருத்தமட்டில், ஆண்கள், வானம், நீலம், மலைகள், தூண்கள் மற்றும் டிராகன்.

சீனத்து டிராகனான *லோங்* அந்நாட்டின் நான்கு மாயாஜால விலங்குகளில் ஒன்றாகும். (யூனிகார்ன், ஃபீனிக்ஸ் மற்றும் ஆமை ஆகியன மற்ற மூன்று விலங்குகள்.) அதிகப்படியாகப் பார்த்தால், மேற்கத்திய டிராகன் பீதியை பரப்பும்; குறைந்தபட்சம் எனில், அதுவொரு நகைச்சுவைத் தோற்றம். ஆனால், சீனத் தொன்மத்தைச் சேர்ந்த *லோங்*கோ தெய்வீகமானது என்பதோடு சிங்கமாகவும் இருக்கக்கூடிய ஒரு தேவதையைப் போன்றது. ஸ்ஸு-மா சி'யென்னின் *சரித்திர ஆவணத்தில் (Historical Record)* சுவடிக்காப்பாளர் அல்லது நூலகரான லாவோ-ட்சுவைச் சந்திக்க கன்ஃபூசியஸ் சென்றதைப் பற்றி நாம் வாசிக்கலாம், சந்திப்புக்குப் பிறகு அவர் சொல்கிறார்:

> பறவைகள் பறக்கவும் மீன்கள் நீந்தவும் மிருகங்கள் ஓடவும் செய்கின்றன. ஓடுகிற மிருகத்தை பொறியைக் கொண்டு பிடிக்கலாம், நீந்துவதை வலையைக் கொண்டு, மேலும் பறக்கக்கூடியதை அம்புகளைக் கொண்டு. ஆனால் டிராகனும் அங்கு இருக்கிறது; எவ்வாறு அது காற்றில் பறக்கிறது அல்லது எப்படி வானங்களைச் சென்றடைகிறது என்பதை நான் அறிய மாட்டேன். இன்று நான் லாவோ-ட்சுவைச் சந்தித்த நிலையில் டிராகனைப் பார்த்து விட்டேன் என்று திட்டவட்டமாகச் சொல்ல முடியும்.

அதுவொரு டிராகன், அல்லது டிராகன்-குதிரை, மஞ்சள் நதியிலிருந்து வெளியேறி வந்த அம்மிருகம்தான் *யின்* மற்றும் *யாங்*கின் எதிரிடை விளையாட்டை உருவகப்படுத்தும் புகழ்பெற்ற வட்டவடிவ விளக்கப்படத்தை சக்கரவர்த்திக்கு புலப்படுத்தியது. குறிப்பிட்டதொரு அரசன் சேணமிடப்பட்ட டிராகன்களையும் சுமைகளைத் தூக்கிச்செல்லும் டிராகன்களையும் தன் லாயத்தில் வைத்திருந்தான்; சக்கரவர்த்தி ஒருவன் டிராகன்களுக்கு உணவிட்டதால் அவனது தேசம்

செழித்தது. புகழ்பெற்ற ஒரு கவிஞர், மேன்மையை அடைவதில் இருக்கும் இன்னல்களை விளக்குவதற்காக எழுதினார்: 'யூனிகார்ன் உப்பிடப்பட்ட இறைச்சித்துண்டங்களாக மாறுகிறது; டிராகனோ பழங்களோடு சேர்த்து வேகவைத்த இறைச்சித்துண்டாக."

ஐ ச்சிங் (I Ching) அல்லது மாற்றங்களின் புத்தகத்தில், மதிநுட்பத்தின் குறியீடாக டிராகன் விளங்குகிறது. பல நூற்றாண்டுகளுக்கு அதுவே பேரரசின் சின்னமாகவும் இருந்தது. சக்கரவர்த்தியின் சிம்மாசனம் டிராகன் சிம்மாசனம் எனவும் அவருடைய முகம் டிராகன் முகம் என்றும் அழைக்கப்பட்டன. சக்கரவர்த்தியின் மரணத்தை அறிவிக்கும்போது, டிராகனின் முதுகில் ஏறி அவர் வானத்துக்கு பயணப்பட்டதாகவே அறிவிக்கப்பட்டது.

பொதுமக்களிடையே புழங்கும் சில கற்பனைகள் டிராகனை மேகங்களோடும், விவசாயிகளுக்குத் தேவையான மழைப்பொழிவோடும், மாபெரும் நதிகளோடும் ஒப்பிடுகின்றன. 'பூமி டிராகனோடு இணைகிறது' என்பது மழையைக் குறிக்கப் பயன்படும் பொதுவான சொற்றொடர். ஆறாம் நூற்றாண்டைப் போல, சாங் செங்-யு நான்கு டிராகன்களைச் சித்தரிக்கும் ஒரு சுவரோவியத்தை வரைந்தார். அவற்றின் கண்களை அவர் வரையாமல் விட்டு விட்டதாகப் பார்வையாளர்கள் புகார் கூறினார்கள். விரக்தியோடு, சாங் தன்னுடைய தூரிகைகளை மீண்டும் தேடியெடுத்து வளைந்திருந்த உருவங்களில் இரண்டினை முழுமையாக வரைந்து முடித்தார். உடன் 'இடியும் மின்னலும் காற்றை நிறைக்க, சுவர் உடைந்து சிதற, டிராகன்கள் வானத்துக்கு பறந்து சென்றன. ஆனால் கண்கள் இல்லாத மற்ற இரண்டு டிராகன்களும் அதே இடத்தில் நின்றிருந்தன.'

சீனத்து டிராகனுக்கு கொம்புகள் கூர்நகங்களோடு செதில்களும் இருந்தன, அதன் முதுகெலும்பு சின்னஞ்சிறு முள்ளெலும்புகளால் நிறைந்து வளைந்திருந்தது. ஒரு முத்தோடு இருப்பதாகவே அது பொதுவாக உருவகப்படுத்தப்படுகிறது, அந்த முத்தினை விழுங்கவோ துப்பவோ செய்கிறது. இந்த முத்தில்தான் அதன் சக்தி ஒளிந்திருக்கிறது; முத்தைப் பிடுங்கினால் டிராகனை எளிதில் அடக்கி விடலாம்.

சுவாங்-ட்சு தீர்மானமிக்க ஒரு மனிதனைப் பற்றிச் சொல்கிறார், நன்றியுணர்வற்ற மூன்று நீண்ட வருடங்களின் முடிவில் டிராகன்களை வேட்டையாடும் கலையில் அவன் தேர்ச்சியுற்றான், ஆனால் வாழ்வின் மீதி நாட்களில் ஒருமுறை கூட அந்தக் கலையை நிகழ்த்திக் காட்டுகிற வாய்ப்பு அவனுக்கு வழங்கப்படவேயில்லை.

৪০ ৩

The Chinese Fox

சீனத்து நரி

தினசரி விலங்கியலில் சீனத்து நரிக்கும் மற்ற நரிகளுக்கும் பெரிதாக வித்தியாசம் ஏதும் கிடையாது, ஆனால் கற்பனைகளின் விலங்கியலில் அப்படி அல்ல. புள்ளிவிவரங்கள் அதற்கு எண்ணூறு முதல் ஆயிரம் வருடங்களை வரை நீளும் ஆயுட்காலத்தை வழங்குகின்றன. இம்மிருகம் கெட்ட சகுனமாகக் கருதப்படுகிறது, அதன் உடல் உட்கூறியலின் ஒவ்வொரு உறுப்பும் ஏதாவது பிரத்தியேக சக்தியைக் கொண்டிருக்கும். நெருப்பை உருவாக்கத் தன் வாலால் அது தரையில் அடித்தால் போதும்; அதனால் எதிர்காலத்தைப் பார்க்க இயலும்; மேலும் பல்வேறு வடிவங்களுக்குத் தன்னை மாற்றிக் கொள்ளவும் முடியும், பெரும்பாலும் முதிய ஆண்கள், இளம்பெண்கள் மற்றும் அறிஞர்களாக. மதிநுட்பமும், எச்சரிக்கையுணர்வும், சந்தேகபுத்தியும் கொண்டது; பரிகாசச் செயல்களில் ஈடுபடுவதிலும் வேதனைகளை உண்டாக்குவதிலும் அது மகிழ்ச்சியடையும். மனிதர்கள் இறக்கும்போது, அவர்கள் நரியின் உடலுக்குள் கூடு விட்டு கூடு பாயக்கூடும். கல்லறைகளுக்கு அருகில்தான் அதன் வசிப்பிடம். அது குறித்து ஆயிரமாயிரம் கதைகளும் தொன்மங்களும் சொல்லப்படுவதுண்டு; அவற்றுள் ஒன்றை நாம் பிரதி செய்யலாம், நியு சியோவ் எனும் ஒன்பதாம் நூற்றாண்டு கவிஞர் சொன்ன கதை, தனக்கென ஒரு தனித்த நகைச்சுவையுணர்வைக் கொண்டிராமல் அது இல்லை:

பின்னங்கால்களில் நின்றிருந்த இரு நரிகள் ஒரு மரத்தின் மேல் சாய்ந்திருப்பதை வாங் கண்டான். அவற்றுள் ஒன்று தன் கையில் துண்டுத்தாளை வைத்திருக்க, ஏதோ நகைச்சுவையைத் தங்களுக்குள் பகிர்ந்து கொள்வதைப்போல அவை ஒன்றாகச் சிரித்துக் கொண்டிருந்தன. வாங் அவற்றைப் பயமுறுத்த முயன்றாலும் நகராமல் அதே இடத்தில் நின்றிருந்தன, இறுதியில் கையில் தாளை வைத்திருந்த நரியை நோக்கி அவன் சுட்டான். நரியின் கண் தாக்கப்பட வாங் அந்தத் துண்டுத்தாளினை எடுத்துக் கொண்டான். விடுதியில் வாங் இந்தக்கதையை மற்ற விருந்தினர்களிடம் சொன்னான். அவன் பேசிக் கொண்டிருந்தபோது கண்ணில்

82 | ஹோர்ஹே லூயிஸ் போர்ஹெஸ்

துணிப்பட்டை அணிந்திருந்த ஒரு பெரிய மனிதர் உள்ளே நுழைந்தார். வாங்கின் கதையை ஆர்வமாகக் கேட்ட அவர் தனக்கு அந்தத் தாளைக் காட்ட முடியுமா என வினவினார். வாங் அதை எடுத்துக் காட்டவிருந்த சமயத்தில் புதிதாக உள்ளே நுழைந்தவருக்கு வாலிருப்பதை விடுதிக்காப்பாளன் கண்டுகொண்டான். ‘அவன் ஒரு நரி!’ என்று அலறினான், அதே தருணம் அந்தப் பெரிய மனிதன் நரியாக மாறி அங்கிருந்து தப்பியோடினான். புரிந்துகொள்ளவியலாத வார்த்தைகளால் எழுதப்பட்டிருந்த அந்தத்தாளினை மீட்க நரிகள் மீண்டும் மீண்டும் முயற்சி செய்து கொண்டேயிருந்தன, ஆனால் ஒவ்வொரு முறையும் தோற்றன. இறுதியில் வாங் வீடு திரும்ப முடிவு செய்தான். சாலையில் அவன் தன் மொத்தக் குடும்பத்தையும் சந்தித்தான், அவர்களனைவரும் தலைநகருக்குச் சென்று கொண்டிருந்தார்கள். அந்தப் பயணத்தை மேற்கொள்ளுமாறு அவனே தங்களுக்கு ஆணையிட்டதாக அவர்கள் சொன்னார்கள், சொத்துகளை எல்லாம் விற்று விட்டு நகரத்துக்கு வந்து தன்னுடன் இணைந்து கொள்ளும்படி அவன் எழுதிய கடிதத்தை அவனுடைய அம்மா காட்டினாள். கடிதத்தை வாசித்த வாங் அந்தப் பக்கம் வெறுமையாயிருப்பதைப் பார்த்தான். தலைக்கு மேல் கூரை என எதுவும் இல்லாத சூழலிலும் அவன் ஆணையிட்டான், ‘நாம் திரும்பிப் போகலாம்.’

ஒரு நாள், இறந்ததாக அனைவரும் நம்பிய ஒரு இளைய சகோதரன் திரும்பி வந்தான். குடும்பத்தின் துரதிர்ஷ்டங்களைப் பற்றி விசாரிக்கும்போது வாங் அவனிடம் மொத்தக்கதையையும் சொன்னான். நரிகளைப் பற்றிய பகுதியை வாங் வந்தடைந்தபோது ‘ஆ!’ என்றான் அந்தச் சகோதரன், ‘அத்தனை தீமைகளுக்கான வேரும் அங்குதான் ஒளிந்திருக்கிறது.’ சந்தேகத்துக்குரிய தாளினை வாங் அவனிடம் காட்டினான். வாங்கின் கையிலிருந்து அதைப் பிடுங்கி அந்தத் துண்டுத்தாளினைத் தன் பைக்குள் திணித்துக் கொண்டவன் பிறகு சொன்னான், ‘இறுதியில் நான் விரும்பியது என்னிடம் திரும்பி விட்டது.’ பிறகு, தன்னை ஒரு நரியாக மாற்றிக் கொண்டு, அங்கிருந்து அவன் தப்பிச் சென்றான்.

 ☙ ❧

The Chinese Phoenix

சீனத்து ஃபீனிக்ஸ்

வேதாகமத்தால் நமக்குப் பரிச்சயமான பரிதாபவுணர்வைக் கொண்டிராத காரணத்தால் சீனாவின் புனித நூல்கள் பொதுவாக ஏமாற்றமளிக்கக்கூடும். ஆனால் எப்போதாவது, அவற்றின் அமைதியான போதனைகளினூடாக, திடீரென்று காணக்கிடைக்கும் சில உளமார்ந்த சங்கதிகள் நம்மை நெகிழ்த்தக்கூடியவை. இது, ஒரு எடுத்துக்காட்டுக்கு, கன்ஃபூசிய இலக்கியத்தொகுப்பின் *(Analects)* ஏழாவது புத்தகத்தில் பதிவு செய்யப்பட்டிருக்கிறது (வாலியின் மொழிபெயர்ப்பு):

> தலைவன் சொன்னான், எனக்கான சங்கதிகள் யாவும் எப்படி முற்றிலும் மிக மோசமானதாக மாறி விட்டன! சௌ நகரின் பிரபுவைச் சந்திப்பதாக நான் கனவு கண்டு உண்மையில் தற்போது வெகு நீண்ட காலமாகி விட்டது.

அல்லது ஒன்பதாம் புத்தகத்தில் உள்ள இந்தப் பகுதி:

> தலைவன் சொன்னான், ஃபீனிக்ஸ் வரவில்லை; நதியும் எந்த அட்டவணையையும் கொண்டு வரவில்லை. எனது கதை மொத்தமாக முடிந்தது!

அட்டவணை, அல்லது சமிக்ஞை (விளக்கவுரையாளர்களின் விவரிப்பு), மாய ஆமையின் முதுகில் செதுக்கப்பட்டிருக்கும் சங்கதிகளைக் குறிக்கிறது. ஃபீனிக்ஸைப் பொறுத்தமட்டில், அது அற்புதமான வண்ணங்களைக் கொண்ட பறவை, கிட்டத்தட்ட, நீண்ட வாலைக் கொண்ட காட்டுக்கோழி அல்லது மயிலைப் போல. வரலாற்றுக்கு முந்தைய காலத்தில், அது, நற்பண்புடைய சக்கரவர்த்திகளின் தோட்டங்களுக்கும் அரண்மனைகளுக்கும் தெய்வீக ஆசியின் வெளிப்படையான அடையாளம் என்பதாக வருகை தரும். மூன்று கால்களைக் கொண்ட ஆண் பறவை (ஃபெங்) சூரியனில் வசித்தது. பெண்பறவையின் பெயர்

ஹ ௭வாங்; இவையிரண்டும் ஒன்றுசேர்ந்து நித்தியக்காதலின் அடையாளமாக விளங்கின.

கி.பி. முதலாம் நூற்றாண்டில், தைரியமிக்க அவநம்பிக்கையாளரான வாங் சு'ங் ஃபீனிக்ஸ் அறுதி செய்ததொரு இனத்தைச் சேர்ந்த உயிரினம் என்பதை மறுத்தார். ஒரு சர்ப்பம் மீனாகவும், மேலும் ஒரு எலி ஆமையாகவும் மாறுவதைப் போல, செழுமை எங்கும் பரவியிருக்கும் காலங்களில் ஒரு கலைமான் யூனிகார்னின் வடிவத்தை அடைகிறது, உடன் ஒரு வாத்து ஃபீனிக்ஸாக மாறுகிறது. இந்த மாற்றங்களை அவர் 'நன்கு அறியப்பட்ட நீர்மத்தைக்' கொண்டு விளக்கினார், அது, கி.மு.2356 போல, யாவ் என்பவரின் முற்றத்தில் - முன்மாதிரி பேரரசர்களில் அவரும் ஒருவர் - புற்களைக் கருஞ்சிவப்பு நிறமாக மாற்றியதாகும். பார்க்கப்போனால், அவருடைய தகவல்கள் எல்லாமே மிகுந்த போதாமையோடு இருந்தன, அல்லது, அதீதமாக.

பாதாளலோகத்தில் ஃபீனிக்ஸ் கோபுரம் என்றழைக்கப்படும் ஒரு கற்பனையான கட்டுமானம் உண்டு.

૪૦ ૦૪

Chronos or Heracles

க்ரோனோஸ் அல்லது ஹெராக்ளிஸ்

நவபிளாட்டோனியரான டமாஸ்கஸ் (கி.பி. 480 வாக்கில் பிறந்தவர்) எழுதிய *முதல் தத்துவங்களின் கடினங்களும் தீர்வுகளும் (Difficulties and Solutions of First Principles)* என்கிற ஆய்வறிக்கையில் ஆர்ஃபிஸத்தின் *(Orphism* - பண்டைய கிரேக்கத்தைச் சேர்ந்த புதிரான மதம்) தெய்வக் கொடிவழி மற்றும் தோற்றக்கொள்கை பற்றிய விசித்திரமான கருத்துருவாக்கத்தைப் பதிவு செய்கிறார், அதில் க்ரோனோஸ் - அல்லது ஹெராக்ளிஸ் - என்பது ஓர் அரக்கன்:

> ஹெய்ரோனிமஸ் மற்றும் ஹெல்லானிகஸ் (இருவரும் ஒரே ஆளாக இல்லாத சூழலில்) ஆகியோரின் கூற்றுப்படி, ஆதியில் நீரும் மண்ணும் மட்டுமே இருந்ததாக ஆர்ஃபிஸக் கோட்பாடு போதிக்கிறது, அவற்றைக்கொண்டே பூமி உருவாக்கப்பட்டது. இவ்விரு தத்துவங்களும் முதன்மையானதாகப் போதிக்கப்பட்டன: நீரும் பூமியும். அவற்றிலிருந்து மூன்றாவதாக ஒன்று கிளம்பி வந்தது, இறக்கைகளைக் கொண்ட டிராகன், தன் முன்பாதியில் எருமையின் தலையை அது கொண்டிருந்தது, பின்பகுதியில் சிங்கத்தின் தலையும், நடுப்பகுதியில் கடவுளின் முகமும்; இந்த டிராகனுக்கு *வயதே ஏறாத க்ரோனோஸ்* என்றும் *ஹெராக்ளிஸ்* என்றும் பெயரிடப்பட்டது. அதோடு சேர்ந்து தவிர்க்கவியலாதது என்று அழைக்கப்பட்ட இன்றியமையாமையும் பிறந்து பிரபஞ்சத்தின் அனைத்து எல்லைகளுக்கும் பரவியது. க்ரோனோஸ் என்கிற டிராகன், தனக்குள்ளிருந்து மூன்றடுக்குகளாக அமைந்த ஒரு விதையை உருவாக்கியது; ஈரமான ஆகாசம், எல்லையற்ற பாழ்வெளி மற்றும் பனிசூழ்ந்த பாதாளலோகம் (*Erebus* - எரிபஸ் - கிரேக்க தொன்மத்தில் நிலவுலகுக்கும் கீழுலகுக்கும் இடைப்பட்ட இருளிடம்). அவற்றின் கீழ் அதுவொரு முட்டையை இட, அதிலிருந்தே உலகம் தோன்றியது. கடைசி தத்துவமென்பது ஆணாகவும் பெண்ணாகவுமிருந்த கடவுள், முதுகில் பொன்னிற இறக்கைகளோடு, விளிம்புகளில் எருமைகளின் தலைகளோடு, தலைப்பகுதியில் மிகப்பெரிய ஒரு டிராகனோடு, மிருகங்களின் அத்தனை வகைமைகளைப் போலவும்..

அதீதமான அசுரத்தன்மை என்பது கிழக்கோடு ஒப்பிட கிரேக்கத்துக்கு அத்தனை பொருந்தாத காரணத்தால்தான் அனேகமாக வால்டர் க்ரான்ஸ் இந்தக் கற்பனைகளுக்கு ஒரு கீழைத்தேயத் தோற்றமூலத்தை வழங்குகிறார்.

A Creature Imagined by C.S.Lewis

சி.எஸ்.லூயிஸ்ஸால் கற்பனை செய்யப்பட்ட உயிரினம்

மெதுவாக, தடுமாற்றத்தோடு, இயற்கைக்குப் புறம்பான மற்றும் மனிதத்தன்மையற்ற அசைவுகளோடு - ஒரு மனித உருவம், தீவெளிச்சத்தில் கருஞ்சிவப்பு நிறத்தில் ஒளிர்ந்தவாறே, குகையின் தரைப்பகுதியை நோக்கி ஊர்ந்து சென்றது. அது மனிதத்தன்மை-அற்றவன்தான் *(Un-Man)*, நிச்சயமாக; உடைந்திருந்த காலைத் தரையோடு சேர்த்து இழுத்தவாறு, கீழ்த்தாடை பிணத்தைப் போலத் தாழ்ந்து திறந்திருக்க, தன்னைத் தானே உயர்த்திக்கொண்டு, நிற்கும் நிலைக்கு வந்தது. பிறகு, அதற்கு வெகு நெருக்கமாக, வேறு எதுவோ துளையை விட்டு வெளியேறி வந்தது. முதலில் வந்தது மரக்கிளைகளைப் போலத் தெரிந்தது, பிறகு வளிமண்டலத்தைப் போல சீரின்றி கோர்க்கப்பட்ட ஏழு அல்லது எட்டு வெளிச்சப்புள்ளிகள் தோன்றின. அதன் பிறகு வெளிவந்த குழாயுரு வடிவிலான பருப்பொருள் மெருகூட்டியது போல செந்நிற ஒளியைப் பிரதிபலித்தது. கிளைகள் சட்டென்று தங்களை நீண்ட தந்திக்கம்பிகளைப் போன்ற உணர்கொம்புகளாக மாற்றியமைத்துக் கொள்வதையும் வெளிச்சப்புள்ளிகளெல்லாம் ஓடு-அணிந்த ஒரு தலைப்பகுதியின் பல விழிகளாக மாறுவதையும் பார்த்ததோடு, அதைத் தொடர்ந்து வெளியேறிய பருப்பொருள் பிரமாண்டமாகவும் கிட்டத்தட்ட உருண்டையாகவும் இருந்த உடற்பகுதி என்பது தெரிய வந்த சமயத்தில், அவனுடைய இதயம் அதிர்ச்சியில் எகிறிக்குதித்தது. மிகவும் பயங்கரமான சங்கதிகள் தொடர்ந்தன - கோணலாகவும் பல்வேறு இடங்களில் மூட்டப்பட்டுமிருந்த கால்கள், சற்று நேரம் கழித்து, மொத்த உருவமும் தன் பார்வைக்குத் தட்டுப்பட்டு விட்டதாக அவன் எண்ணிய தருணத்தில், இரண்டாவதாக ஓர் உடல் அதைத் தொடர்ந்து வெளியேறி வந்தது, அதன் பிறகு மூன்றாவதும். அந்த சமாச்சாரம் மூன்று பகுதிகளாக இருந்தது, குளவியின் இடையமைப்பைப் போன்ற ஏதோவொன்றால் மட்டுமே அவை தொடுக்கப்பட்டிருந்தன - சரியாக அடுக்காத அந்த மூன்று பகுதிகளின்

88 / ஹோர்ஹே லூயிஸ் போர்ஹெஸ்

காரணமாக எதனாலோ பலமாக நசுக்கப்பட்டதைப் போல அது தோற்றமளித்தது - மிகப்பெரிய, நிறைய கால்களைக் கொண்ட, கூன்விழுந்த அருவருப்பான தோற்றம், மனிதத்தன்மை-அற்றவனுக்கு நெருக்கமாகப் பின்னால் அது நின்றிருக்க, அவ்விருவரின் படுபயங்கரமான நிழல்கள் பிரமாண்டமாகவும் ஒன்றிணைந்தும் அவர்களுக்குப் பின்னாலிருந்த பாறைச்சுவரின் மேல் அச்சுறுத்தும் வகையில் நடனமாடிக் கொண்டிருந்தன.

சி.எஸ்.லூயிஸ்: பெரிலாண்ட்ரா

ೞ ങ

The Crocotta and the Leucrocotta

க்ரோகோட்டா மற்றும் லூக்ரோகோட்டா

கி.மு.நான்காம் நூற்றாண்டில் அர்த்தசெர்க்சஸ் நிமோனின் (Artaxerxes Mnemon) மருத்துவராக இருந்தவர் தெசியஸ் (Ctesias), பாரசீகக் குறிப்புகளைக் கொண்டு இந்தியாவைப் பற்றிய வர்ணனையைத் தொகுத்தார், அர்த்தசெர்க்சஸ் நிமோனின் ஆளுகையின் கீழ் பாரசீகர்கள் இந்தியா குறித்து என்ன எண்ணினார்கள் என்றறியும் ஆர்வம் நமக்கு இருக்குமாயின், அது விலைமதிப்பற்றதொரு பணியாகும். 32-வது அத்தியாயத்தில் அவர் சைனோலைகஸ் அல்லது நாய்-ஓநாயைப் பற்றி பதிவு செய்திருக்கிறார், அதிலிருந்துதான் ப்ளீனி தன்னுடைய க்ரோகோட்டாவை உருவாக்கியிருப்பதாகத் தெரிகிறது. ப்ளீனி (VIII, 30) எழுதுகிறார், நாயும் ஓநாயும் இணைந்ததால் உருவானதைப் போலத் தோற்றமளிக்கும் மிருகம்தான் க்ரோகோட்டா, எதையும் தனது பற்களைக் கொண்டு உடைக்க அதற்கு இயலும், விழுங்கிய மறுகணமே வயிற்றுக்குள் செரிக்கவும் செய்திடும். தொடர்ந்து அவர் இன்னொரு இந்திய மிருகத்தையும் விவரிக்கிறார், லூக்ரோகோட்டா, பின்வரும் வரிகளில்:

அதிவேகமான ஒரு காட்டு விலங்கு, உருவத்தில் காட்டுக் கழுதையின் பருமனும் கலைமானின் கால்களும் - கழுத்து, வால் மற்றும் மார்பு எல்லாம் சிங்கத்தைப் போலிருக்க - வளைக்கரடியின் தலையோடு, விரிந்த குளம்புகளோடு, வாய் காது வரை கிழிந்த நீள, பற்களுக்குப் பதிலாகத் தொடர்ச்சியான ஒரேயொரு எலும்பு மட்டும்; மேலும், இதுவும் சொல்லப்படுகிறது, இந்த மிருகத்தால் மனிதனின் குரலை நகலெடுக்க முடியும்.

இந்தியக் கருப்புமான் மற்றும் கழுதைப்புலியின் குழப்பமான கலவையே ப்ளீனியின் லூக்ரோகோட்டா எனப் பிற்கால ஆராய்ச்சியாளர்கள் எண்ணியதாகத் தெரிகிறது. இம்மிருகங்களை எல்லாம் ப்ளீனி எத்தியோப்பிய நிலங்களுக்குள் பொருத்துகிறார், வசதிக்குத் தகுந்தாற்போல அசைக்கக்கூடிய கொம்புகளும், சிக்கிமுக்கிக்கல்லைப் போன்ற கடினமான தோலும், இயற்கைக்கு மாறாக நேரெதிர் திசையில் திரும்பியிருக்கும் மயிரும் கொண்ட காட்டெருமையைப் பற்றியும் அவர் குறிப்பிடுகிறார்.

৯০ ৩

The Crossbreed

கலப்பினம்

பாதி-பூனைக்குட்டியும் பாதி-ஆட்டுக்குட்டியுமாக இருக்கும் ஓர் அபூர்வ மிருகம் என்னிடம் உள்ளது. என் தந்தையிடமிருந்து வந்த கொடை. ஆனால் எனது காலத்தில்தான் அது வளர்ந்தது; தொடக்கத்தில், பூனையைக்குட்டியைக் காட்டிலும் அது பெரும்பான்மை ஆட்டுக்குட்டியாகத்தான் இருந்தது. தற்போது இரண்டும் சரிசம அளவிலுள்ளன. பூனைக்குட்டியிடமிருந்து தலையையும் கூர்நகங்களையும் அது வரித்துக் கொண்டிருக்கிறது, ஆட்டுக்குட்டியிடமிருந்து உருவ அளவையும் பருமனையும்; கட்டுப்பாடற்றதாகவும் மாறிக் கொண்டேயிருப்பதாகவும் உள்ள கண்களை, மென்மையாகவும் உடலுக்கு மிக நெருக்கமாகவும் அமைந்திருக்கக்கூடிய ரோமத்தை, துள்ளிக்குதிப்பதையும் நழுவிச்செல்வதையும் ஒன்றிணைக்கிற உடலசைவுகளை அது இரண்டிடமிருந்தும் எடுத்துக் கொள்கிறது. சாளரத்தின் நிலைப்படியில் சூரியவொளி படும் வகையில் படுத்திருக்கும் அம்மிருகம் பந்து போலத் தன்னைச் சுருட்டிக்கொண்டு ப்ர்ர்ர் என உறுமுகிறது; புல்வெளிகளினூடாகப் பைத்தியம் பிடித்ததைப் போல வேகமாக விரைந்திடும் அதைப் பிடிப்பது சிரமமாகவே இருக்கும். பூனைகளை விட்டு விலகியோடி ஆடுகளைத் தாக்கப் பாய்கிறது. நிலவொளி பாயும் இரவுகளில் ஓடுகளே அதற்குப் பிரியமான உலாமேடை. அதனால் பூனையைப் போல கத்த முடியாது என்பதோடு எலிகளையும் வெறுத்தது. கோழிகளுக்கான பஞ்சாரத்துக்குப் பின்னால் பல மணி நேரம் பதுங்கிக் கிடக்கும், ஆனால் கொலை செய்வதற்கான எந்த வாய்ப்பையும் இதுவரை அது பயன்படுத்திக் கொண்டதில்லை.

நான் அதைப் பாலூட்டி வளர்க்கிறேன்; அதுவே அதற்கு மிகவும் விருப்பமானதாகத் தெரிகிறது. நீளமான வட்டில்களில் உள்ள பாலைத் தன் கோரைப்பற்களால் உள்ளிழுக்கிறது. இயல்பாகவே குழந்தைகளுக்கு அது

92 | ஹோர்ஹே லூயிஸ் போர்ஹெஸ்

அற்புதமான பொழுதுபோக்கு சாதனம். ஞாயிற்றுக்கிழமை காலைதான் வருகையாளர்களின் நேரம். என் முழங்கால்களில் அந்தச் சின்னஞ்சிறு மிருகத்தோடு நான் அமர்ந்திருக்க அக்கம்பக்கத்தில் உள்ள அத்தனை குழந்தைகளும் என்னைச் சூழ்ந்து நின்றிருப்பார்கள்.

மிக விசித்திரமான கேள்விகளெல்லாம் அதன்பிறகு கேட்கப்படும், எந்த மனிதவுயிராலும் அவற்றுக்குப் பதிலளிக்கவே முடியாது; ஏன் இப்படி ஒரேயொரு மிருகம் மட்டுமே இருக்கிறது, ஏன் வேறு யாரையும் தவிர்த்து நான் இந்த மிருகத்துக்குச் சொந்தக்காரனாக இருக்கிறேன், இதற்கு முன்னால் இதைப்போலவே வேறொரு மிருகம் இருந்ததா என்பதோடு ஒருவேளை அது இறந்தால் என்னவாகும், அது தனிமையாக உணருமா, ஏன் அதற்குக் குட்டிகள் இல்லை, என்னவென்று அது அழைக்கப்படுகிறது, மென்மேலும்..

பதிலளிக்க ஒருபோதும் நான் சிரமப்படுவதில்லை, ஆனால் மேற்கொண்டு எந்த விளக்கமும் தராமல் என்னுடைய உடைமைப்பொருளைக் காட்சிப்படுத்துவதோடு நிறுத்திக் கொள்வேன். சில சமயங்களில் குழந்தைகள் பூனைகளைத் தங்களோடு எடுத்து வருவார்கள்; உண்மையில், ஒருமுறை, இரண்டு ஆட்டுக்குட்டிகளைக் கூட அவர்கள் கொண்டு வந்தார்கள். ஆனால் அவர்களுடைய நம்பிக்கைகளுக்கு முற்றிலும் நேர்மாறாக அடையாளம் கண்டுகொண்டதற்கான எந்தவொரு சமிக்ஞையும் இல்லை. தங்கள் மிருகக்கண்களால் அம்மிருகங்கள் அமைதியாக ஒன்றையொன்று பார்த்தன, தங்களின் எதிரிடை இருப்பை நிச்சயம் ஒரு தெய்வீகச் செயலென அவை ஏற்றுக் கொண்டன.

என் மடியில் அமர்ந்திருக்கும் மிருகத்துக்கு அச்சமோ தேடுதலுக்கான பெருவிருப்பமோ கிடையாது. என் மீது சாய்ந்து மிகுந்த மகிழ்ச்சியோடு இருக்கிறது. அதை வளர்த்தெடுத்த குடும்பத்துக்கு அன்புறுதியோடும் உள்ளது. நிச்சயமாக விசுவாசத்தின் எந்த அதீத அடையாளமும் அதனிடம் இல்லை, ஆனால் வெறுமனே ஒரு மிருகத்துக்கு இருக்கக்கூடிய உண்மையான உள்ளுணர்வு, இவ்வுலகில் எண்ணற்ற தூரத்துச் சொந்தங்கள் இருந்தாலும் கூட அனேகமாக ரத்த உறவென்று எதுவும் அதற்குக் கிடையாதென்பதால், மேலதிகமாக எங்களோடிருப்பதில் கிடைக்கும் பாதுகாப்புணர்வு அதனளவில் தெய்வீகமான ஒன்றாக இருக்கக்கூடும்.

சில சமயங்களில் என்னைச் சுற்றி மோப்பம் பிடித்தவாறு என் கால்களின் நடுவே நுழைந்து கொண்டு அங்கிருந்து வெளியேறி என்னை விட்டு விலகிப்போக மறுக்கையில், என்னால் சிரிப்பைக் கட்டுப்படுத்த முடிவதில்லை. பூனையாகவும் ஆட்டுக்குட்டியாகவும் இருப்பதில் திருப்தியடையாமல் தான் ஒரு நாயாகவும் இருக்க விரும்புவதை அது கிட்டத்தட்ட வலியுறுத்துகிறது. ஒருமுறை, யாருக்கு வேண்டுமானாலும் நடக்கக்கூடியதைப் போல, எனது வியாபார சிக்கல்களிலிருந்தும் அவற்றுக்குள் பொதிந்திருந்த மற்ற சங்கதிகளையும் விட்டு வெளியேற எந்த வழியும் தெரியாத நிலையில், எல்லாம் தொலைந்து போகட்டும் என்கிற மனநிலைக்கு வந்திருக்க, இப்படியான சூழலில் என் அறையிலிருந்த எனது ஆடு-நாற்காலியில் படுத்திருந்தேன், மடியில் அந்த மிருகத்தோடு, எதேச்சையாக எனது பார்வை கீழே தாழ்ந்தபோது, அதன் பெரிய மீசைமயிர்களில் இருந்து கண்ணீர்த்துளிகள் வழிவதைப் பார்த்தேன். அவை என்னுடையதா, அல்லது அந்த மிருகத்தினுடையதா? இந்தப் பூனை, ஆட்டுக்குட்டியின் ஆன்மாவோடு சேர்த்து, மனிதனின் உணர்வுகளையும் கொண்டிருக்குமோ? என் அப்பாவிடம் இருந்து எதையும் பெரிதாக நான் சுவீகரித்துக் கொள்ளவில்லை, ஆனால் இந்தக் கொடையோ கவனிக்கப்பட வேண்டிய ஒன்றுதான்.

பூனையினுடையதும் ஆட்டுக்குட்டியினுடையதும் என, அவை இரண்டையும் போலவே மாறுபட்டதாக, இரு மிருகங்களின் அமைதியற்றதன்மையையும் அது கொண்டிருக்கிறது. அதன் காரணமாக அம்மிருகத்தின் தோல் அதற்கு மிகக் குறுகியதாக இருப்பதாகத் தோன்றுகிறது. சில நேரங்களில் எனக்குப் பின்னாலிருக்கும் கைநாற்காலியின் மீது தாவி ஏறுகிறது, என்னுடைய தோளில் தன் முன்னங்கால்களை இருத்தி, முகத்தின் முகப்புப்பகுதியை என் காதுகளின் மேல் வைக்கிறது. என்னிடம் எதையோ சொல்வதைப் போல இருக்கிறது, உள்ளபடியே அதன் பிறகு தனது தலையைத் திருப்பி அது சொன்ன சேதி எனக்குள் உண்டாக்கியிருக்கும் தடத்தை அறிய என் முகத்தைப் பார்க்கிறது. அதற்கு நன்றி சொல்வதற்காக எனக்குப் புரிந்ததைப் போல நடப்பதோடு தலையை ஆட்டவும் செய்கிறேன். பிற்பாடு அது தரைக்குத் தாவி மகிழ்ச்சியில் ஆனந்தக்கூத்தாடுகிறது.

அனேகமாக ஒரு கசாப்பு கடைக்காரனின் கத்தி இந்த மிருகத்துக்கான விடுதலையாக இருக்கலாம்; ஆனால் அதுவொரு கொடை என்பதால்

அதற்கு அப்படி ஏதும் நிகழ்வதை நான் தடுக்க வேண்டும். ஆக மூச்சு உடலை விட்டுத் தானாக வெளியேறிச் செல்லும் வரை அது காத்திருக்க வேண்டும், என்றாலும் சில சமயங்களில் மனித மனதின் புரிதலுணர்வோடு என்னை அது பார்க்கிறது, நாங்கள் இருவரும் சிந்தித்துக் கொண்டிருக்கும் அந்தச் சங்கதியை செய்யத் தூண்டும் அறைகூவலோடு.

ஃப்ரான்ஸ் காஃப்கா - ஒரு போராட்டத்தின் விவரணை

(ஜெர்மானிய மொழியிலிருந்து மொழிபெயர்த்தவர்கள்
தானியாவும் ஜேம்ஸ் ஸ்டெர்னும்)

ೞ ೠ

The Double

இரட்டை

96 | ஹோர்ஹே லூயிஸ் போர்ஹெஸ்

ஆடியிலும் நீரிலும் தென்படுகிற பிரதிபலிப்புகளாலும் இரட்டையர்களாலும் அறிவுறுத்தப்பட்டதோ அல்லது தூண்டப்பட்டதோ, இரட்டை என்கிற கருத்துருவாக்கம் பெரும்பாலான நாடுகளுக்குப் பொதுவானதுதான். பிதாகோரஸின் *நண்பன் என்பது மற்றொரு சுயமே* அல்லது பிளாட்டோனிய *உன்னையே நீ அறிந்து கொள்* போன்ற சொற்றொடர்கள் இதிலிருந்து தோன்றியிருக்கும் சாத்தியங்களுமுண்டு. ஜெர்மனியில் இந்த இரட்டையை *'டாப்பிள்கேங்கர்' (Doppleganger)* என்றழைக்கிறார்கள், "இரண்டாக நடப்பவன்" என அதற்கு அர்த்தம். ஸ்காட்லாண்டில் *'ஃபெட்ச்' (Fetch* - உயிரோடிருப்பவரின் ஆவி இரட்டை) என்றொரு சங்கதி உள்ளது, மனிதனை அவனது மரணத்திடம் அழைத்துச் செல்ல அது வருகை தரும்; ஒரு மனிதன், மரணத்துக்குச் சற்று முன்னால், துல்லியமாகத் தனது உருவத்தைப் போன்றே தோற்றமளிக்கும் அருவத்தைப் பார்ப்பதைக் குறிக்கும் *'ரைத்' (Wraith)* என்ற இன்னொரு ஸ்காட்டிஷ் வார்த்தையும் உண்டு. ஆக, ஒருவர் தன்னைத்தானே சந்திப்பது, அச்சுறுத்தக்கூடியது. ராபர்ட் லூயிஸ் ஸ்டீவன்சனின் துயரார்ந்த கதைப்பாடலான 'டைகோன்டிரோகா' *(Ticonderoga)* இக்கருத்தை ஆதாரமாகக் கொண்டதொரு தொன்மத்தைத்தான் பேசுகிறது. இரு காதலர்கள் வனத்தின் தெளிவற்ற அரையிருட்டில் தங்களையே சந்திப்பதாக ராஸெட்டி வரைந்த விசித்திரமான ஓவியமும் உண்டு ('எப்படி அவர்கள் தங்களைத் தாங்களே சந்தித்தார்கள்'). ஹாதார்ன் *(ஹோ'வின் மாறுவேடம்)*, தஸ்தவெஸ்கி, ஆல்ஃபிரட் தே மூசே, ஜேம்ஸ் *(மகிழ்வின் முனை)*, க்ளீஸ்ட், செஸ்டர்டன் *(பைத்திய மனிதர்களின் ஆடி)*, ஹியர்ன் *(சில சீனத்துப் பேய்கள்)* போன்றோரிடமிருந்தும் நாம் எடுத்துக்காட்டுகளைச் சொல்லலாம்.

'க' என்றழைக்கப்பட்ட இரட்டையை, மனிதனின் மிகத்துல்லியமான எதிரிணையாகவும் அவனுடைய அதே நடையையும் உடையையும் கொண்டிருக்கும் என்றும், பழங்கால எகிப்தியர்கள் நம்பினார்கள். மனிதர்கள் மட்டுமல்ல, கடவுள்களும் மிருகங்களும், கற்களும் மரங்களும், நாற்காலிகளும் கத்திகளும் கூட தங்களுக்கான 'க'வைக் கொண்டிருந்தன, கடவுள்களின் இரட்டைகளைப் பார்க்கும் சக்தி படைத்த குறிப்பிட்ட சில பூசாரிகளைத் தவிர வேறு யாருடைய கண்ணுக்கும் அவை புலப்பட மாட்டா என்பதோடு கடந்தகாலத்தையும் எதிர்காலத்தையும் அறிந்திடும் சக்தியை அவர்களுக்கு வழங்கின.

யூதர்களிடமோ, இரட்டையின் பிரசன்னமென்பது உடனடி மரணத்தின் அடையாளமாகக் கருதப்படவில்லை. மாறாக, தீர்க்கதரிசனத்துக்கான ஆற்றலைப் பெற்றதன் சான்றாக இருந்திருக்கிறது. ஜெர்ஷோம் ஸ்கோலம்மால் (Gershom Scholem) இப்படித்தான் அது விளக்கப்படுகிறது. கடவுளைத் தேடிச்சென்ற மனிதன் தன்னையே சந்தித்ததாக தால்முத்தில் ஒரு தொல்கதை பதிவு செய்யப்பட்டிருக்கிறது.

போ எழுதிய 'வில்லியம் வில்சன்' என்கிற கதையில் நாயகனின் மனசாட்சியாக விளங்குகிறது இரட்டை. அதைக் கொன்று அவன் இறக்கிறான். போலவே, வைல்டின் புதினத்தில் டோரியன் கிரே தனது முழுவுருவப் படத்தைக் கத்தியால் குத்தும்போது தன் மரணத்தைச் சந்திக்க நேர்கிறது. யேட்ஸின் கவிதைகளில் இரட்டை என்பது நமது மறுபக்கம், நம் எதிரிணை, நம்மை முழுமையடையச் செய்கிற சங்கதி, நாம் என்னவாக இல்லையோ அல்லது எதுவாக நாம் ஒருபோதும் ஆக முடியாதோ அதுவே நம் இரட்டை.

ஓர் அரசனின் தூதுவனுக்கு கிரேக்கர்கள் *சுயத்தின் மறுபக்கம்* எனப் பெயரிட்டதாக ப்ளூட்டார்க் எழுதுகிறார்.

෴

The Eastern Dragon

கீழ்த்திசையின் டிராகன்

பலவேறு வடிவங்களை எடுக்கும் ஆற்றல் டிராகனுக்கு உண்டு, ஆனால் இவையாவும் ஆராய்ச்சிக்கு அப்பாற்பட்ட சங்கதிகள். பொதுவாக, குதிரைக்கு இருப்பதைப் போன்ற தலையோடு அது கற்பனை செய்யப்படுகிறது, சர்ப்பத்தின் வாலோடும், பக்கவாட்டில் இறக்கைகளோடும் (ஒருவேளை அவை இருந்தால்), மேலும் நான்கு பாதங்களோடும், ஒவ்வொரு பாதமும் வளைந்திருக்கும் நான்கு கூர்நகங்களைக் கொண்டிருக்கின்றன. அதனுடைய ஒன்பது பிரதிமைகளைப் பற்றியும் நாம் வாசிக்கிறோம்; அதன் கொம்புகள் மானையும், அதன் தலை ஒட்டகத்தையும், அதன் கண்கள் சைத்தானையும், அதன் கழுத்து நாகத்தையும், அதன் வயிறு முத்துச்சிப்பியையும், அதன் செதில்கள் மீனையும், அதன் நகங்கள் கழுகையும், அதன் பாதச்சுவடுகள் புலியையும், மேலும் அதன் காதுகள் எருதைப் போலல்லாமலும் இல்லை. காதுகளின்றி தங்கள் கொம்புகளால் செவிமடுக்கிற டிராகனின் வகைமாதிரிகளும் காணக்கிடைக்கின்றன. ஒரு முத்தோடு சேர்த்து அவற்றை உருவகப்படுத்துவதும் வாடிக்கைதான், அவற்றின் கழுத்துகளில் அவை ஊசலாடுவதோடு சூரியனின் அடையாளமாகவும் விளங்குகின்றன. இந்த முத்துக்குள்தான் டிராகனின் சக்தி அடங்கியிருக்கிறது. அதனிடமிருந்து அந்த முத்து திருடப்பட்டால் ஒன்றும் செய்யவியலாத திக்கற்ற நிலைக்கு அம்மிருகம் சென்று விடும்.

வரலாறு ஆதிகாலத்துப் பேரரசர்களோடு டிராகன்களைத் தொடர்புறுத்துகிறது. அவற்றின் பல், எலும்புகள், எச்சில் என யாவும் மருத்துவக்குணம் கொண்டவை. தன் விருப்பத்தின் பேரில், டிராகன்களால் பார்வைக்குத் தென்படவோ மாயமாக மறையவோ முடியும். வசந்தகாலத்தில் உயரே பறந்து வானத்தைச் சென்றடையும்; இலையுதிர் காலத்தில் கடலின் ஆழத்துக்குள் குதித்து மறைந்திடும். சில டிராகன்களுக்கு இறக்கைகள் இல்லாதபோதும் தங்களின் மனத்தூண்டுதலால் அவை பறந்திடும். அறிவியல் பல்வேறு இனங்களை வகைமைப்படுத்துகிறது. கடவுள்களின் அரண்மனைகளை தேவலோக டிராகன் தன் முதுகில் சுமக்காமல் போனால் அவை பூமியில் வீழ்ந்து மனிதர்களின் நகரங்களை எல்லாம் அழித்திடக்கூடும்; தெய்வீக டிராகன் மனிதகுலத்தின் நலனுக்காகக் காற்றையும் மழையையும் உண்டாக்கக்கூடியது; நிலவுலக டிராகன் அருவிகள் மற்றும் ஆறுகளின் வழித்தடத்தைத் தீர்மானிக்கிறது; பாதாள டிராகனோ மனிதனுக்கு மறுக்கப்பட்ட பொக்கிஷங்களைக் காவல் காத்து நிற்கிறது. ஒரே மையத்தைக் கொண்ட பல கடல்களில் இருக்கும் மீன்களை விட டிராகன்களின் எண்ணிக்கை குறைந்ததல்ல என்று பௌத்தர்கள் உறுதிபடக் கூறுகிறார்கள்; பிரபஞ்சத்தில் எங்கோ, அவற்றின் துல்லியமான எண்ணிக்கையை

வெளிப்படுத்தும் ஒரு புனிதமான மறைகுறிப்பும் கூட இருக்கிறது. மற்ற எந்தத் தெய்வங்களையும் விட அதிகமாக டிராகன்களைச் சீனர்கள் நம்புவது ஏனென்றால் மேகங்களின் மாறும் வடிவமைப்புகளில் தொடர்ச்சியாக டிராகன்கள் தென்பட்டுக் கொண்டேயிருக்கின்றன. அதைத்தான் ஷேக்ஸ்பியரும் கவனித்திருக்கிறார், 'சில சமயம் டிராகனைப் போலத் தெரியும் மேகத்தை நாம் பார்க்கிறோம்.'

டிராகன் மலைகளை ஆள்கிறது, கைப்பிடி மண்ணை எறிந்து அதைக் கொண்டு குறி சொல்வதோடு தொடர்புறுத்தப்படுகிறது, கல்லறைகளின் அருகாமையில் சுற்றித் திரிகிறது, கன்ஃபூசியஸின் மரபோடு பொருத்தப்படுகிறது, அதுவே கடல்களின் நெப்ட்யூனாகவும் (கிரேக்க கடல் தெய்வம்) இருப்பதோடு வறண்ட நிலத்தின் மீதும் தோன்றுகிறது.

நீரினடியில் பிரகாசமான அரண்மனைகளில் வசிக்கும் கடல்-டிராகன் அரசர்கள் இரத்தினக்கற்களையும் முத்துகளையும் உட்கொண்டு வாழ்பவை. இவ்வரசர்கள் எண்ணிக்கையில் மொத்தம் ஐந்து பேர்: தலைவன் நடுவே வீற்றிருக்க, மற்ற நான்கும் நாற்றிசைகளைப் பார்த்திருக்கின்றன. ஒவ்வொன்றின் நீளமும் மூன்று அல்லது நான்கு கல்தொலைவுகள் இருக்கலாம்; நிலைகளை மாற்றிக் கொள்ளும் சமயத்தில், மலைகளை அவை ஆட்டங்காணச் செய்கின்றன. மஞ்சள்நிற செதில்களால் ஆன கவசத்துக்குள் பொதிந்துள்ள நீளமான மூக்கும் வாயும் மீசைமயிர்களைக் கொண்டிருக்கின்றன. கால்களும் வாலும் அடர்த்தியான ரோமத்துடன் கரடுமுரடாகத் தோற்றமளிக்க, நெற்றி எரிந்திடும் கண்களுக்குச் சற்று மேலிருக்க, காதுகள் சிறிதாகவும் அடர்த்தியோடுமிருக்க, வாய்கள் அகலமாகப் பிளந்திருக்க, நாக்குகள் நீளமாகவும் பற்கள் மிகக்கூர்மையாகவும் இருக்கின்றன. ஒட்டுமொத்த மீன்களின் கூட்டத்தையும் அவை வெளியிடும் மூச்சுக்காற்றின் வெப்பம் வறுத்தெடுக்கிறது. இந்தக் கடல் டிராகன்கள் சமுத்திரத்தின் மேற்பரப்புக்கு வரும்போது சுழல்களையும் சூறாவளிகளையும் உண்டாக்குகின்றன; காற்றில் பறக்கும்போது புயற்காற்றுகளை உருவாக்கி, மொத்த நகரங்களிலுள்ள வீடுகளின் கூரைகளைத் தகர்த்தெறிவதோடு கிராமப்புறங்களை எல்லாம் வெள்ளத்தில் மூழ்கடிக்கின்றன. இந்த டிராகன் அரசர்களுக்கு மரணமென்பதே கிடையாது, அவற்றைப் பிரிக்கும் தூரம் எத்தனை பெரிதாயிருந்தாலும், வார்த்தைகளின் உதவியின்றி தங்களுக்குள் தொடர்பு கொள்ள அவற்றால் முடியும். மூன்றாவது மாதத்தின்போது, சொர்க்கலோகத்தில் தங்களின் வருடாந்திர அறிக்கையை அவை சமர்ப்பிக்கும்.

The Eater of the Dead

இறந்தவர்களைப் புசிக்கும் மிருகம்

ஒரு விசித்திரமான இலக்கிய வகைமை, தன்னியல்பாகவே, வெவ்வேறு காலகட்டங்களின்போதும் வெவ்வேறு தேசங்களில் கிளர்ந்தெழுந்திருக்கிறது. அது, இரண்டாம் உலகத்தினூடாகப் பயணிக்கும் இறந்தவர்களை வழிநடத்தும் குறிப்பேடு. ஸ்வீடன்போர்கின் சொர்க்கமும் நரகமும், சமரச சன்மார்க்கத்தினரின் எழுத்துகள், திபெத்திய *பார்டோ தோடோல்* (இவான்ஸ்-வெண்ட்ஸின் கூற்றுப்படி, இதனை 'மரணத்துக்குப்-பிறகான தளத்தில் கேட்பதில் கிடைக்கும் மீட்சி' என்றே மொழிபெயர்க்க வேண்டும்), மேலும் எகிப்திய இறந்தவர்களின் புத்தகம் என சாத்தியமுள்ள எடுத்துக்காட்டுகளின் வரிசை தீர்வதேயில்லை. கடைசி இரண்டு புத்தகங்களுக்கு இடையேயான ஒற்றுமைகளும் வித்தியாசங்களும் மறைபொருள் அறிஞர்களின் கவனத்தை ஈர்த்துள்ளன; நம்மைப் பொறுத்தமட்டில், இதை மட்டும் நாம் நினைவில் வைத்துக்கொண்டால் போதும், திபெத்திய குறிப்பேட்டில் இவ்வுலகத்தைப் போலவே இரண்டாம் உலகமும் வெறும் மாயைதான், ஆனால் எகிப்தியர்களோ அதை உண்மையானதாகவும் புறநிலை இருப்பைக் கொண்டிருந்ததாகவும் நம்பினார்கள்.

இரண்டு பிரதிகளிலுமே கடவுள்களை நீதிபதிகளாகக் கொண்ட நீதிமன்றக் காட்சி உண்டு, அவர்களில் சிலருக்கு குரங்கின் தலைகள்; இரண்டிலுமே, குறியீடாய் அமைந்த நல்ல மற்றும் தீய செயல்களின் மதிப்பீடுகளும் உண்டு. இறந்தவர்களின் புத்தகத்தில், இதயமும் இறகும் ஒன்றோடொன்று ஒப்பிடப்படுகின்றன, 'இதயம் இறந்தவர்களின் நடத்தையையோ மனசாட்சியையோ குறிக்க இறகு அவர்களுடைய நேர்மையையும் உண்மையையும் குறிக்கிறது'. *பார்டோ தோடோலில்*, வெண்ணிற கூழாங்கற்களும் கறுப்புநிற கூழாங்கற்களும் தராசின் எதிரெதிர் பக்கங்களில் வைக்கப்படுகின்றன. குற்றஞ்சாட்டியவர்களை நரகலோகத்திலுள்ள ஆன்மாக்களைப் புனிதப்படுத்தும் தளத்துக்கு அழைத்துச்செல்ல திபெத்தியர்களிடம் பேய்களும் சாத்தான்களும் இருந்தன;

கெட்டவர்களை கவனித்துக்கொள்ள எகிப்தியர்களிடம் இருந்ததோ ஒரு கொடூரமான அரக்கன், இறந்தவர்களைப் புசிக்கும் மிருகம்.

பசி அல்லது துயரத்தை உண்டாக்கியதில்லை என்றும், யாரையும் கொலை செய்ததோ மற்றவர்களைத் தனக்காக யாரையும் கொலை செய்ய வைத்ததோ இல்லை என்றும், இறந்தவர்களுக்காகப் படைக்கப்பட்ட உணவைத் திருடியதில்லை என்றும், தவறான எடைக்கற்களைப் பயன்படுத்தியதில்லை என்றும், குழந்தையின் வாயிலிருந்து பாலைத் திருடியதில்லை என்றும், மந்தைகளை அவற்றின் மேய்ச்சல்வெளியை விட்டுத் துரத்தியதில்லை என்றும், கடவுளர்களின் பறவைகளைக் கூண்டுக்குள் சிறைபிடித்ததில்லை என்றும் இறந்த மனிதன் உறுதி கூறுகிறான்.

அவன் பொய்யுரைத்தால், நாற்பத்திரண்டு நீதிபதிகளும் சேர்ந்து அவனை மிருகத்திடம் ஒப்படைப்பார்கள், ‘அது முதலையின் தலையையும், சிங்கத்தின் உடலையும், நீர்யானையின் பின்னுடம்புப் பகுதிகளையும் கொண்டிருக்கிறது’. அம்மிருகத்துக்கு உதவியாக பபாய் என்கிற இன்னொரு மிருகமும் இருக்கிறது, மிக பயங்கரமான மிருகம் என்கிற தகவலை மட்டுமே அதைப் பற்றி நாம் அறிகிறோம், ப்ளூட்டார்க் அதை கைமேராவைப் பெற்றெடுத்த டைடனோடு இனங்காண்கிறார்.

The Eight-Forked Serpent

எட்டு-கிளைகளைக்கொண்ட சர்ப்பம்

கோஷியின் எட்டு-கிளைகளைக் கொண்ட சர்ப்பத்துக்கு ஜப்பானின் புராண தெய்வக் கொடிவழியில் பிரதான இடம் உண்டு. அதற்கு எட்டுத் தலைகளும் எட்டு வால்களும் இருந்தன; குளிர்கால சேலாப்பழங்களைப் போல அதன் கண்கள் சிவந்திருந்தன, மேலும் தேவதாருக்களும் சதுப்பு நிலங்களும் முதுகில் வளர்ந்திட, அதன் ஒவ்வொரு தலையின் மீதும் தேவதாருக்கள் முளைவிட்டிருந்தன. ஊர்ந்து போகும் மிருகத்தின் நீளம் எட்டு பள்ளத்தாக்குகள் மற்றும் எட்டு மலைகளின் அளவிருக்க, அதன் வயிறு எப்போதும் இரத்தத்தின் தீற்றல்களைக் கொண்டிருந்தது. ஏழு வருடங்களில் இந்த மிருகம் ஏழு கன்னிப்பெண்களை விழுங்கியிருந்தது, ஒரு அரசனின் மகள்களை, மேலும் எட்டாவது வருடம் அவர்களின் இளைய மகளை விழுங்குவதாக இருந்தது, அவளுடைய பெயர் இளவரசி-சீப்பு-நெல்வயல் என்பதாகும். வீரமான-வேகமான-கட்டுக்கடங்காத-ஆண் எனும் பெயரைக் கொண்ட கடவுளால் அந்த இளவரசி காப்பாற்றப்பட்டாள். இந்த வீரத்திருமகன், மரக்கட்டைகளைக் கொண்டு எட்டு வாயில்களையும் ஒவ்வொரு வாயிலுக்கும் ஒன்றென எட்டு மேடைகளுமிருந்த வட்டவடிவ வேலியையும் அமைத்தான். மேடைகளின் மீது அரிசியிலிருந்து தயாரித்த பீர் நிரம்பிய தொட்டிகளை அவன் நிர்மாணித்தான். எட்டு-கிளைகளைக் கொண்ட சர்ப்பம் அங்கு வந்தது, ஒவ்வொரு தொட்டிக்குள்ளும் ஒரு தலையைத் தாழ்த்தி பீரை மொத்தமாகக் குடித்த சிறிது நேரத்துக்குள் தூக்கத்தில் ஆழ்ந்தது. பிறகு வீரமான-வேகமான-கட்டுக்கடங்காத-ஆண் அதன் தலைகளை வெட்டி வீழ்த்தினான். கழுத்துகளில் இருந்து உதிரம் ஆறாகப் பெருக்கெடுத்தது. சர்ப்பத்தின் வாலில் இருந்து கண்டெடுக்கப்பட்ட வாள் இன்றுவரை அஸ்டுடாவின் பிரமாண்ட ஆலயத்தில் மரியாதையோடு வணங்கப்படுகிறது. முன்பு சர்ப்ப-மலை என்றும் தற்போது எண்மேக-மலை என்றும் அழைக்கப்படுகிற மலைப்பகுதியில்தான் இந்த நிகழ்வுகளெல்லாம் நடந்தேறின. எட்டு என்பது ஜப்பானைப் பொறுத்தவரையில் ஒரு மந்திர எண், 'நிறைய' என்பதன் அடையாளமாக இருக்கக்கூடியது,

எலிசபெத்தின் இங்கிலாந்தில் நாற்பது ('நாற்பது குளிர்காலங்கள் உன் இமைகளை முற்றுகை இடுகையில்') இருந்ததைப் போல. ஜப்பானிய பணத்தாள்கள் இப்போதும் சர்ப்பம் கொல்லப்பட்டதை நினைவூட்டுகின்றன.

ஹெல்லனிக் (கிரேக்க) தொன்மங்களில் பெர்சியஸ் ஆண்ட்ரோமேடாவை மணந்ததுபோல காப்பாற்றியவனே காப்பாற்றப்பட்டவளை மணந்து கொள்வதைச் சுட்டிக் காட்டுவதென்பது சற்று அதீதம்தான்.

பண்டைய ஜப்பானின் தெய்வக் கொடிவழிகள் மற்றும் அண்டப் பிறப்பியலைப் பற்றிய தன்னுடைய ஆங்கில மொழிபெயர்ப்பில் *(ஜப்பானியர்களின் புனிதப் பிரதிகள்)*, கிட்டத்தட்ட இதை ஒத்திருக்கும் தொன்மக்கதைகளை போஸ்ட்வீலர் பதிவு செய்திருக்கிறார், கிரேக்கத் தொன்மத்தைச் சேர்ந்த ஹைட்ரா, ஜெர்மனியைச் சேர்ந்த ஃபாஃப்னிர், மேலும் எகிப்தியப் பெண்கடவுளான ஹாதோர் - மனிதகுலத்தை அழிவிலிருந்து காக்க, ஒரு கடவுள், உதிரம்-போல-சிவந்த பீரை அவளைப் பருகச் செய்தார்.

૪૦ ୧୨

The Elephant That Foretold the Birth of the Budha

புத்தரின் பிறப்பை முன்கூறிய யானை

கிறித்துவகாலத்துக்கு ஐந்து நூற்றாண்டுகள் முன்பு, அரசி மாயா, நேபாளத்தில், தங்க மலையில் சுற்றித்திரிந்த ஒரு யானை தன் உடலுக்குள் புகுந்ததாகக் கனா கண்டாள். தீர்க்கதரிசன ஆற்றல்கொண்ட அம்மிருகத்துக்கு ஆறு துதிக்கைகள் இருந்தன. இவ்வுலகை ஆள்பவனையோ அல்லது மனிதகுலத்தை ரட்சிப்பவனையோ மகாராணி ஈன்றெடுப்பாள் என அரசனின் ஜோதிடர்கள் கணித்தார்கள். பொதுவில் நாம் அறிந்ததைப் போல, பிந்தைய வார்த்தைகளே உண்மையாயின.

இந்தியாவில் யானை ஒரு வளர்ப்பு மிருகம். வெண்ணிறம் பணிவின் அடையாளமெனில், ஆறு என்கிற புனிதமான எண், விண்வெளியின் ஆறு பரிமாணங்களைக் குறிக்கிறது; மேல், கீழ், முன்னால், பின்னால், இடம் மற்றும் வலம்.

☯ ☪

The Eloi and the Morlocks

ஈலோய் மற்றும் மோர்லோக்குகள்

1895-இல் இளம் எழுத்தாளர் ஹெர்பெர்ட் ஜார்ஜ் வெல்ஸால் பதிப்பிக்கப்பட்ட புதினமான *கால எந்திரத்தின்* நாயகன் ஒரு எந்திரப்பொறியின் உதவியோடு தெளிவற்ற எதிர்காலத்துக்குள் பயணிக்கிறான். அங்கே மனிதகுலம் இருவேறு இனங்களாகப் பிரிந்திருப்பதைக் கண்டுபிடிக்கிறான்; ஈலோய், பலவீனமாகவும் பாதுகாப்பு அற்றவர்களாகவும் இருக்கும் உயர்குடிகள், உபயோகமற்ற தோட்டங்களில் வசிக்கும் அவர்கள் மரங்களில் கிடைக்கும் பழங்களை உண்டு உயிர்வாழ்கிறார்கள்; பிறகு மோர்லோக்குகள், பாதாளத்தில் வாழும் விளிம்புநிலை மக்களின் இனம், இருட்டில் பல்லாண்டுகளாகப் பணிசெய்ததன் காரணமாகப் பார்வையை இழந்தவர்கள், ஆனால் கடந்தகாலத்தின் விசையால் உந்தப்பட்டு, எதையுமே தயாரிக்காத தங்களுடைய துருப்பிடித்த மறைபுதிரான எந்திரத்தைக் கொண்டு தொடர்ச்சியாக வேலை பார்ப்பவர்கள். சுழலும் படிக்கட்டுகளாலான சுரங்கக்குழி இரு லோகங்களையும் இணைத்தது. அமாவாசை இரவுகளில், மோர்லோக்குகள் தங்கள் குகைகளை விட்டு வெளியேறி வந்து ஈலோய்களைப் பிடித்துத் தின்பார்கள்.

மோர்லோக்குகளால் துரத்தப்படும் பெயரற்ற நாயகன் தப்பித்து நிகழ்காலம் திரும்புகிறான். தனது சாகசத்தின் ஒரே அடையாளமாக அவன் எடுத்து வரும் பெயர்தெரியாத மலர் மண்ணில் வீழ்கிறது, ஆனால் ஆயிரமாயிரம் ஆண்டுகள் கடந்து போகுமட்டும் பூமியில் அது மலராது.

The Elves

குட்டிச்சாத்தான்கள்

நோர்டிக் பிரதேசங்களே (ஸ்காண்டிநேவியா, ஃபின்லாந்து மற்றும் ஐஸ்லாந்து) குட்டிச்சாத்தான்களின் பிறப்பிடமாகக் கருதப்படுகின்றன. அளவில் மிகச் சிறிதாக இருப்பதோடு கெடுநோக்குடையவை என்பதைத் தாண்டி, அவற்றின் தோற்றம் எப்படி இருக்கும் என்பது குறித்து வெகு குறைவான தகவல்களே கிடைக்கின்றன. மந்தை விலங்குகளையும் குழந்தைகளையும் திருடுவதோடு சின்னச்சின்னக் கொடூரங்களைச் செய்வதிலும் அவை களிகொண்டன. இங்கிலாந்தில், கூந்தலில் விழும் சிக்கலைக் குறிக்க 'எல்ஃப்லாக்' (*Elflock* - குட்டிச்சாத்தான்களின் முடிச்சு) எனும் வார்த்தையை பயன்படுத்தினார்கள், ஏனென்றால் அது குட்டிச்சாத்தான்களின் சேட்டை என்றே நம்பப்பட்டது. ஓர் ஆங்கில-சாக்ஸன் (*Anglo-Saxon*) இசைப்பாடல், கிறித்துவ காலத்துக்கு முந்தையதாக அது நம்பப்படுகிறது என்பது மட்டுமே நமக்குத் தெரியும், வெகு தொலைவிலிருந்து அம்பெய்யும் குறும்புத்தனத்தை குட்டிச்சாத்தான்களின் வழக்கமாக அது சொல்கிறது, எந்தவொரு தடயமுமின்றி தோலின் மேற்புறத்தை ஊடுருவிச் சென்று திடீரென உண்டாகும் பக்கவாட்டுக் குத்துவலியின் ஆணிவேராக இருக்கக்கூடிய இரும்பால் செய்த குட்டியான அம்புகள். இளைய எட்டாவில் (*Younger Edda* - பதிமூன்றாம் நூற்றாண்டின் தொடக்கத்தில் ஐஸ்லாந்தில் எழுதப்பட்ட நூல்), ஒளி குட்டிச்சாத்தான்களுக்கும் இருள் குட்டிச்சாத்தான்களுக்கும் இடையேயான வேறுபாடு சுட்டப்படுகிறது: 'ஒளி குட்டிச்சாத்தான்கள் சூரிய வெளிச்சத்தைக் காட்டிலும் பிரகாசமாக இருக்க இருள் குட்டிச்சாத்தான்களோ நிலக்கீலைக் காட்டிலும் கருப்பாயிருக்கின்றன'. ஆல்ப் (*Alp*) என்பது தீக்கனவைக் குறிக்கும் ஜெர்மானிய வார்த்தை; சொற்பிறப்பியல் இந்த வார்த்தையை 'எல்ஃப்' என்பதோடு தொடர்புறுத்துகிறது, ஏனென்றால், உறங்கிக் கொண்டிருப்பவர்களின் மார்பின் மீதமர்ந்து குட்டிச்சாத்தான்கள் பாரமாக அழுத்தும் என்பதோடு, அவர்களுக்குத் தீக்கனவுகளை உண்டாக்கும் என்பதும் மத்திம காலங்களின் பொதுவான நம்பிக்கை.

An Experimental Account of What Was Known, Seen, and Met by Mrs Jane Lead in London in 1694

1694ஆம் ஆண்டு லண்டனில் திருமதி ஜேன் லீட் தெரிந்துகொண்ட, பார்த்த மற்றும் சந்தித்தவை பற்றியதொரு ஆய்வறிக்கை

கண்பார்வையற்ற ஆங்கில மறைபொருள்வாதியான ஜேன் லீட்-ன் (அல்லதே லீடே) அநேக எழுத்துகளுக்கு மத்தியில் எட்டு லோகங்களின் பன்முகத்தன்மையில் பிரகடனம் செய்யப்பட்டிருக்கும் கடவுளுடைய படைப்பின் அற்புதங்கள், பரிசோதனைகளின் வாயிலாக எழுத்தாளர் அறிந்தவரைக்கும் உள்ளது உள்ளபடியே (The Wonders of God's Creation manifested in the variety of Eight Worlds, as they were known experimentally unto the author, லண்டன், 1695) என்பதும் காணக்கிடைக்கிறது. இந்தச் சமயத்தில், திருமதி லீட்-இன் புகழ் ஜெர்மனி மற்றும் ஹாலந்து எங்கும் பரவியிருந்த காரணத்தால், அவரது எழுத்துகள் ஹெச்.வான் அமேடேன் வான் டுய்ம் என்கிற ஆர்வம் நிரம்பிய இளம் மாணவரால் டச்சு மொழியில் பெயர்க்கப்பட்டது. ஆனால் பிற்காலத்தில், அவருடைய சீடர்களுக்குள் இருந்த பொறாமையின் காரணமாக, குறிப்பிட்ட சில பிரதிகளின் உண்மைத்தன்மைகள் கேள்விக்குள்ளாக்கப்பட்டன, ஆகவே வான் டுய்மின் பதிப்புருக்களை மீண்டும் ஆங்கிலத்தில் மொழிபெயர்ப்பது அத்தியாவசியமாக மாறியது. எட்டு லோகங்களின் 340-வது பக்கத்தில் (10 B) நாம் வாசிக்கிறோம்:

> சாலமேண்டர்கள் தங்களுக்கு ஒதுக்கப்பட்ட வசிப்பிடமாக நெருப்பைக் கொண்டிருந்தன; சில்ஃபேகளுக்குக் (Sylph - காற்றில் வசிக்கும் ஆன்மாக்கள்) காற்று; நீர்நங்கைகளுக்கு நீரோட்டங்களில்; மேலும்

நோம்களுக்கோ (*Gnome* - பாதாளத்தின் பொக்கிஷங்களைப் பாதுகாக்கும் குள்ள உருவங்கள்) நிலத்தடி-குகைகளில், ஆனால் பேரின்பத்தை சாரமாகக் கொண்டதொரு ஜீவனோ வீட்டின் எல்லா இடங்களிலும் இருக்கிறது. அத்தனை சத்தங்களும், சிங்கத்தின் கர்ஜனையும், இரவு நேர ஆந்தைகளின் ஊளைகளும், நரகத்தில் சிக்கிக் கொண்டவர்களின் ஒப்பாரிகளும் வேதனைக்குரல்களும், அவளுக்கு இனிமையான இசையைப் போலிருக்கின்றன. அத்தனை வாசனைகளும், சீர்கேடுகளின் மிக மோசமான துர்நாற்றங்கள் உட்பட, அவளைப் பொறுத்தமட்டில் ரோஜாக்கள் மற்றும் அல்லிகளின் நறுமணத்தை ஒத்திருக்கின்றன. அத்தனை ருசிகளும், கிறித்துவத்துக்கு முந்தைய தொன்மங்கள் சுட்டும் ஹார்ப்பிகளின் (*Harpys* - பாதி மனிதனும் பாதி பறவையுமாக இருக்கக்கூடிய உயிரி) விருந்து மேடையில் இருந்தவற்றையும் சேர்த்து, இனிமையான அப்பம் மற்றும் சுவையூட்டிய பீரைப் போலிருந்தன. மதிய நேரங்களின் போது உலகத்தின் ஒன்றுக்கும்-உதவாத-நிலங்களில் அவள் அலைந்து திரிகிறாள், தேவதைகளின் தொகுதியைக் கொண்டு உருவாக்கிய மேற்கூரையால் தான் புத்துணர்வு கொள்வதாக அவளுக்கு அது தோன்றுகிறது. மெய்யுறுதியோடு தேடும் ஒருவன், எத்தனை மங்கலாகவும் இழிந்ததாகவும் இருந்தாலும், அவளை இவ்வுலகின் அத்தனை இடத்திலும் தேடுவான், அல்லது மற்ற ஏழு லோகங்களிலும். கூர்மையான வாளின்-வெட்டுப்பகுதியை அவளுக்குள் செலுத்தினால், தெய்வீகமும் தூய்மையும் பொருந்திய அன்பின் நீருற்றாகவே அது தோன்றக்கூடும். இந்தக் கண்கள், பண்புமாற்றத்தின்படி, தனது வழிகளை அறிந்து கொள்வதற்கென அவளுக்கு வழங்கப்பட்டிருக்கின்றன; மேலும் ஞானத்தால் வெளிப்படுத்தப்பட்ட சமமான பரிசு சில சமயங்களில் குழந்தைக்கு (இயேசு) வழங்கப்படுகிறது.

ೞ ಅ

The Fairies

மோகினிகள்

மானுட விவகாரங்களில் அவை தந்திரமாகத் தலையிடுகின்றன, மேலும் அவற்றின் பெயரை லேடம் (Latum - விதி, ஊழ்) எனும் லத்தீன் வார்த்தையோடு தொடர்புறுத்திச் சொல்கிறார்கள். மீச்சிறு அளவிலான இயற்கைக்கு அப்பாற்பட்ட உயிரினங்களில், மோகினிகள்தான் மிகுந்த எண்ணிக்கையில் இருக்கக்கூடியவை என்றும், மிகுந்த அழகுடையவை என்றும், எளிதில் மறக்க முடியாதவை என்றும் சொல்லப்படுகிறது. குறிப்பிட்ட இடம் அல்லது காலகட்டத்துக்குள் அவை சிக்கிக் கொள்வதில்லை. பண்டைய கிரேக்கர்கள், எஸ்கிமோக்கள் மற்றும் செவ்விந்தியர்கள் என அனைவரும் இந்தக் கற்பனையான உயிரினத்தின் காதலை வென்ற நாயகர்களின் கதைகளைச் சொல்வார்கள். இத்தகைய நல்லதிர்ஷ்டங்கள், தங்களோடு சேர்ந்தே வரும் ஆபத்துகளையும் கொண்டிருந்தன; ஒரு மோகினி, தனது ஆசை தீர்ந்தவுடன், தன் காதலர்களுக்கு மரணத்தைப் பரிசளிக்கக்கூடும்.

அயர்லாந்திலும் ஸ்காட்லாந்திலும் 'மோகினிகளின் மக்களுக்கு' (People of Faery) நிலத்தடி வசிப்பிடங்கள் ஒதுக்கப்படுகின்றன, தாங்கள் கடத்தி வந்த குழந்தைகளையும் மனிதர்களையும் அங்கே அவர்கள் ஒளித்து வைப்பார்கள். வயல்வெளிகளில் அவர்கள் தோண்டியெடுக்கும் கல்-அம்பு முனைகள் ஒருகாலத்தில் மோகினிகளுக்குச் சொந்தமாக இருந்ததாகவும் ஒரு நம்பிக்கை உண்டு. குறைபடாத மருத்துவ சக்திகளை ஐரிஷ் விவசாயிகள் இவற்றுக்கு வழங்குகிறார்கள். ஏட்ஸின் ஆரம்பகட்டக் கதைகளில், மோகினிகள் பற்றி கிராம மக்களிடையே புழங்கி வந்த சங்கதிகள் குறித்து, எண்ணற்ற விவரங்கள் காணக்கிடைக்கின்றன. அவற்றுள் ஒன்றில் கிராமத்துப் பெண்ணொருத்தி அவரிடம் இதைச் சொல்கிறாள்:

நரகத்தையோ பேய்களையோ அவள் நம்பவில்லை. மக்களை நல்லவர்களாக வைத்திருக்க பூசாரிகள் கண்டுபிடித்ததுதான் நரகம்; மேலும் அவளின் நம்பிக்கையில், தங்களுடைய சொந்த விருப்பத்தின்

 112 | ஹோர்ஹே லூயிஸ் போர்ஹெஸ்

பேரில் உலகத்தைச் சுற்றி வந்து 'வலை பின்ன' பேய்களுக்கு அனுமதி மறுக்கப்படலாம்; ஆனால் அங்குதான் மோகினிகளும் குட்டியான லெப்ரெகான்களும் (Leprechaun) இருக்கின்றன, நீர்வாழ்-குதிரைகளும், உடன் வீழ்த்தப்பட்ட தேவதைகளும்.

பாடல், இசை மற்றும் பச்சை நிறத்தின் மேல் மோகினிகளுக்கு ஈடுபாடு உண்டு. 'அயர்லாந்தில் உள்ள (சிறிய) மனிதர்கள் மற்றும் மோகினிகள் சில சமயங்களில் நமது உயரத்தைக் கொண்டிருக்கிறார்கள், சில சமயங்களில் நம்மைக் காட்டிலும் உயரமாக, மேலும் சில சமயங்களில், எனக்குச் சொல்லப்பட்டதைப் போல, கிட்டத்தட்ட மூன்றடி உயரம் இருக்கிறார்கள்' என்கிறார் ஏட்ஸ். பதினேழாம் நூற்றாண்டின் முடிவில் ஸ்காட்லாந்தைச் சேர்ந்த ஒரு தேவாலயவாசி, அபேர்ஃபாயிலின் புனித ராபர்ட் கிர்க் (Reverend Robert Kirk of Aberfoyle), ஒரு ரகசிய இனக்குழு: அல்லது சுரங்கங்களில் (உடன் பெரும்பாலும்) கண்ணுக்குப் புலப்படாமல் இதுகாறும் வாழ்ந்து வருகிற மனிதர்களின் இயல்புகள் மற்றும் செய்கைகளைப் பற்றிய கட்டுரை, ஃபான்கள் (Faun - கொம்பும் வாலும் கொண்ட பண்டைய ரோமாபுரி தெய்வம்) மற்றும் மோகினிகள் எனும் பெயரால் அவர்கள் அழைக்கப்பட்டார்கள், அல்லது ஸ்காட்லாந்தின் தாழ்வான பகுதிகளில் லைக் (lyke) என, புலன்களைத் தாண்டிய உணர்வு கொண்டவர்களால் விவரிக்கப்பட்டதன் அடிப்படையில் எழுதியது எனும் பிரதியை எழுதினார். 1815-ம் வருடம், அந்தப் புத்தகத்தை சர் வால்டர் ஸ்காட் மீண்டும் பதிப்பித்தார். திருவாளர் கிர்கைப் பற்றி, தங்களுடைய ரகசியங்களை வெளிப்படுத்தியதால் மோகினிகள் அவரைக் கடத்திப் போனார்கள் என சொல்லப்படுகிறது.

இத்தாலியின் கடல்களில், மிகக்குறிப்பாக மெஸ்ஸினா ஜலசந்தியில், கானல்களைத் தோற்றுவிக்கும் ஃபாடா மோர்கானா (Fata Morgana) கடலோடிகளைக் குழப்பி அவர்களுடைய கப்பல்களைத் தரைதட்ட வைக்கும்.

৪০ ০৪

Fastitocalon

ஃபாஸ்டிடோகலோன்

114 | ஹோர்ஹே லூயிஸ் போர்ஹெஸ்

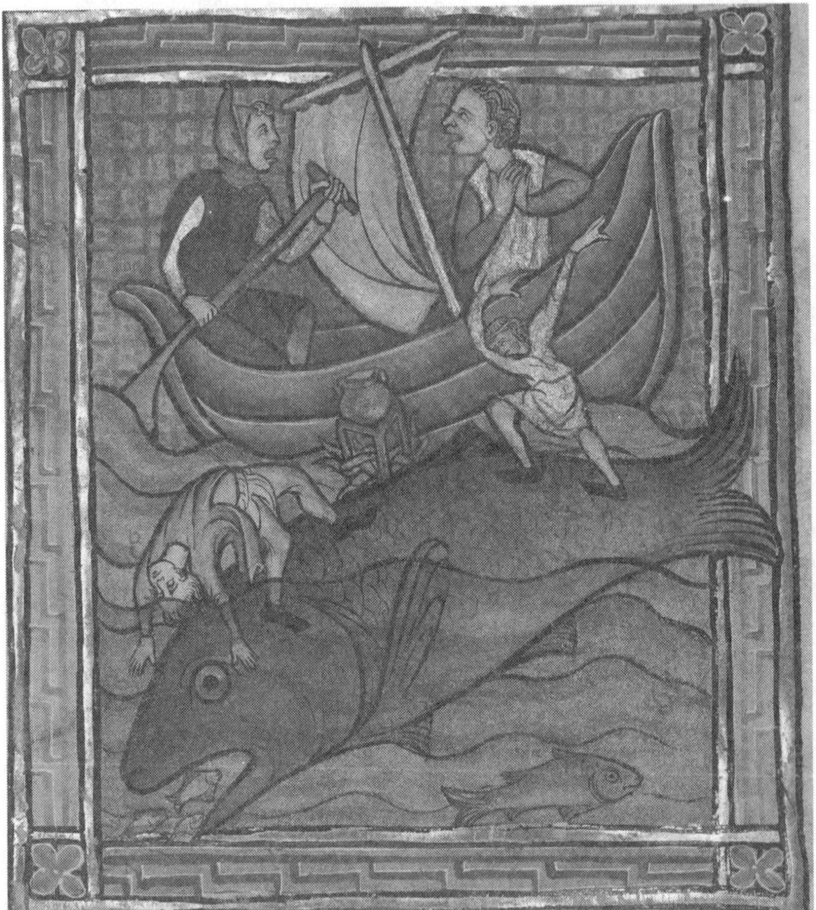

இரண்டு நூல்கள் பரிசுத்த ஆவியால் எழுதப்பட்டதாக வரலாற்று மத்திம காலங்கள் சொல்கின்றன. முதலாவது, அனைவரும் அறிந்ததைப் போல, வேதாகமம்; இரண்டாவது, இந்த மொத்த உலகமும், இதன் உயிரினங்கள் அனைத்தினுள்ளும் நற்சிந்தனைகள் விதைக்கப்பட்டிருக்கின்றன. இந்தச் சிந்தனைகளை விளக்குவதற்காக, உடலியங்கியல், அல்லது விலங்குகளைப் பற்றிய கட்டுக்கதைகள் (Bestiary) என்பவை தொகுக்கப்பட்டன, பறவைகள், மிருகங்கள் மற்றும் மீன்களைப் பற்றிய தகவல்கள் உருவகக்கதைகளோடு அவற்றில் இணைக்கப்பட்டன. அப்படியானதொரு ஆங்கில-சாக்ஸன் தொகுப்பிலிருந்து, கோர்டோனால் மொழிபெயர்க்கப்பட்ட, பின்வரும் பகுதியை நாம் எடுத்தாள்கிறோம்:

இப்போதென் சொல்நயத்தால் நானொரு கவிதையின் வாயிலாகப் பேசுவேன், ஒரு பாடல், ஒரு வகை மீனைப் பற்றி, வல்லமை வாய்ந்த திமிங்கலத்தைப் பற்றி. நாம் கவலைகொள்ளும்படி அநேகமும் அது மிக ஆபத்தானதாயிருப்பதோடு கடலோடிகளிடம் மூர்க்கத்தனமாக நடந்து கொள்கிறது. ஃபாஸ்டிடோகலோன் எனும் பெயர் அதற்கு வழங்கப்பட்டுள்ளது, கடல் நீரோட்டத்தில் மிதப்பவன் எனப் பொருள். அதன் உருவம் கடினமான பாறையை ஒத்திருக்கிறது, உள்ளதிலேயே பெரியதாக இருக்கக்கூடிய கடற்பாசி, மணற்திட்டுகளால் சேணமிடப்பட்டு, கரையினோரமாக மிதந்து கொண்டிருப்பதைப்போல, ஆக கடலோடிகள் தங்களுடைய விழிகளால் ஏதோ தீவைப் பார்த்ததாக நம்பத் தலைப்படுவார்கள்; பிறகு அவர்கள் முன்பக்கம்-உயர்ந்திருக்கும் கப்பல்களை அந்தப் பொய்யான நிலத்தில் கம்பிகளைக் கொண்டு இறுகப் பிணைப்பார்கள், நீரின் விளிம்பில் அந்தக் கடல்-குதிரைகளை நிறுத்தி விட்டு, எந்த நடுக்கமுமின்றி தீவுக்குள் இறங்கிச் செல்வார்கள். நீர்சூழ, கப்பல்கள், கரையினோரம் அமைதியாக நின்றிருக்கும். பிறகு, சோர்வோடு, எந்த ஆபத்தையும் எதிர்நோக்காமல், கடலோடிகள் கூடாரமமைத்துத் தங்குவார்கள். தீவின் மீது நெருப்பு மூட்டி மாபெரும் ஜுவாலையை அவர்கள் உருவாக்குவார்கள்; மிகவும் சோர்வடைந்தவர்களாயிருக்கும் அம்மனிதர்கள், மிகுந்த மகிழ்ச்சியோடு, ஓய்வுக்காக ஏங்குவார்கள். சதிமானத்தில் திறன் படைத்த அந்த மிருகம், பிரயாணிகள் தன் மீது திடமாக அமர்ந்திருப்பதையும், எக்கவலையுமின்றி நிலைகொண்டிருப்பதையும், அற்புதமான பருவநிலையைக் கொண்டாடுவதையும் உணரும் தருணத்தில், பிறகு சட்டென்று அந்தக் கடல்வாழ் மிருகம் தன்னுடைய இரையோடு

சேர்ந்து உப்பு நீருக்குள் மூழ்கிடும், ஆழங்களுக்குச் சென்று, மரண அரங்கில் மூழ்கிச் சாகும் வகையில் கப்பல்களையும் மனிதர்களையும் கடலிடம் ஒப்படைக்கும்.

அதற்கு, அந்தப் பெருமைமிகு கடற்பயணிக்கு, மிக விந்தையான மற்றொரு வழக்கமும் உண்டு. கடலுக்குள் பசி அதை வதைக்கும்போது.. பிறகு அந்தக் கடலின் பாதுகாவலன் தனது வாயைத் திறக்கும், உதடுகள் மிக அகலமாக. உள்ளிருந்து மனோகரமான நறுமணம் கிளம்பும், மற்ற மீன் வகையினங்கள் எல்லாம் நம்பி ஏமாந்து போகும் வகையில்; எனவே அந்த இனிமையான நறுமணம் கிளம்பும் இடத்தைத் தேடி அவை வேகமாக நீந்தும். எந்த யோசனையுமின்றி திரளாக அங்கே உள்நுழைந்திடும், அகலத் திறந்த தாடை முழுதாய் நிரம்பும்வரை. பிறகு சட்டென்று மூர்க்கமாக ஒன்றோடொன்று மோதும் அந்தத் தாடைகள், சூறையை உள்ளுக்குள் மொத்தமாக வைத்து அடைத்து விடும். ஆக இது அத்தனை மனிதனுக்கும் பொருந்தும், எவனொருவன்.. தவறான ஆசை என்னும் இனிய நறுமணம் தன்னை வீழ்த்த அனுமதிக்கிறானோ, மாட்சிமை பொருந்திய அரசருக்கெதிராக பாவங்கள் செய்த குற்றத்துக்கு அவன் ஆளாகிறான்.

இதே கதைதான் *அரேபிய இரவுகளில்* சொல்லப்படுகிறது, புனித ப்ரெண்டனின் தொன்மக்கதையிலும், மேலும் மில்டனின் *தொலைந்த சொர்க்கத்தில்*, ஒரு திமிங்கலம் 'நார்வேயின் கடல்நுரையின் மீது அயர்ந்துறங்குவதை' அது நமக்குக் காட்டுகிறது. பேராசிரியர் கோர்டோன் நம்மிடம் எடுத்துரைக்கிறார், 'முந்தைய வடிவங்களில் கடல் ஆமையாக இருந்த இம்மிருகம் ஆஸ்பிடோகலோன் என்று அழைக்கப்பட்டது. காலத்தில் பெயர் மாறிட, ஆமைக்குப் பதில் திமிங்கலம் வந்து சேர்ந்தது.'

ஐ ௸

Fauna of Chile

சிலியின் விலங்கினங்கள்

சிலி தேசத்தின் கற்பனையில் பொதிந்திருக்கும் மிருகங்களுக்கான நம் தலைமை ஆதாரமாக இருக்கக்கூடியவர் ஹூலியோ விகுனா சிஃபுயந்தஸ் *(Julio Vicuna Cifuentes)*, அவருடைய கட்டுக்கதைகளும் மூடநம்பிக்கைகளும் வாய்மொழி மரபிலிருந்து உருவான பல்வேறு தொன்மங்களைத் தொகுக்கிறது. பின்வரும் பகுதிகளில் ஒன்றைத் தவிர மற்றதெல்லாம் இந்தப் பிரதியிலிருந்துதான் எடுத்தாளப்பட்டுள்ளன. ஸோரோபேபல் ரோட்ரிகுவெஸின் *(Zorobabel Rodriguez)* *சிலி தேசத்துப் பண்புகளின் அகராதியில்* (Dictionary of Chileanisms) கல்கோனா *(Calchona)* பதிவு செய்யப்பட்டுள்ளது, சாண்டியாகோ டி சிலியில் 1875-இல் அது பதிப்பிக்கப்பட்டது.

இரவில் மட்டும் நடமாடும் பறவையான *அலிகாண்டோ* (Alicanto) தன் உணவை தங்கம் மற்றும் வெள்ளி நாளங்களில் தேடக்கூடியது. தங்கத்தை உண்டு வாழ்கிற வகையினத்தை, அதன் இறக்கைகளை விரித்துக் கொண்டு ஓடும்போது (ஏனென்றால் அவற்றால் பறக்க முடியாது) மினுங்கும் பொன்னிறத்தால் அடையாளம் காணலாம்; வெள்ளியை உண்டு வாழும் அலிகாண்டோவை, யாரும் எதிர்பார்க்கக்கூடியதைப் போல, வெள்ளி நிறத்தில் வீசும் ஒளியைக் கொண்டு அறியலாம்.

இந்தப் பறவையால் பறக்கவியலாமல் போனதற்கு இறக்கைகள் காரணமல்ல, அவை பூரண இயல்பில்தான் உள்ளன, ஆனால் அதன் தொண்டைப்பையில் இறங்கும் கனமான கனிம உணவின் பொருட்டே அவற்றால் பறக்க முடிவதில்லை. பசியோடிருக்கும் நேரத்தில் அவை வேகமாக ஓடுகின்றன; தொண்டையைப் பிடிக்குமளவு உண்டபிறகு அவற்றால் நகரக்கூட முடிவதில்லை.

கனிம வேட்டையர்களும் சுரங்கப் பொறியாளர்களும் அலிகாண்டோ பறவை வழிகாட்டியாகக் கிடைக்கும் அதிர்ஷ்டத்தைப் பெற்றால்

தங்களுக்குப் புதையல் கிடைத்ததாகவே நம்பினார்கள், ஏனென்றால் மறைந்திருக்கும் தாதுப்பொருட்களைக் கண்டுபிடிக்க அந்தப் பறவை அவர்களுக்கு உதவக்கூடும். என்றாலும் கூட, கனிம வேட்டையர்கள் மிகுந்த கவனத்தோடு இருக்க வேண்டும், ஒருவேளை, தான் பின்தொடரப்படுவதாக அந்தப் பறவை சந்தேகங்கொள்ளும் பட்சத்தில், தன்னுடைய உடலின் ஒளியை மங்கச்செய்து இருளுக்குள் கலந்து விடும். தன் பாதையை சட்டென மாற்றிக் கொண்டு, பின்தொடர்பவர்களை எல்லையற்ற பாழ்வெளிக்குள் அது தள்ளி விடும் சாத்தியமும் உண்டு.

நியூஃபவுண்ட்லேண்ட் (கனடா) நாயினத்தைச் சேர்ந்த ஒரு வகை மிருகம்தான் கல்கோனா, மயிர் கத்தரிக்கப்படாத கிடாவைக் காட்டிலும் அடர்த்தியான ரோமத்தோடும் வெள்ளாட்டுக்கிடாவை விட அதிக தாடியோடும் அது காணப்படும். வெண்ணிறத்தில், மலையில் பிரயாணிப்பவர்களுக்கு முன் தோன்றிட அடர்த்தியான இரவுகளையே அது தேர்ந்தெடுக்கும், அவர்களுடைய மதியவுணவுக் கூடைகளைப் பறித்த பிறகு முகத்தைக் கடுமையாக வைத்துக்கொண்டு அச்சுறுத்தல்களை முணுமுணுக்கும்; குதிரைகளையும் அது பயமுறுத்தும், சட்டத்துக்குப் புறம்பானவர்களை வேட்டையாடுவதோடு அத்தனை வகை தீமைகளிலும் அது ஈடுபடும்.

மனிதத்தலை வடிவில் இருக்கும் மிருகம் *சான்சான்* (Chonchon); அளவில் மிகப்பெரிய அவற்றின் காதுகள், அமாவாசை இரவுகளில், பறப்பதற்கான இறக்கைகளைப் போல உதவுகின்றன. சூனியக்காரர்களின் சக்திகளனைத்தும் சான்சான்களுக்கு வழங்கப்பட்டிருப்பதாக ஒரு நம்பிக்கையும் உண்டு. தொந்தரவு செய்தால் இவை மிகவும் ஆபத்தானவையாக மாறுகின்றன, இது குறித்து எண்ணற்ற தொல்கதைகள் சொல்லப்படுவதுண்டு.

கெட்ட நிமித்தத்தை முன்னறிவிக்கும் தங்களின் ட்யூ, ட்யூ, ட்யூவை இசைத்தவாறு தலைக்கு மேலே பறந்து செல்லும் இந்தப் பறவையினத்தைக் கீழிறக்க எண்ணற்ற வழிகள் உண்டு, அவற்றின் இருப்பைக் காட்டிக்கொடுக்கும் ஒரே அடையாளம் அந்தச் சத்தம்தான், ஏனென்றால் சூனியக்காரர்களைத் தவிர வேறு யாருடைய பார்வைக்கும் அவை தட்டுப்படாது. பின்வருபவை யாவும் யூகமாகத்தான் வலியுறுத்தப்படுகின்றன: வெகு சிலர் மட்டுமே அறிந்த ஒரு பிரார்த்தனையை - பகிரங்கமாக அதை அறிவிக்க அவர்கள் மறுக்கிறார்கள்

- ஓதுவது அல்லது பாடுவதன் வழியாக; குறிப்பிட்ட பன்னிரெண்டு வார்த்தைகளை இருமுறை உச்சாடனம் செய்வதன் வழியாக; சாலமனின் முத்திரையைத் *(Seal of Solomon)* தரையின் மீது அடையாளமிடுவதன் வழியாக; மேலும் இறுதியாக, ஓர் அரைச்சட்டையை அகலத் திறந்து குறிப்பிட்டதொரு வகையில் அதை விரித்து வைப்பதன் வழியாகவும். தன் இறக்கைகளை மூர்க்கமாக அசைத்தவாறே சான்சான் வீழ்ந்திடும், எத்தனை தீவிரமாக முயற்சி செய்தாலும் மற்றொரு சான்சான் உதவிக்கு வரும்வரை மீண்டும் அதனால் பறக்க முடியாது. பொதுவாக, இச்சம்பவம் இதோடு முற்றுப்பெறுவதில்லை, ஏனெனில், முன்னோ பின்னோ, தன்னைக் கேலி செய்தவர்கள் யாராயிருந்தாலும் சான்சான் அவர்களைப் பழிதீர்த்துக் கொள்ளும்.

நம்பத்தகுந்த சாட்சிகளே பின்வரும் கதையைச் சொல்லியிருக்கிறார்கள். லிமாச்சேயில் உள்ள ஒரு வீட்டினுள்ளே விருந்தினர்கள் கூடியிருந்த இரவில், தாறுமாறாக ஒலித்த சான்சானின் அலறல்கள் திடீரென்று வெளியே கேட்கத் தொடங்கின. யாரோவொருவர் சாலமனின் முத்திரையை வரைய, கனமான பொருள் ஒன்று புறக்கடையில் வீழ்ந்தது; அதுவொரு பெரிய பறவை, வான்கோழியின் பருமனோடிருந்ததோடு சிவப்புநிறத் தாடையோடிருந்த தலையையும் கொண்டிருந்தது. அதன் தலையை வெட்டி அவர்கள் நாய்க்குப் போட்டார்கள், பிறகு உடலைக் கூரையின் மீது தூக்கி வீசினார்கள். மறுகணம் காதுகளைச் செவிடாக்கும் சான்சான்களின் உறுமலை அவர்கள் கேட்டார்கள், அதே சமயத்தில், ஏதோ அந்த மிருகம் மனிதனின் தலையை விழுங்கிவிட்டது என்பதைப் போல நாயின் வயிறு வீங்கியிருப்பதையும் கவனித்தார்கள். மறுநாள் காலை சான்சானின் உடலைத் தேடி அவர்கள் அலைந்தது வீணானது; கூரையிலிருந்து அது மறைந்திருந்தது. அதே நாளில் அடையாளம் தெரியாத நிறைய ஆட்கள் ஒரு உடலைப் புதைக்க வந்ததாகவும், அவர்கள் சென்றபிறகுதான், அந்த உடல் தலையில்லாமல் இருப்பதை தான் உணர்ந்தாகவும் சில காலம் கழித்து நகரத்தின் வெட்டியான் தெரிவித்தான்.

ஹைட் *(Hide)* என்பது கடலில் வாழக்கூடிய ஒரு எண்காலி, தட்டையான வடிவில் விரிக்கப்பட்ட பசுத்தோலின் தோற்றத்தையும் கனபரிமாணங்களையும் அது கொண்டிருந்தது. அதன் உடலிலுள்ள விளிம்புகள் யாவும் எண்ணற்ற கண்களால் நிறைந்திருக்கின்றன, உடன், அதன் தலையென்பதைப்போலத் தோற்றமளிக்கும் பகுதியில் இன்னும்

பெரிய அளவில் மேலும் நான்கு கண்கள் அதற்கு இருக்கின்றன. மனிதர்களோ அல்லது மிருகங்களோ நீருக்குள் இறங்கும் போதெல்லாம், மேற்பரப்புக்கு வருகிற ஹைட் எதிர்த்து போராடவியலாத விசையோடு அவர்களை விழுங்கி ஒரு சில நொடிகளில் விரைவாக மென்று முழுங்கவும் செய்கிறது.

ஹுவாலிப்பென் (Huallepen) என்பது மூர்க்கமும், ஆற்றலும், நாணமும் கொண்ட நிலநீர்ப்பிராணி; மூன்றடிக்குக் குறைவான உயரத்தில், கன்றுக்குட்டியின் தலையையும் வெள்ளாட்டின் உடலையும் அது கொண்டிருந்தது. கணநேரத்தில் ஆடுகளின் மீதும் மாடுகளின் மீதும் தாவி ஏறிடும், தாய் எந்த இனமோ அதே இனத்தைச் சேர்ந்ததொரு குட்டியை அவற்றுக்குள் விதைக்கும், ஆனால் அந்தக் குட்டிகளின் வளைந்த குளம்புகளைக் கொண்டும் சில சமயங்களில் வளைந்திருக்கும் மோவாய்ப்பகுதிகளைக் கொண்டும் நாம் அடையாளங்காணலாம். ஒரு கர்ப்பிணிப்பெண் ஹுவாலிப்பென்னைப் பார்த்தாலோ, அல்லது அதன் உக்காரத்தைக் கேட்டாலோ, அல்லது வரிசையாக மூன்று இரவுகள் அதைப் பற்றி கனவு கண்டாலோ, வடிவம் தப்பிப் பிறக்கும் குழந்தையை அவள் ஈன்றெடுப்பாள். ஹுவாலிப்பென் பெற்றெடுத்த மிருகத்தை அவள் பார்க்க நேர்ந்தாலும் இதே கதைதான் நடக்கும்.

உறுதியான தேரையின் (Strong Toad) முதுகுப்பகுதி கடல் ஆமையைப் போல கனமான ஓட்டினால் மூடப்பட்டிருக்கும் என்கிற வகையில், மற்ற தேரைகளிலிருந்து அது மாறுபட்ட கற்பனையான மிருகமாயிருக்கிறது. இந்தத் தேரை இருட்டில் மின்மினிப்பூச்சியைப் போல மின்னுவதோடு எரித்துச் சாம்பலாக்கினால் மட்டுமே அதனைக் கொல்ல முடியும் எனுமளவு மிக உறுதியானதாகவும் இருக்கும். அம்மிருகத்தின் பெயருக்கான காரணம் அதன் வெறித்த பார்வையின் மாபெரும் சக்தியே, தன் எல்லைக்குட்பட்ட எதையும் ஈர்க்கவோ அல்லது உந்தியெறியவோ அந்தப் பார்வையை அது பயன்படுத்தும்.

Fauna of China

சீனாவின் விலங்கினங்கள்

விசித்திர மிருகங்களைப் பற்றிய பின்வரும் பட்டியல் *தா'ய் பி'ங் குவாங் சி (T'ai P'ing Kuang Chi* - அமைதி மற்றும் வளர்ச்சியின் காலகட்டத்தில் உருவாக்கப்பட்ட விரிவான ஆவணங்கள்) என்பதிலிருந்து எடுக்கப்பட்டுள்ளது, 978-இல் முடிக்கப்பட்டு அது 981-இல் பதிப்பிக்கப்பட்டது:

தேவலோகக் குதிரை (Celestial Horse) கருப்பு நிறத் தலையோடிருக்கும் வெள்ளை நிற நாயை ஒத்திருக்கிறது. சதையாலான இறக்கைகளைக் கொண்டிருப்பதோடு அதனால் பறக்கவும் முடியும்.

சியாங்-லியாங் (Chiang-liang) புலியின் தலையையும், மனித முகத்தையும், நீளமான அவயங்களையும், நான்கு துதிக்கைகளையும், மேலும் அதன் பற்களுக்கிடையில் ஒரு நாகத்தையும் கொண்டிருக்கிறது.

செந்நிற ஆற்றுப்படுகையின் மேற்குப்பகுதியில் அலைந்து திரியும் *சௌ-டி (Ch'ou-t'i)* எனும் மிருகத்துக்கு முன்புறம் பின்புறம் என இரண்டு பக்கமும் ஒரு தலை இருக்கிறது.

சு'வான்-தோ'வில் (Ch'uan-T'ou) வசித்த உயிரினங்கள் மனிதத் தலைகளையும் வௌவாலின் இறக்கைகளையும் பறவையின் அலகையும் கொண்டிருந்தன. பச்சையான மீன்களை மட்டுமே உண்டு அவை வாழ்ந்தன.

நீண்ட கரங்களின் தேசத்தில், குடிமக்களின் கைகள் தரை வரை தாழ்ந்து தொங்கின. கடல்முனையில் மீன்பிடித்து அவர்கள் வாழ்ந்து வந்தார்கள்.

ஆந்தையைப் போலிருந்தாலும் *சியாவ் (Hsiao)* மனித முகத்தையும், மனிதக்குரங்கின் உடலையும் நாயின் வாலையும் கொண்டிருந்தது. அதன் வருகை நீண்ட வறட்சியை முன்னறிவிக்கக்கூடியதாகும்.

மனிதக்குரங்குகளைப் போன்றவைதான் *சிங்-சிங் (Hsing-Hsing).* வெள்ளை நிற முகத்தையும் கூர்மையான காதுகளையும் கொண்டிருக்கும். மனிதர்களைப் போல நிமிர்ந்து நடப்பதோடு மரங்களில் ஏறவும் செய்யும்.

கற்பனையான உயிரிகளின் புத்தகம் / 121

கடவுள்களை எதிர்த்துப் போரிட்டதற்காக சிரச்சேதம் செய்யப்பட்ட உயிரிதான் *சிங்-டி'யென் (Hsing-T'ien)*, எனவே அது காலங்காலமாகத் தலையில்லாமல் இருக்கிறது. அதன் கண்கள் மார்பிலும் நாபிச்சுழி வாயிலும் இருக்கின்றன. காலி நிலங்களிலும் மற்ற திறந்தவெளிப் பிரதேசங்களிலும் மேலும் கீழுமாகத் துள்ளுவதோடு தாவிக்குதிக்கவும் செய்கிறது, கோடாரியையும் கவசத்தையும் அது ஏந்தியிருக்கிறது.

ஹுவா-மீன் (Hua-Fish), அல்லது பறக்கும் பாம்புமீன், ஒரு மீனைப் போலத் தோன்றினாலும் பறவையின் இறக்கைகளைக் கொண்டிருக்கிறது. அதன் வருகை வறட்சிக்காலத்தை முன்கூட்டியே தெரிவிப்பதாக அமைந்திடும்.

மலைத்தொடர்களில் வசிக்கும் *ஹுய் (Hui)* மனிதத்தலையோடு இருக்கும் நாயைப் போலத் தோற்றமளிக்கிறது நன்கு தாவிக்குதிப்பதோடு அம்பின் வேகத்தோடு நகரக்கூடியது; இதன் காரணமாகவே அதன் தோற்றம் சூறாவளிகளின் வருகையை முன்னறிவிக்கும் வகையில் அமைந்துள்ளது. ஒரு மனிதனைப் பார்க்கும் சமயத்தில் ஹுய் கேலியாகச் சிரிக்கும்.

சர்ப்பத்தின் தலையையும் நான்கு இறக்கைகளையும் கொண்டிருக்கிறது இசைக்கும் சர்ப்பம். இசைக்கற்களில் இருந்து வெளியாவது போன்ற சத்தங்களை அது உருவாக்குகிறது.

சமுத்திர மனிதர்கள் மனிதத்தலைகளும் கைகளும் கொண்டிருக்கிறார்கள், மேலும், மீனின் உடலும் வாலும். புயலடிக்கும் மோசமான பருவநிலைகளின்போது அவர்கள் மேற்பரப்புக்கு வருவார்கள்.

மந்திர நீரின் தேசத்தில் வாழும் *பிங்-ஃபெங் (Ping-Feng)* இருபுறமும் தலையோடிருக்கும் கறுப்புநிறப் பன்றியின் தோற்றத்தை ஒத்திருக்கிறது.

விந்தையான கரங்களின் பிரதேசத்தில், மனிதர்கள் ஒற்றைக்கையோடும் மூன்று கண்களோடும் இருந்தார்கள். அபாரமான செயல்திறன் கொண்ட அம்மக்கள் புஷ்பக விமானங்களை நிர்மாணித்து காற்றில் பறந்து செல்வார்கள்.

வானத்தின் மலைத்தொடர்களில் பறந்து திரிகிற பறவைதான் *டி-சியாங் (Ti-Chiang)*. பிரகாசமான சிவப்பே அதன் நிறம், ஆறு கால்களையும் நான்கு இறக்கைகளையும் கொண்டிருக்கும், ஆனால் அதற்கு முகமோ கண்களோ இருக்காது.

Fauna of Mirrors

ஆடிகளில் வசிக்கும் விலங்கினங்கள்

பதினெட்டாம் நூற்றாண்டின் முதற்பாதியில் பாரிஸில் வெளியான *உபதேசங்களும் விசித்திரங்களும் நிரம்பிய கடிதங்களின் (Lettres edifiantes et curieuses)* தொகுதிகளுள் ஒன்றில், இயேசுவின் சமூகத்தைச் *(Society of Jesus)* சேர்ந்த பாதிரியார் ஃபோண்டிச்சினோ, கண்டோன் நகரத்தின் பொதுமக்களிடையே நிலவி வந்த மூடநம்பிக்கைகள் மற்றும் தவறான கற்பிதங்களைப் பற்றிய ஆய்வொன்றை நடத்தத் திட்டமிட்டார்; நகர்ந்து கொண்டேயிருக்கும் பிரகாசமான உயிரினமாக மீன் இருந்ததையும், யாரும் அதை ஒருபோதும் பிடித்ததில்லை என்பதையும், ஆனால் பலரும் அதை ஆடிகளின் ஆழங்களில் பார்த்திருப்பதாகச் சொன்னதையும் தன்னுடைய ஆரம்பக்கட்ட விவரணையில் அவர் குறிப்பிடுகிறார். 1736-இல் பாதிரியார் ஃபோண்டிச்சினோ மரித்தார், அவருடைய எழுதுகோல் ஆரம்பித்து வைத்த பணி முற்றுப்பெறாமலே இருந்தது; கிட்டத்தட்ட 150 வருடங்களுக்குப் பிறகு பாதியில் தடைப்பட்ட அப்பணியைத் தொடர ஹெர்பர்ட் ஆலன் கைல்ஸ் முற்பட்டார். கைல்ஸின் கூற்றுப்படி, மீனைப் பற்றிய நம்பிக்கை என்பது மஞ்சள்நிறப் பேரரசரின் புராண காலந்தொட்டு வழங்கிவந்த மாபெரும் தொன்மத்தின் ஒரு பகுதியே.

அந்நாட்களில் ஆடிகளின் உலகமும் மனிதர்களின் உலகமும், இன்றிருப்பதைப் போல, ஒன்று மற்றொன்றிலிருந்து துண்டிக்கப்பட்டிருக்கவில்லை. அல்லாமலும், அவை வித்தியாசங்களைக் கொண்டிருந்தன; உயிரினங்களோ அல்லது நிறங்களோ அல்லது வடிவங்களோ ஒன்றுபோல இருக்கவில்லை. இரண்டு இராஜ்யங்களும், ஆடிகளினுடையதும் மனிதர்களினுடையதும், ஒன்றோடு ஒன்று இசைந்து வாழ்ந்தன; ஆடிகளின் வழியே நீங்கள் வந்து போகலாம். ஓரிரவில் ஆடியின் மனிதர்கள் பூமியின் மீது படையெடுத்து வந்தனர். அவர்களின் ஆற்றல் அளப்பரியதாக இருந்தது, ஆனால் இரத்தக்களரியான அந்தப் போரின் முடிவில் மஞ்சள்நிறப் பேரரசரின் மாயமந்திரங்களே வெற்றிபெற்றன. ஊடுருவல்காரர்களை அவர் புறமுதுகிட்டு ஓடச் செய்தார்,

அவர்களுடைய ஆடிகளுக்குள்ளாகவே அவர்களைச் சிறைவைத்து, ஒரு வகைக் கனவென்பதைப்போல, மனிதர்களின் அத்தனை செய்கைகளையும் அப்படியே திருப்பிச்செய்யும் பணியை அவர்களுக்குத் தந்தார். அவர்களுடைய ஆற்றலையும் வடிவங்களையும் பறித்து அடிமைத்தனமான வெற்று பிரதிபலிப்புகள் எனும் நிலைக்குத் தாழ்த்தினார். என்றாலும் கூட, அந்த மந்திரக்கட்டு அவிழ்ந்திடும் நாள் என்றேனும் வரும்.

முதலில் கண்விழிக்கக்கூடியது மீனாகத்தான் இருக்கும். ஆடியின் ஆழத்தில் வெகு மெலிதான ஒரு கோட்டினை நம்மால் பார்த்துணரவியலும், இந்தக் கோட்டின் நிறம் வேறு எந்த நிறத்தைப் போலவும் இருக்காது. பிற்பாடு, மற்ற வடிவங்களும் சுற்றிச்சுழல ஆரம்பிக்கும். மெல்ல மெல்ல நம்மிடமிருந்து அவை வேறுபடத் தொடங்கும்; மெல்ல மெல்ல நம்மைப் பின்பற்றுவதை அவை நிறுத்தும். கண்ணாடி அல்லது கனிமத்தால் ஆன தடைகளைத் தகர்த்து அவை உள்நுழையும், இம்முறை அவை தோற்காது. அதே சமயத்தில் நீரின் உயிரினங்களும் இந்த ஆடியின் மிருகங்களோடு போர்முனையில் இணைந்து கொள்ளும்.

யுனானில் (Yunnan - சீனாவில் உள்ள ஒரு மாகாணம்) உள்ள மக்கள் மீனைப் பற்றிப் பேசுவதில்லை, மாறாக ஆடியில் வசிக்கும் புலியைப் பற்றிப் பேசுகிறார்கள். ஊடுருவல் தீவிரமடையும்போது ஆடிகளின் ஆழங்களில் இருந்து ஆயுதங்களின் ஒலியைக் கேட்போம் என மற்றவர்கள் நம்புகிறார்கள்.

ಲ ಡ

Fauna of the United States

அமெரிக்க ஐக்கிய மாகாணங்களின் விலங்கினங்கள்

விஸ்கான்ஸின் மற்றும் மின்னசோட்டாவின் வெட்டுமர முகாம்களில் சொல்லப்படும் கட்டுக்கதைகளும் நெடுங்கதைகளும் சில தனித்துவமான உயிரினங்களை உள்ளடங்கலாகக் கொண்டிருக்கின்றன, அவற்றை, சர்வநிச்சயமாக, ஒருபோதும் யாரும் நம்பியதில்லை.

எப்போதும் ஏதோவொன்றின் பின்னால் ஒளிந்து கொள்ளும் *ஹைட்பிஹைண்ட் (Hidebehind)* இருக்கிறது. எத்தனை முறை அல்லது எந்தத்திசையில் ஒரு மனிதன் திரும்பினாலும், எப்போதும் அவனுக்குப் பின்னால் நிற்கிறது, அதன் காரணமாகவே யாராலும் அதை விவரிக்க முடிவதில்லை, வெட்டுமரத் தொழிலாளிகள் பலரைக் கொன்று விழுங்கியதாக அதன் மீது குற்றம் சுமத்தினாலும் கூட.

அடுத்து வருவது *ரோபரைட் (Roperite)*. சிறிய மட்டக்குதிரையின் அளவே இருக்கக்கூடிய மிருகம். கயிறுபோன்ற அலகைக் கொண்ட ரோபரைட் முயல்களுள் மிக வேகமானவற்றையும் சுருக்கிட்டுப் பிடிக்க அதைப் பயன்படுத்துகிறது.

டீகெட்லர் (Teakettler) எனும் தனது பெயருக்கு, அனேகமாக, கொதிக்கும் தேநீர் கெண்டி போல தான் உருவாக்கும் நாராசச் சத்தங்களுக்கு அது கடன்பட்டிருக்கிறது. ஆவியாகக்கூடிய மேகங்கள் அதன் வாயிலிருந்து வெளியேறும் என்பதோடு, எப்போதும் பின்புறமாகவே நடக்கிறது. வெகு சில முறை மட்டுமே அது பார்வைக்குத் தட்டுப்பட்டிருக்கிறது.

கோடாரி-வடிவத் தலை, கைப்பிடி-வடிவ உடல், மேலும் கட்டைகுட்டையான கால்களைக் கொண்டதாயிருக்கிறது *கோடாரிப்பிடி வேட்டைநாய் (Axehandle Hound)*. வடபிராந்திய வனங்களைச் சேர்ந்த இந்த டாக்ஷண்ட் *(Dachshund -*

நீண்ட செவிகளையுடைய குட்டையான நாய்) கோடாரிகளின் கைப்பிடிகளை மட்டுமே உண்கிறது.

இந்தப் பகுதியில் தென்படக்கூடிய மீன்களின் நடுவே நம்மால் *மேட்டுநில நன்னீர் மீனைப் (Upland Trout)* பார்க்க முடியும். மரங்களில் கூடுகட்டி வாழும் என்பதோடு நன்கு பறக்கக்கூடியவையும் கூட, ஆனால் நீரைக் கண்டால் பயப்படும்.

மற்றொரு மீனும் உண்டு, *கூஃபாங் (Goofang)*, தண்ணீர் கண்களுக்குள் நுழைந்துவிடக்கூடாது என்பதற்காகப் பின்புறமாக நீந்தக்கூடியது. 'கிட்டத்தட்ட சூரியமீனின் அளவில், இன்னும் கொஞ்சம் பெரிதாக' என்று அது விவரிக்கப்படுகிறது.

தனது கூட்டைத் தலைகீழாகக் கட்டுவதோடு பின்னோக்கிப் பறக்கிற *கூஃபஸ் பறவையை (Goofus Bird)* நாம் மறந்து விடக்கூடாது, எங்கு போகிறோம் என்பதைப் பற்றி அது கவலை கொள்ளுவதில்லை, மாறாக எங்கு இருந்தோம் என்பதை மட்டுமே அறிய விரும்புகிறது.

பால் புன்யானின் புகழ்பெற்ற பிரமிட் நாற்பதின் பக்கவாட்டுச் சரிவுகளில் கூடுகட்டி வாழ்ந்த பறவை *கில்லி காலு (Gilly galoo)*, செங்குத்தான சரிவுகளில் உருண்டோடி உடைந்திடக்கூடாது என்பதற்காக சதுரவடிவ முட்டைகளை இடும். அவற்றின் மேல் பெரும் ஆர்வம் கொண்டிருந்த வெட்டுமரத் தொழிலாளிகள் நன்கு வேகவைத்து அவற்றைப் பகடைகளாகப் பயன்படுத்தினார்கள்.

கடைசியாக வரக்கூடிய கோபுரங்களில் வாழும் *சதுப்புநிலக்கோழிக்கு (Pinnacle Grouse)* ஒற்றை இறக்கை மட்டுமே இருந்தது. கூம்பு வடிவ மலையொன்றைச் சுற்றி வரும் வகையில், ஒரு திசையில் மட்டுமே பறக்க இந்த இறக்கை அதற்கு உதவியது. பருவங்களுக்கு ஏற்றாற்போலவும் பார்வையாளரின் தன்மைக்கேற்பவும் அதன் இறகுத்தொகுதியின் வண்ணம் மாறிக் கொண்டேயிருக்கும்.

ஐ ஞ

Garuda

கருடன்

இந்துத் தெய்வங்களை ஆளும் மும்மூர்த்திகளில் இரண்டாவது கடவுளான விஷ்ணு, கடல்களை நிறைக்கும் நாகத்தின் மீது அல்லது கருடனுடைய முதுகின் மீதுதான் பயணிக்கிறார். ஓவியங்களில், நீல நிறமுடையவராகவும் நான்கு கரங்களைக் கொண்டவராகவும் விஷ்ணு சித்தரிக்கப்படுகிறார், தண்டம், சங்கு, சக்கரம் மற்றும் தாமரை ஆகியவற்றை ஒவ்வொரு கரத்திலும் ஏந்தியிருக்கிறார். பாதி கழுகாகவும் பாதி மனிதனாகவும் இருக்கிறது கருடன், ஒன்றிடமிருந்து இறக்கைகள், அலகு மற்றும் நகங்களையும் மற்ற உயிரியிடமிருந்து உடலையும் கால்களையும் அது வரித்துக் கொண்டிருக்கிறது. அதன் முகம் வெண்ணிறமாக இருக்கிறது, இறக்கைகள் பிரகாசமான ஒண்சிவப்பிலும், உடல் பொன்னிறத்திலும். வெண்கலம் அல்லது கல்லால் செய்த கருடனின் வடிவங்கள் இந்தியாவில் உள்ள கோவில்களில் வழிபடப்படுகின்றன. விஷ்ணுவின் பக்தராக மாறிய ஹீலியோடோரஸ் எனும் கிரேக்கரால் கிறித்துவகாலத்துக்கு நூறு ஆண்டுகளுக்கு முன்பு நிறுவப்பட்ட சிலை குவாலியரில் காணக்கிடைக்கிறது.

கருடபுராணத்தில் - இந்து ஞானமரபின் பல்வேறு புராணங்கள் அல்லது ஐதீகங்களில் ஒன்று - பிரபஞ்சத்தின் தொடக்கம், சூரியனாகத் திரண்டிருக்கும் விஷ்ணுவின் ஆற்றல், அவரை வழிபடும் சடங்குமுறைகள், சூரியனில் இருந்தும் நிலவில் இருந்தும் பிறந்து வந்த அரசர்களின் வம்ச வரலாறு, ராமாயணத்தின் கதை, மேலும் யாப்புமுறை, இலக்கணம், மருத்துவம் போன்ற சின்னச் சின்ன விஷயங்கள் உட்பட பலவற்றைப் பற்றியும் மிக நீளமாகக் கருடன் விவரிக்கிறது.

ஏழாம் நூற்றாண்டைச் சேர்ந்ததொரு அரசன் நிகழ்த்திய *நாகங்களின் மகிழ்ச்சி (Nagananda - Mirth of the Snakes)* எனும் நாடகத்தில், ஒவ்வொரு நாளும் கருடன் ஒரு நாகத்தைக் கொன்று விழுங்குகிறது (அனேகமாக ராஜநாகம்), பின்னர் ஒரு நாள் புத்த இளவரசனொருவன் அதற்கு அஹிம்சையை போதிக்கும் வரை. இறுதிக் காட்சியில், மனந்திருந்திய கருடன் பல யுகங்களாகத் தான் உண்ட நாகங்களின் எலும்புகளைக் கொண்டு அவற்றுக்கு மீண்டும் உயிர் தருகிறது. இது புத்தமதத்தின் மீதான பிராமணீயத்தின் பகடியாக இருக்கக்கூடும் என்கிறார் எக்கலிங் *(Eggeling)*.

குறிப்பிட்ட காலத்தைச் சேர்ந்தவர் என அறுதியிட்டுச் சொல்லவியலாத மறைஞானியான நிம்பர்கர், கருடனின் ஆன்மாவுக்கு அழிவேயில்லை என்கிறார், போலவே அதன் மகுடம், காதணிகள், மற்றும் புல்லாங்குழலுக்கும் கூட.

The Gnomes

நோம்கள்

அவற்றின் பெயரைக் காட்டிலும் நோம்களுக்கு வயது அதிகமிருக்கும், அது, கிரேக்கப் பெயராக இருந்தாலும், செவ்வியல் ஆக்கங்கள் எதிலும் தென்படுவதில்லை, மாறாக பதினாறாம் நூற்றாண்டில் இருந்துதான் காணக்கிடைக்கிறது. சொல்லிலக்கிய வல்லுனர்கள் அவ்வார்த்தைக்கு உரியவராக சுவிட்சர்லாந்தின் ரசவாதி பாராசெல்சஸைச் *(Paracelsus)* சுட்டுகிறார்கள், அவருடைய எழுத்துகளில்தான் அது முதன்முறையாகத் தோன்றியது.

அவை தரையிலும் குன்றுகளிலும் வாழக்கூடிய பிசாசுகள். பொதுபுத்தியில் புழங்கும் கற்பனைகள் அவற்றை - கரடுமுரடான தோற்றமும் வினோத அம்சங்களும் கொண்ட - தாடியோடிருக்கும் குள்ள மனிதர்களாகக் காட்சிப்படுத்துகிறது; துறவிகள் அணிவதைப் போன்ற முக்காடுகளைக் கொண்ட உடலோடு-ஒட்டிய இறுக்கமான பழுப்புநிற உடைகளை அணிகின்றன. கிழக்கிலும் கிரேக்கத்திலும் வழக்கத்திலுள்ள கிரிஃபான்கள் மற்றும் ஜெர்மானிய தொன்மங்களில் தென்படும் டிராகன்களைப் போல, நோம்களும் மறைந்திருக்கும் புதையல்களைக் காவல் காக்கின்றன.

கிரேக்கமொழியில், *நோசிஸ் (Gnosis)* என்றால் ஞானம் என்று பொருள்; விலைமதிப்பற்ற கனிமங்களை எந்தெந்த இடங்களில் தேடலாமென்பதை மிகத்துல்லியமாக அவை அறிந்திருந்த காரணத்தால் பாராசெல்சஸ் அவற்றுக்கு நோம்கள் எனப் பெயரிட்டிருக்கலாம்.

The Golem

கோலெம்

எல்லையற்ற ஞானத்தால் ஆசிர்வதிக்கப்பட்டதொரு புத்தகத்தில், எதையும் கவனக்குறைவாக விட்டுவிட முடியாது, அதில் இருக்கிற வார்த்தைகளின் எண்ணிக்கையோ அல்லது அவை அடுக்கப்பட்டிருக்கும் முறைமையோ கூட; இவ்வாறுதான் கபாலாக்கள் எண்ணினார்கள், கடவுளின் ரகசியங்களை ஊடுருவி அறியும் ஆசையால் உந்தப்பட்டு, மறைநூல்களில் உள்ள எழுத்துகளைக் கூட்டவும், ஒன்றிணைக்கவும், வரிசைகளை மாற்றியமைக்கவும் செய்கிற பணிக்குத் தங்களை முழுமையாக ஒப்புக்கொடுத்தார்கள். வேதாகமத்தின் ஒவ்வொரு பகுதியும் நான்மடங்கு அர்த்தங்களைக் கொண்டிருப்பதாக தாந்தே சொல்கிறார் - நேரடியாக, உருவகமாக, தார்மீக அடிப்படையில், மேலும் ஆன்மீக அடிப்படையில். ஜோகன்னஸ் ஸ்காடஸ் எரிகெனா *(Johannes Scotus Erigena)*, தெய்வீகமென்னும் கருத்துருவாக்கத்துக்கு நெருக்கமாக, ஒரு மயிலின் வாலில் தென்படும் வண்ணச்சாயல்களைப் போல, மறைநூல்களின் அர்த்தங்கள் எல்லையற்று விரிபவை என முன்னதாகவே அறிவித்திருந்தார். இந்தப் பார்வைக்கோணத்தை கபாலாக்கள் அங்கீகரித்திருப்பார்கள்; வேதாகமத்தில் அவர்கள் தேடிய ரகசியங்களுள் ஒன்று, வாழும் உயிரிகளை எவ்வாறு உருவாக்குவது என்பதாகும். துர்த்தேவதைகளைப் பற்றிச் சொல்லும்போது ஒட்டகத்தைப் போலப் பெரிதாகவும் பருமனாகவும் இருக்கக்கூடிய மிருகங்களை அவற்றால் உருவாக்க முடியும் என்று சொல்வார்கள், ஆனால் நுண்மையானதாகவோ அல்லது மெலிதானதாகவோ எதையும் அவற்றால் உருவாக்க முடியாது, வாற்கோதுமை நெல்லைக் காட்டிலும் சிறிதாக எதையும் உருவாக்குகிற வல்லமையை ரபி எலியேசர் *(Rabbi Eliezer)* அவற்றுக்கு மறுத்திருந்தார். எழுத்துகளின் சேர்மானங்களால் உருவாக்கப்பட்ட மனிதனுக்கு 'கோலெம்' என்கிற பெயர் வழங்கப்பட்டது; அந்த வார்த்தைக்கு, நேரடியாக, வடிவமற்ற அல்லது உயிர்ப்பற்ற மண்ணாங்கட்டி என்று அர்த்தம்.

தால்முத்தில் *(சான்ஹெட்ரின் 65 b)* நாம் வாசிக்கலாம்:

நேர்மையானவர்கள் ஓர் உலகத்தை உருவாக்க விரும்பினால், அவர்களால் அதைச் சாதிக்க முடியும். கடவுளின் சொல்லுதற்கரிய நாமங்களிலுள்ள எழுத்துகளின் வெவ்வேறு சேர்மானங்களை முயற்சித்து, ஒரு மனிதனை உருவாக்கிய ரப்பா அவனை ரபி செராவிடம் அனுப்பி வைத்தார். ரபி செரா அவனிடம் பேசினார், ஆனால் அவன் எந்த பதிலும் சொல்லாத சூழலில், அவர் சொன்னார்: 'நீ மந்திரத்தால் உருவானதொரு ஜீவன்; மீண்டும் புழுதிக்கே திரும்பிப்போ'.

ரபி ஹனினாவும் ரபி ஓஷையாவும், இரண்டு அறிஞர்கள், ஒவ்வொரு ஓய்வு தினத்தையும் சிருஷ்டியின் புத்தகத்தை *(Book of Creation)* வாசிப்பதில் கழிப்பார்கள், அதன் வழியாக, மூன்று-வயது-இருக்கக்கூடிய கன்றுக்குட்டி ஒன்றை உருவாக்கி, பிறகு அதை இரவுணவாக உட்கொள்வார்கள்.

சோப்பன்ஹவ்ர் (Schopenhauer), தன்னுடைய புத்தகமான *இயற்கையிலுள்ள விருப்பார்வம் குறித்து* (On the Will in Nature) என்பதில் எழுதுகிறார் (அத்தியாயம் 7): 'அவருடைய *ஸாபர்- பிபிலியோதெக்கினுடைய* (Zauber-bibiliothek - மாயங்களின் நூலகம்) முதல் தொகுதி பக்கம் 73-இல், ஹோர்ஸ்ட், ஆங்கில மறைஞானியான ஜேன் லீட்-இன் போதனைகளை இவ்வாறு தொகுக்கிறார்: மந்திரசக்திகளைப் பெற்றிருக்கும் யாரும், தங்களுடைய விருப்பப்படி, கனிம, தாவர மற்றும் விலங்கினங்களின் இராஜ்ஜியங்களை ஆளவும் அவற்றை மாற்றியமைக்கவும் செய்யலாம்; ஆகையால், சில மந்திரவாதிகள், ஒன்றிசைந்து பணிபுரிந்தால், நம்முடைய இவ்வுலகத்தை மீண்டும் சொர்க்கநிலைக்குக் கொண்டு செல்லலாம்.'

மேற்கில் கோலெம் அடைந்த புகழுக்கு ஆஸ்திரிய எழுத்தாளரான குஸ்தாவ் மேய்ரின்குக்கு *(Gustav Meyrink)* அது கடன்பட்டிருக்கிறது, தனது கனவுப் புதினமான *கோலெமின் (Der Golem - 1915)* ஐந்தாவது அத்தியாயத்தில் அவர் எழுதுகிறார்:

இந்தக் கதையின் தோற்றமூலம் பதினேழாம் நூற்றாண்டைச் சேர்ந்ததெனச் சொல்லப்படுகிறது. கபாலாவின் தொலைந்துபோன சூத்திரங்களின்படி, ஒரு ரபி (யூத லோ பென் பெஸபெல்) செயற்கை மனிதனொருவனை உருவாக்கினார் - மேலே குறிப்பிடப்பட்ட கோலெம் - ஆக அவன் மணிகளை ஒலிக்கச் செய்வதோடு திருக்கோவிலின் குற்றேவல் பணிகள் யாவையும் ஏற்றுக் கொள்வான் என்பதற்காக.

அவன் முழுமுற்றாக ஒரு மனிதனாக இருக்கவில்லை, ஒரு மாதிரி மங்கலாக, பாதி-நினைவுடன், வெறுமனே உயிர்த்திருக்கும் தாவரம்போலத்தான் இருந்தான். அவனுடைய நாவின் கீழ் வைத்திருந்த மந்திர மாத்திரையின் சக்தியாலும், அது ஈர்த்த பிரபஞ்ச நட்சத்திரங்களின் அளப்பரிய ஆற்றலாலும், இந்த மனிதனின் இருப்பு பகல்பொழுதுகளில் நீடித்திருந்தது.

ஓரிரவு, மாலைநேரப் பிரார்த்தனைக்கு முன்பு, கோலெமின் வாயிலிருந்து மாத்திரையை எடுக்க ரபி மறந்து போனார், ஒருவித ஆவேசத்துக்குள் மூழ்கி அவ்வுயிரினம் நகரத்தின் இருள்சூழ்ந்த பாதைகளில் ஓடத் தொடங்கி, அந்த ரபி அதைத் தேடிப்பிடித்து மாத்திரையை வெளியே எடுக்கும் வரை, தனது வழியில் குறுக்கிட்டவர்களை எல்லாம் அடித்து வீழ்த்தியது. மறுகணம் அந்த உயிரினம் ஜீவனின்றி கீழே விழுந்தது. அதன் மிச்சமாக அங்கே கிடந்ததெல்லாம் குள்ளமான களிமண் உருவம்தான், புதிய திருக்கோவிலில் இன்றும் நாமதைப் பார்க்கலாம்.

வார்ம்ஸ் *(Worms)* நகரைச் சேர்ந்த எலியேசர் கோலெமை உருவாக்கும் ரகசிய சூத்திரத்தைப் பாதுகாத்து வைத்திருந்தார். அதன் வழிமுறைகள் கிட்டத்தட்ட இருபத்து-மூன்று எதிரிணைக் கட்டங்களை உள்ளடக்கியிருந்தன, உடன் ‘221 வாயில்களின் எழுத்துருக்கள்’ *(Alphabets of the 221 Gates)* பற்றிய அறிவும் தேவையாயிருந்தது, கோலெமின் உடலுறுப்புகள் ஒவ்வொன்றின் மீதும் அவற்றை உச்சாடனம் செய்திட வேண்டும். எமெட் *(Emet)* என்கிற வார்த்தையை, அதற்கு ‘உண்மை’ என்று அர்த்தம், அதன் நெற்றியில் அடையாளமிட வேண்டும்; அவ்வுயிரினத்தை அழிக்க, மெட் *(Met)* எனும் வார்த்தையை உருவாக்கும் வகையில் முதல் எழுத்தை துடைத்தழிக்க வேண்டும், அதற்கு ‘மரணம்’ என்று அர்த்தம்.

ல ரு

கற்பனையான உயிரிகளின் புத்தகம் / 133

The Griffon

கிரி:பான்

134 | ஹோர்ஹே லூயிஸ் போர்ஹெஸ்

இறக்கைகளோடிருக்கும் அரக்கர்கள், ஒற்றைக்கண் அரிமாஸ்பியன்களுக்கும் அவற்றுக்கும் நிகழ்ந்த போர்களைப் பற்றிய தனது பதிவுகளில் கிரிஃபான்களை ஹெரோடோடஸ் *(Herodotus)* இப்படித்தான் விவரிக்கிறார்; அத்தனை ஆழமாக இல்லாதபோதும், ப்ளீனி அவற்றின் காதுகளைப் பற்றியும் வளைந்திருக்கும் அலகுகளைப் பற்றியும் சொல்கிறார், மேலும் அவற்றை அற்புத மிருகங்களெனவும் சான்றளிக்கிறார் (X, 70). அனேகமாக கிரிஃபான்களைப் பற்றிய மிக தீர்க்கமான வர்ணனைகள், பிரச்சனைக்குரிய சர் ஜான் மேண்டேவில் எழுதிய புகழ்வாய்ந்த *பயணங்களின் (Travels)* அத்தியாயம் 85-இல், காணக்கிடைக்கின்றன:

இந்த நிலத்திலிருந்து (துருக்கி) மனிதர்கள் பக்காரியா எனும் நிலத்துக்குச் செல்வார்கள், முழுக்கத் தீமை நிறைந்தவர்களும் முழுக்கக் குரூரமானவர்களும் அங்கு வசிக்கிறார்கள். கம்பளியிழைகள் காய்த்துத் தொங்கும் மரங்களை அந்நிலம் கொண்டிருக்கும், ஏதோ அவையெல்லாம் செம்மறியாடுகள் என்பதைப்போல, அவற்றிலிருந்து மனிதர்கள் உடைகளையும் கம்பளிகளைக் கொண்டு உருவாக்குகிற பொருட்களனைத்தையும் தயாரிப்பார்கள்.

அந்தத் தேசம் நிறைய நீர்யானைகளைக் கொண்டிருக்கும், சில நேரங்களில் நீரிலும் சில நேரங்களில் தரையிலும் அவை அலைகின்றன. மேலும் பாதி மனிதனும் பாதி குதிரையாயிருப்பவர்களும் அங்கு உண்டு, ஏற்கனவே நான் சொன்னதைப்போல. அத்துடன் மனிதர்களைத் தூக்கிப்போகும் சமயங்களில் அவர்களைச் சாப்பிடவும் செய்வார்கள்...

அந்தத் தேசத்தில் நிறைய கிரிஃப்பின்களும் அலைகின்றன, வேறெந்த தேசத்தைக் காட்டிலும் அதீத எண்ணிக்கையில். அவற்றின் உடலில் முன்பாதி கழுகாகவும் பின்பாதி சிங்கமாகவும் இருப்பதாகச் சிலர் சொல்கிறார்கள்; மேலும் உண்மையாகவே அவர்கள் சொல்வதும் நிஜம்தான், ஏனெனில் அப்படித்தான் அமைந்திருக்கிறது அவற்றின் வடிவம்; ஆனால் எட்டு சிங்கங்ளைக் காட்டிலும் பலமானதாகவும் சிறந்ததாகவும் இருக்கிறது கிரிஃப்பினின் உடல், அதில் ஒரு பாதியாய் உள்ளதையொத்த சிங்கங்களை விட, மேலும் நமக்கு மத்தியில் இருப்பதைப் போன்ற நூற்றுக்கணக்கான கழுகுகளை விட அதனுடல் பலமானதாகவும் சிறந்ததாகவும் இருக்கிறது. கிரிஃப்பினால், தன் கூட்டுக்குப் பறந்து செல்லும்போது, பெரிய குதிரையொன்றைத் தூக்கிச்செல்ல முடியும், சரியான இடத்தில் குதிரையை அது

கண்டுகொண்டால், அல்லது ஒன்றோடொன்று பிணைக்கப்பட்ட இரு உழவுமாடுகளைக் கூட. ஏனெனில் தன் பாதங்களுக்குக் கீழே பெரிதாகவும் நீளமாகவும் மிகுந்த பலத்தோடுமிருக்கிற நகங்களை அது கொண்டிருக்கிறது, ஏதோ பிரமாண்டமான எருதுகளின் அல்லது ஊதுகுழலின் அல்லது மந்தைமாடுகளின் கொம்புகளைப் போல, ஆகவே மனிதர்கள் பானங்களை அருந்தும் கோப்பைகளை அவற்றிலிருந்து தயாரிப்பார்கள். மேலும் அவற்றின் விலாவெலும்புகளையும் இறக்கைகளின் தூவல்களையும் கொண்டு மனிதர்கள் வில்களைத் தயாரிப்பார்கள், மிகவும் பலமானதாக, அம்புகளை எய்யவும் சண்டையிடவும்.

மடகாஸ்கரில், மற்றொரு புகழ்பெற்ற கடற்பயணியான மார்கோ போலோ, ரோக்கைப் *(Rukh or Roc)* பற்றிக் கேள்விப்பட்டு முதலில் அதை கிரிஃபான் பறவைக்கான *(uccello grifone)* குறியீடு எனத் தவறாகப் புரிந்து கொண்டார் (*பயணங்கள்*, III 36).

வரலாற்று மத்திம காலங்களில் சொல்லப்பட்ட கிரிஃபானின் உருவகங்கள் ஒன்றோடொன்று முரண்படுகின்றன. ஓர் இத்தாலிய விலங்கியல் ஆய்வேடு அதை சைத்தானின் அடையாளமாகக் குறிப்பிடுகிறது; வழக்கமாக அது கிறிஸ்துவைக் குறிக்கும் சின்னமாகப் பயன்பட்டு வந்தது, செவில்லின் இஸிடோர் தன்னுடைய *சொல்லிலக்கணங்களில்* இப்படித்தான் அதை விவரிக்கிறார்: 'உலகை ஆள்வதாலும் மாபெரும் ஆற்றலைக் கொண்டிருப்பதாலும் கிறிஸ்துவானவர் ஒரு சிங்கமாக இருக்கிறார்; மேலும் ஒரு கழுகாகவும், ஏனென்றால், உயிர்த்தெழுதலுக்குப் பிறகு, அவர் வானுலகுக்குப் பறந்து சென்றார்.'

திரிசங்கு சொர்க்கத்தின் காண்டம் இருபத்தொன்பதில், வெற்றி ஊர்வலமாகப் போகும் ரதமொன்றை (திருச்சபை) தாந்தே தன் கனவில் காண்கிறார், அதை ஒரு கிரிஃபான் இழுத்துச் செல்கிறது; அதன் கழுகுப்பகுதி பொன்னிறத்தில் இருந்தது, சிங்கப்பகுதியில் வெண்மையும் சிவப்பும் கலந்திருந்தன - ஆய்வாளர்களின் கூற்றுப்படி - அது கிறிஸ்துவின் மனித இயல்புகளைக் குறிக்கப் பயன்படுகிறது (சற்றே சிவப்பேறிய வெள்ளை நிறம் மனிதவுடலின் நிறத்தைத் தரும்). சாலமனின் பாடலில் *(Song of Solomon, V: 10-11)* இடம்பெற்றுள்ள பிரியத்துக்குரியவனைப் பற்றிய விவரணையை ஆய்வாளர்கள் நினைவுகூருகிறார்கள்: 'என் பிரியத்துக்குரியவன் வெண்மையும் சிவப்பும் கலந்தவனாக இருக்கிறான்.. அவனுடைய தலை சுத்தமான தங்கத்தைப் போன்றது..'

தாந்தே மறைமுகமாக போப்பாண்டவரைக் குறிப்பிட விரும்பியதாக மற்றவர்கள் நினைக்கிறார்கள், அவரே பாதிரியும் அரசனுமாயிருப்பவர். டைட்ரான், தனது கிறித்துவ வரிவடிவங்களின் குறிப்பேட்டில் (Manuel d'iconographie chrettiene - 1845) எழுதுகிறார்: 'போப்பாண்டவர், தலைமைக்குருவாகவோ அல்லது கழுகாகவோ, கடவுளின் கட்டளைகளைப் பெற அவருடைய அரியாசனத்துக்கு வான்மார்க்கமாகச் செல்கிறார், மேலும் சிங்கமாகவோ அல்லது அரசனாகவோ, பூமியின் மீது ஆற்றலோடும் மகிமையோடும் நடைபோடுகிறார்.'

૪૦ ૯જ

Haniel, Kafziel, Azriel, and Aniel

ஹானியேல், கா:ப்ஸியேல், அஸ்ரியேல் மற்றும் ஆனியேல்

பாபிலோனில், நான்கு உயிரிகளை அல்லது தேவதைகளை தீர்க்கதரிசி எஸேக்கியேல் தன் கனவில் கண்டார், 'ஒவ்வொன்றுக்கும் நான்கு முகங்கள் இருந்தன, உடன் ஒவ்வொன்றுக்கும் நான்கு இறக்கைகளும் இருந்தன' மேலும் 'அவற்றின் முகத்தோற்றத்தைப் பொருத்தமட்டில், அவை நான்கும் மனிதனின் முகத்தைக் கொண்டிருந்தன, சிங்கமுகமம், வலப்புறத்தில்; மேலும் அவை நான்கும் இடப்புறத்தில் எருதின் முகத்தைக் கொண்டிருந்தன; அத்துடன் அவை நான்கும் ஒரு கழுகின் முகத்தையும் கொண்டிருந்தன.' பரிசுத்த ஆவி அவற்றை அழைத்துச் சென்ற இடங்களுக்கெல்லாம் அவை சென்றன, 'ஒவ்வொருவரும் நேராக முன்னோக்கி,' அல்லது முதல் ஸ்பானிய வேதாகமம் சொல்வதைப்போல, *'ஒவ்வொன்றும் அதன் முகம் பார்த்த திசையில் முன்னேறிச் சென்றன' (cada uno caminaua enderecho de su rostro)*, சொல்லப்போனால் இது கற்பனைக்கு அப்பாற்பட்டதாக இருக்கிறது என்பதோடு இயற்கைக்கு எதிரானதும் கூட. நான்கு சக்கரங்கள் அல்லது வளையங்கள், 'அச்சுறுத்தும் வகையில் அவை மிக உயரமாயிருந்தன', தேவதைகளோடு சென்றன, மேலும் 'அவற்றைச் சுற்றி வட்டமாக முழுக்கக் கண்களால் நிறைந்திருந்தன...'

வெளிப்பாட்டின் நான்காம் அதிகாரத்தில் புனித ஜான் மிருகங்களைப் பற்றிச் சொல்லும்போது அனேகமாக எஸேக்கியேலிடமிருந்து வந்த எதிரொலி அவருடைய மனதுக்குள் ஒலித்திருக்கக்கூடும்:

> மேலும் அந்தச் சிங்காசனத்திற்கு முன் பளிங்குக்கொப்பான கண்ணாடிக்கடல் இருந்தது; அந்தச் சிங்காசனத்தின் மத்தியிலும், பிறகு அரியாசனத்தைச் சுற்றியும் நான்கு ஜீவன்களிருந்தன, அவை முன்புறத்திலும் பின்புறத்திலும் கண்களால் நிறைந்திருந்தன.
>
> மேலும் அவற்றில் முதல் மிருகம் சிங்கத்தைப் போலிருந்தது, இரண்டாவது மிருகம் காளையைப் போல, மூன்றாம் மிருகமோ மனிதமுகத்தைக் கொண்டிருக்க, நான்காம் மிருகம் பறக்கும் கழுகைப் போலிருந்தது.
>
> மேலும் அந்த நான்கு ஜீவன்களில் ஒவ்வொன்றும் ஆறு இறக்கைகளைக் கொண்டிருந்தன; சுற்றிலும் உள்ளேயும் முழுக்கக் கண்களால் நிறைந்தவைகளுமாக இருந்தன; இருந்தவரும் இருக்கிறவரும் வருகிறவருமாகிய சர்வவல்லமையுள்ள தேவனாகிய கர்த்தர் பரிசுத்தர் பரிசுத்தர் பரிசுத்தர் என இரவும் பகலும் ஓய்வின்றிச் சொல்லிக் கொண்டேயிருந்தன.

கபாலாக்களின் நூல்களில் அதிமுக்கியமானதான *ஸோகர் (Zohar)* அல்லது *மகிமையின் புத்தகத்தில் (Book of Splendour)*, இந்த நான்கு மிருகங்களும் ஹானியேல், காஃப்ஸியேல், அஸ்ரியேல் மற்றும் ஆனியேல் என்று அழைக்கப்படுவதாகவும் அவை கிழக்கு, வடக்கு, தெற்கு மற்றும் மேற்கு ஆகிய திசைகளைப் பார்த்திருப்பதாகவும் நாம் அறிகிறோம். இதுபோன்ற ஜீவன்கள் சொர்க்கத்தில் இருக்குமென்றானால் நரகத்தில் எதைத்தான் நாம் எதிர்பார்க்காமல் இருப்பதென ஸ்டீவன்சன் ஆச்சரியம் கொள்கிறார்.

கண்களால் நிறைந்திருக்கும் மிருகமென்பதே போதுமான அளவு பயமுறுத்தக்கூடியதுதான், ஆனால் செஸ்டர்டன் 'இரண்டாம் குழந்தைப்பருவம்' என்கிற தன் கவிதையில் இன்னும் ஆழமாக முன்னேறிச் சென்றார்:

ஆனால் நான் மிக முதிர்ந்தவனாக மாற வேண்டாம்
மாபெரும் இரவொன்று எழுவதைப் பார்க்க.
இவ்வுலகைக் காட்டிலும் பெரிதாயிருக்கும் ஒரு மேகம்
மேலும் முழுக்கக் கண்களால் உருவான அரக்கன்.

எஸேக்கியேலில் வரும் நான்மடங்கு தேவதைகள் *"ஹயோத்"* என்றழைக்கப்படுகின்றன, அல்லது "வாழும் உயிரினங்கள்"; கபாலாக்களின் நூல்களில் இன்னொன்றான *படைப்பின் புத்தகத்தில் (Sefer Yecirah)*, அகரவரிசையின் 22 எழுத்துகளோடு சேர்த்து, உலகத்தைப் படைப்பதற்காக, கடவுளால் பயன்படுத்தப்பட்ட பத்து எண்கள் அவைதான். *ஸோகரின்படி*, எழுத்துகளின் மகுடத்தைத் சூடியவாறே அவை சொர்க்கத்திலிருந்து பூமிக்கு இறங்கி வந்தன.

ஹயோத்தின் நான்கு முகங்களில் இருந்து சுவிசேஷகர்கள் தங்களுடைய சின்னங்களை வரித்துக் கொண்டார்கள்: மத்தேயுவிற்கு மனிதமுகம், சிலநேரங்களில் தாடியோடு; மார்க்குவிற்கு, சிங்கமுகம்; லூக்கிற்கு, எருதுமுகம்; ஜானுக்கோ, கழுகுமுகம். எஸேக்கியேலைப் பற்றிய தனது வர்ணனையில் புனித ஜெரோம் இவ்வியல்புகளை அர்த்தப்படுத்த முயற்சி செய்கிறார். மத்தேயுவுக்கு மனித முகம் கொடுக்கப்பட்டது ஏனென்றால் அவர் கிறிஸ்துவின் மனிதப்பண்புகளை முன்னிறுத்தினார்; மார்க்குவுக்கு சிங்கமுகம் ஏனென்றால் அவர் கிறிதுஸ்வின் அரசனுக்குரிய நிலைப்பாட்டை அறிவித்தார்; லூக்குக்கு எருதுமுகம் ஏனென்றால் அது தியாகத்தின் சின்னம்; ஜானுக்கு கழுகுமுகம் ஏனென்றால் மேலேறிப் பறக்கும் கிறிஸ்துவின் ஆன்மாவைக் குறிக்க.

முனைவர் ரிச்சர்ட் ஹென்னிக் எனும் ஜெர்மானிய அறிஞர், இந்த அடையாளங்களின் உத்தேசமான தோற்றமூலத்தை தொண்ணூறு பாகையளவில் தங்களுக்குள் விலகியிருக்கும் நான்கு இராசிச்சக்கரங்களுக்கு நடுவே தேடுகிறார். சிங்கமும் எருதும் எந்தச் சிக்கலையும் உண்டாக்குவதில்லை; மனிதன் கும்பராசியோடு தொடர்புறுத்தப்படுகிறான், அந்த ராசி மனிதமுகத்தைக் கொண்டிருக்கிறது; ஆக, கழுகென்பது பிரத்தியட்சமாக விருச்சிகமே, கெட்ட சகுனமாகக் கருதியதால் அது உருமாற்றப்பட்டிருக்கிறது. நிக்கோலஸ் டி வோர், தன்னுடைய சோதிடத்தின் கலைக்களஞ்சியத்தில் (Encyclopedia of Astrology), இந்த அனுமானங்களைத் தக்க வைப்பதோடு நான்கு உருவங்களும் ஒன்றுசேர்ந்தே ஒரு ஸ்ஃபிங்க்ஸை உருவாக்குகின்றன என்று சொல்கிறார், அதற்கு மனிதனின் தலையும், எருதின் உடலும், சிங்கத்தின் நகங்களும் வாலும், உடன் கழுகின் இறக்கைகளும் இருக்கும்.

ೞ ೧

Haokah the Thunder God

இடிகளின் கடவுள் ஹவோகா

Lகோடாவைச் சேர்ந்த சியோக்ஸ்களுக்கு மத்தியில், இடி முரசை அறைய ஹவோகா காற்றைக் குச்சிகளாகப் பயன்படுத்துவான். கொம்புகளோடிருக்கும் தலை அவனை ஒரு வேட்டைக்கடவுளாகவும் காட்டுகிறது. மகிழ்ச்சியாயிருக்கும்போது அழவும் தன்னுடைய சோகத்தின்போது சிரிக்கவும் செய்வான்; வெப்பம் அவனை நடுங்கச் செய்யும், குளிரோ வியர்க்க வைக்கும்.

☙ ❧

Harpies

ஹார்ப்பிகள்

ஹீசியட்டின் *தெய்வக் கொடிவழியில்,* ஹார்ப்பிகள் என்பது, நீளமாகவும் தளர்ந்துமிருக்கிற கேசத்தை அணிகிற, இறக்கைகளோடிருக்கும் தெய்வீக உயிரிகள், பறவைகளையும் காற்றையும் விடத் துரிதமான ஜீவன்கள், *ஐனீட்டில் (மூன்றாம் புத்தகம்)*, அவை ஒரு பெண்ணின் முகத்தை வரித்திருக்கும் கழுகுகளாக இருக்கின்றன, கூரான வளைநகங்களோடும் அசுத்தமான கீழ்ப்பகுதி உடலோடும், அவற்றால் ஒருபோதும் தணிக்கவியலாத பசியின் காரணமாக பலகீனமாயிருக்கின்றன. மலையிலிருந்து அவை விசையோடு கீழிறங்கி விருந்துகளுக்காகத் தயாராயிருக்கும் மேசைகளைச் சூறையாடுகின்றன. யாராலும் அவற்றை வெல்ல முடியாது என்பதோடு காற்றில் எளிதாகப் பரவுகிற மணத்தை வெளியிடுகின்றன; பார்க்கும் யாவற்றையும் வாரியெடுத்து உண்கின்றன, அந்தச் சமயம் மொத்தமும் இடைவிடாது கிறிச்சீடுவதோடு எல்லாவற்றையும் மலத்தால் அசுத்தமாக்குகின்றன. செர்வியஸ், விரிஜிலைப் பற்றியத் தன் வர்ணனைகளில் இவ்வாறு விவரிக்கிறார், எப்படி ஹெகாட்டி *(Hecate -* கிரேக்க மாந்திரீகக் கடவுள்) நரகத்தில் ப்ராஸர்பினாவாகவும் *(Proserpina)*, பூமியில் டயானாவாகவும் *(Diana)*, சொர்க்கத்தில் லூனாவாகவும் *(Luna)* இருக்கிறாளோ, மேலும் மும்முனை தேவதை என்றும் அவள் அழைக்கப்படுகிறாள், அதைப்போலவே ஹார்ப்பிகள் நரகத்தில் ஃப்யூரிகளாகவும் *(Furies)*, பூமியில் ஹார்ப்பிகளாகவும், சொர்க்கத்தில் டிரேகளாகவும் *(Dirae* அல்லது பேய்கள்) இருக்கின்றன. பார்சே *(Parcae -* விதியின் ரோமானியப் பெண் கடவுள் வடிவம்), அல்லது விதியோடு இணைத்து அவை தவறாகப் புரிந்து கொள்ளப்படுகின்றன.

கடவுளர்களின் கட்டளைப்படி, மனிதர்களின் எதிர்காலத்தை பிரகடனப்படுத்திய ஒரு திரேசிய *(Thracian)* அரசனை ஹார்ப்பிகள் துன்புறுத்தின, அல்லது தன் கண்களை விலையாகக் கொடுத்து நீண்ட வாழ்நாளை வாங்கியிருந்த அரசனை, அதற்காக சூரியனால் அவன் தண்டிக்கப்பட்டான், பார்வையின்மையைத் தேர்ந்ததன் வழியாக அவருடைய அற்புதமான படைப்புகளை அவன் அவமதித்திருந்தான். தனது மொத்த அமைச்சரவைக்காகவும் அவன் ஏற்பாடு செய்த விருந்தை ஹார்ப்பிகள் அலங்கோலமாக்கி உணவுகளனைத்தையும் விழுங்கின. ஆர்கோநாட்கள் *(Argonauts)* ஹார்ப்பிகளை விரட்டியடித்தார்கள்; ரோட்ஸின் அப்போலோனியஸூம் வில்லியம் மோரிஸூம் *(ஜேசனின் வாழ்வும் மரணமும்)* இந்த அதியற்புதக் கதையை விவரிக்கிறார்கள். *சீற்றத்தின் (Furioso -* இத்தாலியக் காவியம்) முப்பத்து-மூன்றாவது காண்டத்தில் அரியோஸ்டோ அந்தத் திரேசிய அரசனை அபிசீனியர்களின் புகழ்பெற்ற பேரரசரான ப்ரெஸ்டர் ஜானாக உருமாற்றுகிறார்.

144 | ஹோர்ஹே லூயிஸ் போர்ஹெஸ்

பிடுங்கு அல்லது எடுத்துப்போ என அர்த்தம் தரும் *ஹார்ப்பஸேன்* (harpazein) எனும் கிரேக்க வார்த்தையிலிருந்தே ஹார்ப்பி வருகிறது. தொடக்கத்தில் அவை காற்று தேவதைகளாயிருந்தன, வேதபுராணத்தின் மருதாக்களைப்போல, பொன்னாலான ஆயுதங்களைத் (மின்னல்கள்) தரித்திருந்த அவர்கள் மேகங்களை மழைபொழியச் செய்வார்கள்.

The Heavenly Cock

சொர்க்கத்துச் சேவல்

சீனர்களின் கூற்றுப்படி, சொர்க்கத்துச் சேவல் என்பது பொன்னிற சிறகுகளோடிருக்கும் காட்டுக்கோழி, நாளைக்கு மூன்று முறை அது கூவும். முதல் முறை, கடலின் அத்துவானங்களில் சூரியன் தன் காலைக்குளியலை நிகழ்த்தும்போது; இரண்டாவது முறை, சூரியன் மிக உச்சியில் இருக்கும்போது; கடைசி முறை, மேற்கில் அது மூழ்கும்போது. முதல் கூவல் சொர்க்கங்களை அசைத்து மனிதர்களை உறக்கத்தில் இருந்து விழித்தெழச் செய்யும். இந்தச் சேவலின் குழந்தைகளில் ஒன்றுதான் *யாங்*, பிரபஞ்சத்தின் ஆண் கருத்துருவாக்கம். மூன்று கால்களையுடைய இந்தச் சேவல் *ஃபூ-சாங் (fu-sang)* மரத்தில் தங்கும், சூரியன் உதிக்கும் நிலங்களில் வளரும் அம்மரத்தின் உயரம் ஆயிரமாயிரம் அடிகளாகக் கணக்கிடப்படுகிறது. சொர்க்கத்துச் சேவலின் கூவல் மிகப் பலமானதாக இருக்கிறது, மேலும் அதன் நடத்தை, இறுமாப்போடு. அது இடும் முட்டைகளில் இருந்து சிவப்புநிறக் கொண்டையோடு கோழிக்குஞ்சுகள் பொறித்து வருகின்றன, ஒவ்வொரு காலையும் சேவலின் பாடலுக்கு அவை பதிலளிக்கும். பூமியில் வாழும் சேவல்கள் யாவும் புலரியின் பறவை எனும் வேறு பெயரைக் கொண்ட சொர்க்கத்துச் சேவலின் வழித்தோன்றல்களே.

The Hippogriff

ஹிப்போகிரி:ப்

சாத்தியமின்மை அல்லது ஒவ்வாமையைக் குறிக்க, கிரிஃபான்களோடு குதிரைகளை இணைசேர்ப்பது பற்றி விர்ஜில் பேசினார். நான்கு நூற்றாண்டுகளுக்குப் பிறகு, அவருடைய விவரணையாளரான செர்வியஸ் கிரிஃபான் என்பது அதன் உடம்பின் மேல்பாதி கழுகாகவும் அடிப்பாதி சிங்கமாகவும் இருக்கக்கூடிய ஒரு மிருகம் என்று விளக்கினார். தன்னுடைய வாதத்துக்கு வலுசேர்க்க அவை குதிரைகளை வெறுத்தொதுக்கின என்றும் சொன்னார். காலப்போக்கில், '*கிரிஃபான்களைக் குதிரைகளோடு கலக்கச் செய்தல்*' (*Jungentur jam grypes equis*) எனும் சொற்றொடர் ஒரு பழமொழியாக மாறியது; பதினாறாம் நூற்றாண்டின் தொடக்கத்தில், லூடோவிகோ அரியாஸ்டோ, இதை நினைவிலிருத்தி, ஹிப்போகிரிஃப்பைக் கண்டுபிடித்தார். பண்டைய மக்களின் கிரிஃபானில் கழுகும் சிங்கமும் இணைக்கப்பட்டிருந்தன; அரியாஸ்டோவின் ஹிப்போகிரிஃப்பில் குதிரையும் கிரிஃபானும், இப்படியாக அதுவொரு இரண்டாம் தலைமுறை அரக்கவுயிரி அல்லது கண்டுபிடிப்பாக மாறுகிறது. இறக்கைகளோடிருக்கும் குதிரை பெகசஸைக் காட்டிலும் அது மிகவும் இணக்கமாயிருப்பதை பெட்ரோ மிச்சலி குறிப்பிட்டுச் சொல்கிறார்.

கற்பனை விலங்குகளின் கையேடு ஒன்றுக்கென எழுதிய ஹிப்போகிரிஃப்பைப் பற்றிய விளக்கமான விவரணை, *ஒர்லோண்டோவின் சீற்றத்தில் (Orlando Furioso, IV, 18)* கொடுக்கப்பட்டுள்ளது:

> அந்தப் போர்ப்புரவி கற்பனையானதல்ல மாறாக உண்மையான ஒன்று, ஏனென்றால் அது கிரிஃபானைத் தந்தையாகக் கொண்டு ஒரு பெண்குதிரையிடமிருந்து உருவானது; அதன் தந்தையைப் போலவே அதற்கும் சிறகுகளும் இறக்கைகளும் இருந்தன; அதன் முன்னங்கால்களும், தலையும், அலகும் கூட; உடலின் மற்ற எல்லாப் பாகங்களிலும் தாயை நினைவுறுத்தியது, அத்துடன் ஹிப்போகிரிஃப் என்றழைக்கப்பட்டது; அவை, எப்போதாவதுதான் என்றாலும், பனிசூழ்ந்த கடல்களுக்கு அப்பாலுள்ள ரைப்பியன் மலைத்தொடர்களில் இருந்து வருகின்றன.

விசித்திரமான இந்த மிருகம் பற்றிய முதல் குறிப்பு ஏமாற்றந்தரும் வகையில் சாதாரணமாக வருகிறது (II, *37):*

> *ரோனுக்கு (Rhone) அருகே, ஆயுதங்களோடிருக்கும் மனிதனைக் கண்டேன்,*
> *அற்புதமான இறக்கைகளையுடைய குதிரையொன்றைச் செலுத்தி வந்தான்.*

மற்ற செய்யுள்கள் பறக்கும் உயிரியின் அற்புதங்களை நமக்குச் சொல்கின்றன. பின்வருவது (IV, 4) நன்கு அறியப்பட்ட ஒன்றாகும்:

E vede l'oste e tutta la famiglia,
E chi a finestre e chi fuor ne la via,
Tener levati al ciel gli occhi e le ciglia,
Come L'Ecclisse or la Cometa sia.
Vede la Donna un'alta maraviglia,
Che di leggier creudta non saria:
Vede passer un gran destriero alato,
Che porta in aria un cavalliero armato.

[பிராடமாண்டே] புரவலரையும் அவர் குடும்பம் மொத்தத்தையும் பார்க்கிறாள்,
அங்கு, ஒருவர் கதவுக்கும், மற்றொருவர் சாளரத்துக்கும் நகர்கிறார்கள்,
கண்கள் மேல்நோக்கியும் வானத்தை வெறித்தபடியும்,
வால்வெள்ளியையோ அல்லது கிரகணத்தையோ பார்க்கவிருப்பதைப் போல.
பிறகந்தச் சீமாட்டி காண்கிறாள், அதிசயிக்கும் கண்களோடு,
மற்றவர்களின் உதடுகள் உச்சரித்து ஒருபோது அவள் நம்பியிராத ஒன்றை –
இறகுகளோடிருக்கும் ஒரு குதிரை, மேகங்களினூடாக மிதந்தவாறு,
ஆயுதமேந்திய வீரனொருவனைத் தன் முதுகில் தாங்கியவாறும்.

அஸ்டால்ஃபோ (*Astolpho*), இறுதிக் காண்டங்களுள் ஒன்றில், ஹிப்போகிரிஃப்பின் சேணத்தையும் கடிவாளத்தையும் கழற்றி அதை விடுதலை செய்கிறார்.

Hochigan

ஹோச்சிகன்

நெடுங்காலத்துக்கு முன்பு, குறிப்பிட்டதொரு தென்னாப்பிரிக்கக் காட்டுவாசியான ஹோச்சிகன், மிருகங்களை வெறுத்தான், அக்காலத்தில் அவற்றுக்குப் பேசும் திறன் வழங்கப்பட்டிருந்தது. அந்தப் பிரத்தியேகமான பரிசைத் திருடிக்கொண்டு ஒரு நாள் அவன் மாயமாக மறைந்து போனான். அப்போதிருந்து, மிருகங்கள் மறுபடியும் பேசவேயில்லை.

குரங்குகள் அவை விருப்பப்பட்டால் பேச முடியும் என் தெகார்தே நமக்குச் சொல்கிறார், ஆனால் தங்களைப் பணிகளில் ஈடுபடுத்துவதைத் தவிர்க்க மௌனமாயிருப்பதையே அவை விருப்புகின்றன. 1907-இல் அர்ஜெண்டீனிய எழுத்தாளரான லூகோனெஸ், எப்படிப் பேசுவது என சொல்லித் தந்து அந்த முயற்சியின் அழுத்தம் தாங்காமல் இறந்துபோகும் ஒரு வாலில்லாக்குரங்கைப் பற்றிய கதையை எழுதி வெளியிட்டார்.

ೞ ಆ

Humbaba

ஹம்பாபா

உலகின் மிகப்பழமையான கவிதையாக இருக்கும் சாத்தியத்தைக்கொண்ட, துண்டுதுண்டாகச் சேர்த்து ஒன்றிணைக்கப்பட்ட அஸ்ஸிரிய காவியமான *கில்காமேஷில்* செடார்களின் மலையைப் பாதுகாக்கும் அசுரன் ஹம்பாபா எப்படி இருப்பான்? அதை மீளுருவாக்கம் செய்ய ஜார்ஜ் புர்க்ஹார்ட் முயற்சித்தார், வீஸ்பாடெனில் **1952**-இல் வெளியான அவருடைய ஜெர்மானிய பதிப்புருவிலிருந்து, இந்தப் பத்தியைத் தருகிறோம்:

> இன்கிடு தனது கோடாரியைச் சுழற்றி செடார்களில் ஒன்றை வெட்டி வீழ்த்தினான். கோபம் நிறைந்ததொரு குரல் ஒலித்தது: யார் என்னுடைய வனத்துக்குள் நுழைந்து எனது மரங்களில் ஒன்றை வெட்டி வீழ்த்தியது? பிறகு ஹம்பாபாவே நேரில் வருவதை அவர்கள் கண்டார்கள்: அவன் சிங்கத்தின் பாதங்களையும் முள்போன்ற செதில்கள் மூடிய உடலையும் கொண்டிருந்தான்; அவனுடைய கால்கள் கழுகின் கூர்நகங்களோடிருக்க, தலையில் காட்டெருமையின் கொம்புகள் தென்பட்டன; அவனது வாலும் ஆணுறுப்பும் தனித்தனியே ஒரு சர்ப்பத்தின் தலையில் சென்று முடிந்தன.

கில்காமேஷின் பிந்தைய காண்டங்களுள் ஒன்றில், மனிதத்தேள்கள் *(Men-Scorpions)* என்றழைக்கப்படும் உயிரிகள் நமக்கு அறிமுகமாகின்றன, மாஷு மலையின் வாயிலில் அவை காவல் காத்து நிற்கின்றன. 'அதன் இரட்டைச் சிகரங்கள் (சாண்டர்ஸின் ஆங்கில மொழிபெயர்ப்பிலிருந்து) சொர்க்கத்தின் சுவரைப் போல உயர்ந்திருக்க அதன் மார்புக்காம்புகளோ பாதாளம் வரை நீண்டன.' இரவில் இந்த மலைக்குள்தான் சூரியன் தாழ்ந்திறங்கி பின் புலரியில் மீண்டும் திரும்பி வருகிறது. மனிதத்தேள் தனது உடலின் மேல்பகுதியில் மனிதனாயிருக்க பின்பகுதி தேளின் வாலில் சென்று முடிகிறது.

The Hundred-Heads

நூறு-தலைகள்

வேறெந்த வகையிலும் குற்றஞ்சொல்லவியலாத வாழ்வின் பாதையில் உச்சரித்த நூறு நற்பண்பற்ற வார்த்தைகளைக் கொண்டு உருவாக்கப்பட்ட மீனே நூறு-தலைகள். சீனாவில் எழுதப்பட்ட புத்தரின் வாழ்க்கைச்சரிதங்களுள் ஒன்று, வலையை மிகவும் சிரமப்பட்டு இழுத்துக் கொண்டிருந்த சில மீனவர்களை அவர் ஒரு முறை சந்தித்ததாகச் சொல்கிறது. கடுமையான முயற்சிக்குப் பிறகு அவர்கள் மிகப்பெரிய மீனை கரைக்கு இழுத்து வந்தார்கள், அதன் ஒரு தலை மனிதக்குரங்கினுடையது, மற்றொன்று நாயின் தலை, மற்றொன்று குதிரையின் தலை, மற்றொன்று நரியின் தலை, மற்றொன்று காட்டுப்பன்றியின் தலை, மற்றொன்று புலியின் தலை, மேலும் இப்படியாக, நூறு-தலைகள் வரை இருந்தன. புத்தர் மீனிடம் கேட்டார்:

'நீ கபிலனா?'

'ஆம், நான்தான்,' இறக்குமுன்னர் நூறு-தலைகள் பதில் தந்தது.

புத்தர் தன் சீடர்களுக்கு விளக்கினார், முந்தைய ஜென்மத்தில் ஒரு பிராமணனாக இருந்து துறவியாக மாறிய கபிலன் புனித நூல்களின் நிகரற்ற ஞானத்தைப் பெற்றிருந்தான். அவ்வப்போது, தன்னோடு படித்த சக மாணவர்கள் ஒரு வார்த்தையைத் தவறாக வாசித்தால், கபிலன் அவர்களை குரங்குத்தலையன், நாய்த்தலையன், குதிரைத்தலையன் என்றெல்லாம் கேலி பேசுவான். அவனுடைய மரணத்துக்குப் பிறகு, அந்தக் கேலிப்பேச்சுகளின் கர்மவினையால் ஒரு கடல் அரக்கனாக அவன் மீண்டும் பிறக்க நேர்ந்து, தன் நண்பர்களின் மீது சுமத்திய அத்தனை தலைகளின் பாரங்களையும் அவன் சுமக்கும்படி ஆனது.

୪ ୠ

The Hydra of Lerna

லெர்னாவின் ஹைட்ரா

டைஃபனும் (*Typhon* - டார்டாரஸுக்கும் டெர்ராவுக்கும் பிறந்த வடிவந்தப்பிய மகன்), பாதி அழகிய பெண்ணாகவும் பாதி சர்ப்பமாகவும் இருந்த எகிட்னாவும் (*Echidna*) இணைந்து, லெர்னாவின் ஹைட்ராவை ஈன்றெடுத்தார்கள். லெம்ப்ரியரி (*Lempriere*) இவ்வாறு நமக்குச் சொல்கிறார், 'டியோடோரஸின் கூற்றுப்படி அதற்கு நூறு தலைகள் இருந்தன; சிமோனிடெஸின் கூற்றுப்படி ஐம்பது தலைகள்; அப்போலோடோரஸ், ஹைஜீனஸ் எனப் பலராலும் ஒத்துக்கொள்ளப்பட்ட கருத்தின்படி ஒன்பது தலைகள்.' ஆனால் அம்மிருகத்தை இன்னும் பயங்கரமானதாக மாற்றிய சங்கதி யாதெனில், அதன் தலைகளில் ஒன்று வெட்டப்பட்ட மறுகணம், மேலும் இரு தலைகள் அந்த இடத்தில் முளைத்து வந்தன. அதன் தலைகள் மனிதர்களைப் போலிருப்பதாகவும் நடுவில் இருக்கிற தலைக்கு அழிவே கிடையாதென்றும் சிலர் சொல்கிறார்கள். ஹைட்ராவின் மூச்சுக்காற்று நீர்நிலைகளை நஞ்சாக்கியதோடு வயல்வெளிகளை வறண்டுபோகச் செய்தது. அது உறங்கும் சமயத்தில் கூட, அதைச் சுற்றியிருக்கும் காற்றில் நிலவும் மாசு மனிதர்களுக்கு மரணத்தை விளைவிக்கும். ஹெர்குலிஸின் புகழைக் குறைக்கும் தன் முயற்சிகளுக்காக ஹைட்ராவை ஜுனோ ஆதரித்து வந்தாள்.

இந்த அரக்கவுயிரிக்கு மரணமற்ற நித்தியவாழ்வு விதிக்கப்பட்டிருப்பதாகத் தெரிகிறது. அதன் குகை லெர்னா ஏரிக்கு அருகிலுள்ள சதுப்பு நிலங்களுக்குள் இருந்தது, ஹெர்குலிஸும் ஐயோலாஸும் அதைத் தேடிச் சென்றார்கள்; ஹெர்குலிஸ் அதன் தலைகளை வெட்டி வீழ்த்த, ரத்தங்கொப்பளிக்கும் காயங்களின் மீது எரியும் இரும்புத்துண்டை ஐயோலாஸ் வைத்தான், ஏனென்றால் நெருப்புதான் புதிய தலைகளை வளராமல் தடுக்கும். மரணமில்லாத இறுதித் தலையை ஹெர்குலிஸ் மாபெரும் பாறாங்கல் ஒன்றின் கீழ் புதைத்தான், தான் புதைக்கப்பட்ட அதே இடத்தில்தான் இன்றுவரை அது இருக்கிறது, வெறுப்பை உமிழ்ந்தவாறும் கனவுலகில் சஞ்சரித்தவாறும்.

மற்ற மிருகங்களோடு தொடர்ந்த போர்களில், ஹைட்ராவின் பித்தப்பையில் தோய்த்தெடுத்த அம்புகளைக் கொண்டு ஹெர்குலிஸ் மரணத்தை விளைவிக்கும் காயங்களை ஏற்படுத்தினான்.

ஹைட்ராவோடு நட்பாயிருந்த ஒரு கடல் நண்டு, பல-தலைகளைக் கொண்ட அரக்கவுயிரியோடு ஹெர்குலிஸ் போரிட்ட சமயத்தில் அதை அவன் மிதித்து விட, அவனுடைய பாதங்களை அது கடித்தது. ஜுனோ அந்த நண்டைக் கொண்டு போய் வானத்தில் வைக்க இப்போது அதுவொரு விண்மீன் குழுமமாகவும் கடகராசியின் சின்னமாகவும் இருக்கிறது.

Ichthyocentaurs

இக்தியோசெண்ட்டார்கள்

லைகோஃப்ரோன் (*Lycophron*), க்ளௌடியன் (*Claudian*), மேலும் பைசாந்திய மொழிநுண்வல்லுனரான ஜான் செட்சஸ் (*John Tzetzes*) ஆகியோர் ஏதோவொரு தருணத்தில் இக்தியோசென்ட்டார்களைப் பற்றிக் குறிப்பிட்டிருக்கிறார்கள்; செவ்வியல் ஆக்கங்களில் வேறெங்கும் அவை குறித்த மறைமுகக் குறிப்புகளேதும் தென்படுவதில்லை. இக்தியோசென்ட்டாரை 'சென்ட்டார்-மீன்' என மொழிபெயர்க்கலாம். தொன்மவியலாளர்களால் சென்ட்டார்-டிரைடன்கள் என்றழைக்கப்பட்ட உயிரிகளைக் குறிக்கவும் இவ்வார்த்தை பயன்படுகிறது. கிரேக்க மற்றும் ரோமானியச் சிற்பங்களில் அதன் உருவம் மிகுந்து காணப்படுகிறது. இடுப்பு வரை அவை மனிதனாக இருக்கின்றன, டால்பினின் வாலோடு, குதிரையின் அல்லது சிங்கத்தின் முன்னங்கால்களைக் கொண்டுள்ளன. சமுத்திரத்தின் கடவுளர்களுக்கு நடுவே அவற்றுக்கான இடமும் உண்டு, கடல் குதிரைகளுக்கு நெருக்கமாக.

Jewish Demons

யூதப் பைசாசங்கள்

தசையின் உலகத்துக்கும் ஆன்மாவின் உலகத்துக்கும் நடுவில், தேவதைகளும் பேய்களும் வசித்த மத்திம-உலகை யூத மூடநம்பிக்கைகள் கற்பனை செய்திருந்தன. அதில் வசித்தவர்களின் எண்ணிக்கை குறித்த கணக்குகள் எண்கணிதத்தின் எல்லைகளை மீறின. பல நூற்றாண்டுகளாக, எண்ணற்றவர்கள் வாழ்ந்த மத்திம-உலகை எகிப்தும், பாபிலோனும், பெர்சியாவும் வளமூட்டின. பெரும்பாலும் கிறித்துவத்தின் பாதிப்பால் (ட்ராக்டென்பெர்கின் கூற்றுப்படி), பேய்களைப் பற்றிய ஆய்வு விளக்கங்கள் அல்லது பேய்களைப் பற்றிய தொல்கதையாடல்கள், தேவதைகளைப் பற்றிய ஆய்வு விளக்கங்கள் அல்லது தேவதைகளைப் பற்றிய தொல்கதையாடல்களை விடக் குறைவாகவே தொகுக்கப்பட்டுள்ளன.

என்றாலும், மதிய அலைகளுக்கும் வாட்டுகிற கோடைக்காலத்துக்கும் கடவுளான கெடேப் மெரேரியை *(Keteb Mereri)* மட்டும் நாம் தனியாகப் பிரித்தெடுப்போம். சில குழந்தைகள் பள்ளிக்குச் செல்லும் வழியில் ஒருமுறை அவனைச் சந்தித்தார்கள்: இருவரைத் தவிர மற்றவர்களெல்லாம் இறந்து போனார்கள். பதிமூன்றாம் நூற்றாண்டில், லத்தீன், ஃப்ரெஞ்சு மற்றும் ஜெர்மானிய ஊடுருவல்களும் சேர்ந்து கொள்ள, யூதப்பேய்களைப் பற்றிய ஆய்வேடுகளில் இருந்த பைசாசங்களின் எண்ணிக்கை கணிசமாக உயர்ந்தது, தால்முத் பதிவு செய்த உள்ளூர்வாசிகளோடு புதிதாக வந்தவையும் முழுமுற்றாகத் தங்களை இணைத்துக் கொண்டன.

The Jinn

ஜின்கள்

இஸ்லாமிய மரபின்படி, கூர்மதியையுடைய உயிரினங்களாக அல்லா மூன்று வித்தியாசமான இனங்களைப் படைத்தார்: தேவதைகள், ஒளியால் உருவாகின; ஜின்கள் (ஜின் அல்லது ஜீனி, ஒருமையில்), நெருப்பால் உருவாகின; மனிதர்கள், மண்ணால் உருவானார்கள். ஆதாமுக்குச் சில ஆயிரமாண்டுகளுக்கு முன்பு புகையாத கறுப்பு நெருப்பிலிருந்து ஜின்கள் உருவாக்கப்பட்டன, மேலும் ஐவகை வரிசைமுறைகளை அவை கொண்டிருந்தன. இந்த வரிசைமுறைகளின் நடுவே நாம் நல்ல ஜின்களையும் தீயவைகளையும் பார்க்கிறோம், ஆண் ஜின்களையும் பெண்களையும். அண்டவியலாளரான அல்-கஸ்வினி சொல்கிறார், 'ஜின்கள் காற்றில் வாழும் மிருகங்கள், ஒளியூடுருவிச் செல்லும் உடலோடு, அவற்றால் வெவ்வேறு வடிவங்களை எடுக்க முடியும்.' முதலில் தங்களை மேகங்களாகவோ அல்லது வரையறுக்கப்படாத மாபெரும் தூண்களாகவோ அவை வெளிப்படுத்திக் கொள்ளும்; பிறகு வடிவம் சுருங்கும்போது பார்வைக்குத் தட்டுப்படும், பெரும்பாலும் மனிதனாக, குள்ளநரியாக, ஓநாயாக, சிங்கமாக, தேளாக அல்லது சர்ப்பமாக. சில ஜின்கள் உண்மையான நம்பிக்கையாளர்களாக இருந்தன; மற்றவை, சமய பேதங்களோடும் இறைநம்பிக்கை இல்லாமலும். ஆங்கிலக் கீழைத்தேயவாதியான எட்வர்ட் வில்லியம் லேன் எழுதுகிறார், மனித வடிவை கைக்கொள்ளும்போது சில சமயங்களில் ஜின்கள் மிகப் பிரமாண்டமான உருவங்களாயிருக்கும், மேலும் 'நல்லவையாக இருந்தால், பொதுவாக அவை பிரகாசமான பேரழகைக் கொண்டிருக்கும்; தீயவையாக இருந்தால், மிகப் பயங்கரமான விகாரங்களை.' நினைத்தபோதெல்லாம் 'அவற்றைக் கட்டமைக்கும் துகள்களை வெகு துரிதமாக விரிவடைய அல்லது மென்மையாக மாற்றுவதன் வழியாக' கண்ணுக்குப் புலப்படாமல் மறைய அவற்றால் முடியும் எனவும் சொல்லப்படுகிறது, காற்றினுள் அல்லது தரைக்குள் அல்லது உறுதியான சுவருக்குள் கூட அவை மறைந்து விடும்.

ஜின்கள் அடிக்கடி சொர்க்கத்தின் கீழ்ப்பகுதிகளுக்குப் போகும், அங்கே எதிர்கால நிகழ்வுகளைப் பற்றிய தேவதைகளின் உரையாடல்களை அவை ஒட்டுக்கேட்கும். இதன் மூலம் அவற்றால் சூனியக்காரர்களுக்கும் நிமித்தகர்களுக்கும் உதவிட முடியும். பிரமிடுகளின் கட்டுமானத்தில், அல்லது சாலமனின் ஆணைகளுக்குக் கட்டுப்பட்டு எருசலேமின் மாபெரும் திருக்கோவிலைக் கட்டியதில், ஜின்களுக்குப் பங்குண்டு என சில அறிஞர்கள் சொல்கிறார்கள்.

பாழடைந்த வீடுகள், நீர்த்தேக்கத் தொட்டிகள், ஆறுகள், கிணறுகள், குறுக்குப்பாதைகள், சந்தைகள் ஆகியவையெல்லாம் ஜின்கள் வழக்கமாக

நடமாடும் இடங்கள். பாலைவனங்களில் தூணைப்போல எழும் மணற்புயல்களெல்லாம் பறந்து செல்லும் ஒரு தீய ஜீனியால் ஏற்படுவதாக எகிப்தியர்கள் சொல்கிறார்கள். மேலும் எரிநட்சத்திரங்களெல்லாம் தீய ஜீனிகளை நோக்கி அல்லா எறியும் அம்புகளே எனவும் அவர்கள் உரைக்கிறார்கள். தீமைகளை விளைவிக்கும் இவ்வுயிரிகளால் மனிதர்களுக்கெதிராக இயற்றப்படும் செய்கைகளில் பின்வருவன வழக்கமானவை: கூரைகளின் மீதிருந்தும் சாளரங்களில் இருந்தும் சாலையில் கடந்து செல்பவர்களின் மேல் செங்கல்களையும் கற்களையும் எறிவது, அழகிய பெண்களைக் கடத்துவது, யாரும் குடியேறாத வீட்டில் வாழ முயற்சிக்கும் யாரையும் அச்சுறுத்துவது, மேலும் உணவாகாரங்களைத் திருடுவது. என்றாலும், மிகுந்த கருணையுள்ளவரான அல்லாவின் பெயரைச் சொல்வது மாத்திரமே, அவர் இரக்க சிந்தனையாளரும்கூட, இதுபோன்ற அட்டூழியங்களில் இருந்து ஒருவரைக் காக்கப் போதுமானதாகும்.

இடுகாடுகளில் அலைவதோடு இறந்து போன மனித உடல்களைச் சாப்பிடுகிற கௌல் *(Ghoul)* ஜின்களின் வரிசைமுறையில் கீழ்நிலையில் இருக்கக்கூடியதாகச் சொல்லப்படுகிறது. ஜின்களின் தந்தையான இப்லிஸே அவர்களுக்குத் தலைவனாகவும் இருக்கிறது.

1828-இல் இளம் விக்டர் ஹ்யூகோ இவ்வுயிரிகளின் கூடுகை பற்றி ‘ஜின்கள்’ *(Les Djinns)* எனும் பதினைந்து செய்யுள்களைக் கொண்ட கொந்தளிப்பான கவிதையை எழுதினார். ஒவ்வொரு செய்யுளிலும், ஒன்றுகூடும் ஜின்கள் அதிகரிக்க, வரிகளின் எண்ணிக்கையும் நீளமாகிக்கொண்டே வருகிறது, எட்டாவது செய்யுள் வரை, அங்கே ஜின்களின் மொத்தக்கூட்டமும் ஒன்றுசேர்ந்து முழுமையடைகின்றன. இந்தப் புள்ளியிலிருந்து கவிதை முற்றுப்பெறும்வரை அவை படிப்படியாகத் தேய்ந்து கொண்டே வருகின்றன, இறுதியில் முற்றாக மறையும்வரை.

பர்டனும் *(Burton)* நோவா வெப்ஸ்டரும் *(Noah Webster)* ‘ஜின்கள்’ எனும் வார்த்தையை லத்தீனைச் சேர்ந்த ‘ஜீனியஸ்’ எனும் வார்த்தையோடு தொடர்புறுத்துகிறார்கள், ‘ஈன்றெடு’ எனும் உரிச்சொல்லில் இருந்து அது உருவாக்கப்பட்டிருக்கிறது. ஸ்கீட் *(Skeat)* இதை மறுதலிக்கிறார்.

The Kami

கமி

செனெகாவின் *(Seneca)* ஏடுகளுள் ஒன்றில், தன்னைச் சூழ்ந்திருக்கும் கடலில் பூமி மிதக்கிறது, ஒரு கப்பலைப் போல, மேலும் மனநிலைகளுக்குத் தகுந்தாற்போல கடல்நீர் உயர்வதும் கொந்தளிப்பதும்தான் நிலநடுக்கங்களுக்குக் காரணம் என மைலீடஸைச் சேர்ந்த தாலெஸ் *(Thales of Miletus)* போதித்ததாக நாம் வாசிக்கிறோம். எட்டாம் நூற்றாண்டின் ஜப்பானைச் சேர்ந்த வரலாற்றாளர்கள் அல்லது தொன்மவியலாளர்கள் இதற்கு மாற்றாக, வேறொரு நிலநடுக்கங்களைப் பற்றிய ஆய்வை, நமக்கு அறிமுகம் செய்கிறார்கள். புனித கிரந்தங்களில் இவ்வாறு எழுதப்பட்டிருக்கிறது:

> தற்போது நாணல்-காடுகளின்-செழிப்பான-நிலங்களுக்குக் கீழே கமி மாபெரும் பூனை-மீனின் வடிவில் நிலைகொண்டிருந்தது, மேலும் தன் அசைவுகளால் நிலநடுக்கங்களை அது உருவாக்கியது, மான்-தீவின் மகத்தான தெய்வம் தன் வாளை பூமிக்குள் ஆழ நுழைத்து கமியின் தலையை ஊடுருவித் துளைக்கும் மட்டும். ஆக, இப்போது, கமி மூர்க்கமடையும்போது, அவர் தன் கையை நீட்டி வாளின் மீது வைக்கிறார், மீண்டும் கமி அமைதியடையும் வரை.

கருங்கல்லால் செதுக்கப்பட்ட இந்த வாளின் கைப்பிடி, காஷிமாவின் திருக்கோவிலுக்கு அருகே தரையிலிருந்து மூன்றடி வெளியே நீண்டிருக்கிறது. பதினேழாம் நூற்றாண்டில், ஒரு நிலப்பிரபு ஆறு நாட்கள் தொடர்ச்சியாகத் தோண்டியும் அவனால் வாளின் நுனியைக் கண்டடைய முடியவில்லை.

பொதுமக்களின் நம்பிக்கையில், *ஜின்ஷின்-உவோ (Jinshin-Uwo)*, அல்லது நிலநடுக்க-மீன் என்பது எழுநூறு மைல்கள் நீளமிருக்கும் விலாங்குமீன், ஜப்பானை அது தன் முதுகில் தாங்குகிறது. வடக்கிலிருந்து தெற்காக அது நீள்கிறது, தலை கியோடோவுக்குக் கீழிருக்க வால் அவோமோரிக்குக் கீழிருக்கிறது. தர்க்கத்தோடு யோசிக்கும் சிலர் இந்த ஒழுங்குமுறையின்

தலைகீழ்நிலைக்காக வாதிடுகிறார்கள், ஏனெனில் ஜப்பானின் தெற்குப்பகுதியில்தான் நிலநடுக்கங்கள் அடிக்கடி நிகழ்கின்றன, விலாங்குமீனினுடைய வாலின் வீச்சோடு இதை எளிதாகப் பொருத்திப்பார்க்க முடியும். இந்த மிருகம் இஸ்லாமிய மரபில் சொல்லப்படும் பஹமுத் அல்லது எட்டாக்களில் (Edda - நோர்ஸ் மரபைச் சேர்ந்த மறைநூல்) சொல்லப்படும் மயோகரோஸோர்மர் (Miogarosormr) போலில்லாமல் இல்லை.

சில பகுதிகளில், சற்று வெளிப்படையான சாதகங்களுக்காக, நிலநடுக்க-மீனுக்குப் பதில் நிலநடுக்க-வண்டு (Jinshin-Mushi) முன்னிறுத்தப்படுகிறது. அது டிராகனின் தலையையும், சிலந்தியின் பத்து கால்களையும், செதில்களடர்ந்த உடம்பையும் கொண்டிருக்கிறது. அது தரைக்குக் கீழே வசிக்கும் மிருகம், கடலுக்குக் கீழே வசிப்பதல்ல.

৮ ৩

A King of Fire and His Steed

நெருப்பு அரசனும் அவனுடைய போர்ப்புரவியும்

ஹெராக்ளீடிஸ் நமக்குப் போதிக்கிறார், முதன்மையான மூலகம், அல்லது வேர், நெருப்புதான், ஆனால் இதற்கு, நிலைமாறுகிற ஜுவாலைகளின் பிழம்புகளைக் கொண்டு செதுக்கிய நெருப்பாலான உயிரிகளும் இவ்வுலகில் உண்டு என்று அர்த்தமல்ல. கிட்டத்தட்ட கற்பனைக்கும் அப்பாற்பட்ட இந்தச் சங்கதியை, *பூலோக சொர்க்கம் (The Earthly Paradise, 1868-70)* எனும் தன்னுடைய காவியத்தில் வரும் கதையான 'வீனஸுக்குத் தரப்பட்ட மோதிரத்தில்' வில்லியம் மோரிஸ் முயற்சித்திருக்கிறார். அது இவ்வாறு விரிகிறது:

அனேகமும் ஒரு மகத்தான அரசனைப் போலிருந்தான் அவன்,
அரச மரியாதையோடு முடிசூட்டியும் செங்கோலை ஏந்தியும் நிற்கிறான்;
வெண்ணிற ஜுவாலையாய் ஒளிர்ந்தது அவன் முகம்,
கூர்மையோடும், தெளிவாகவும் – கல்லால் செதுக்கியதைப்போல;
ஆனால் நடுநடுங்கும் தீப்பிழம்புகளாக, தசையால் அல்ல, இருந்தது அது;
மேலும் அதன்மீது இத்தகைய உணர்வுகளும் கடந்து போயின,
கட்டற்ற ஆசையும், வலியும், பிறகு பயமும் கூட,
அவனது மக்களின் முகங்களில் இருந்ததைப் போலவே,
ஆனால் பத்துமடங்கு அதிகமாக: அல்லாமலும்,
அதியற்புத போர்ப்புரவி ஒன்றையும் தலைவன் கொண்டிருந்தான்,
இன்ன வகையென்றோ தயாரிப்பென்றோ பெயரிட முடியாததாக,
குதிரையும் அல்ல, ஹிப்போகிரிஃபும் அல்ல, டிரேக்கும் அல்ல.
இவை யாவற்றைப் போலவும் போலல்லாமலும்,

மேலும் ஒரு தீய கனவின்
வெளித்தோற்றம் போல நடுங்கியவாறே..

தொலைந்த சொர்க்கத்தில் (II, 666-73) திட்டமிட்டே தெளிவின்றி உருவகப்படுத்திய மரணத்தின் எதிரொலியை அனேகமாக மேலே குறிப்பிட்டுள்ள வரிகளிலும் பார்க்க முடிகிறது:

அந்த மற்றொரு வடிவம்,
அதனை வடிவம் என்றழைத்தால் அதற்கென வடிவம் ஏதுமில்லை,
உறுப்பிலோ, மூட்டிலோ அல்லது அவயங்களிலோ வேறுபடும் வகையில்.
அல்லது ஒரு பொருளென அழைக்கலாம் எனத் தோன்றியது அந்த நிழல்,
ஏனெனில் அது யாதேனுமொன்றாயிருந்தது; இருளைப் போலக் கருப்பாக,
பத்து ஃப்யூரிக்களின் மூர்க்கத்தோடு, நரகத்தைப் போல கொடூரமானதாக.
பயங்கரமான ஈட்டியை எறிந்தது; அதன் தலையெனத் தோன்றியது
மணிமுடியை ஒத்த தோற்றங்கொண்டதை அணிந்திருந்தது.

ಐ ಆ

The Kraken

க்ராக்கென்

ஸராடன் மற்றும் அராபியர்களுடைய கடல் டிராகனின், அல்லது கடல் நாகத்தின், ஸ்காண்டிநேவிய வடிவம்தான் க்ராக்கென்.

1752-54 வாக்கில், டானிஷ் எழுத்தாளரான எரிக் போண்டொப்பிடன் (Erik Pontoppidan), அவர் பெர்கெனின் (Bergen) தலைமைகுருவும் கூட, நார்வேயின் இயல்பு வரலாற்றை (Natural History of Norway) பதிப்பித்தார், அதன் விருந்தோம்பல் அல்லது இளிச்சவாய்த்தனத்துக்காகப் புகழ்பெற்ற பிரதி. க்ராக்கெனின் முதுகு ஒன்றரை மைல் நீளம் அகலமாயிருப்பதாகவும் அதன் பற்றிழைகளால் ஆகப்பெரிய கப்பல்களைக்கூடச் சூழ்ந்திட முடியுமென்றும் அந்நூலின் பக்கங்களில் நாம் வாசிக்கிறோம். அதன் பெரிய முதுகு கடலிலிருந்து ஒரு தீவைப்போல நீள்கிறது. தலைமைகுரு இப்படியொரு விதியை வகுக்கிறார்: 'மிதக்கும் தீவுகளெல்லாம் நிச்சயமாகக் க்ராக்கென்களே.' திரவங்களை வெளியிடுவதன் மூலம் கடலை இருளார்ந்ததாக மாற்றும் வழக்கம் க்ராக்கெனுக்கு உண்டு என்றும் அவர் எழுதுகிறார். க்ராக்கென் என்பது ஆக்டோபஸின் பெரிதுபடுத்திய வடிவம்தான் எனும் கருதுகோளுக்கு இந்த வரிகளும் கூட தூண்டுதலாக இருந்திருக்கலாம்.

டென்னிசனின் இளமைக்கால கவிதைகளுக்கு (Juvenilia) மத்தியில் அபூர்வமான உயிரியைப் பற்றிய இந்தக் கவிதையை காண்கிறோம்:

க்ராக்கென்

மேலாழங்களின் பேரொலிகளுக்குக் கீழே,
ஆழமறியா கடலின் கீழே, வெகு கீழே,
மிகப் புராதானமான, கனவுகளற்ற, எவரும் ஊடுருவாத உறக்கம்,
க்ராக்கென் அங்கு உறங்குகிறான்: சன்னமாக சூரியவொளிகள் மிதக்கின்றன,
அவன் நிழலார்ந்த பக்கங்களில்; அவனுக்கு மேலே விரிகின்றன,
நூற்றாண்டுகளின் வளர்ச்சியும் உயரமும் கொண்ட பெரிய கடற்பாசிகள்;
நொய்மையான ஒளியிலிருந்து வெகு தொலைவில்,
பலரும் வசிக்கும் விந்தையான குகையும் அதன் ரகசிய அறைகளும்,
கணக்கிட முடியாமலும் ஏராளமாகவுமுள்ள விழுதுகள்

அசைந்திடும் அரக்கனின் கரங்கள் படர்ந்திருக்கும் பச்சையத்தோடு.
அங்குதான் அவன் பல்லாண்டுகளாக இருக்கிறான், அங்குதான் இருப்பான்
தன் உறக்கத்தில் பெரும் கடல்–புழுக்களின் மீது புரண்டபடி.
அந்திமத்தின் நெருப்பு ஆழத்தை வெப்பமூட்டும்வரை;
பிறகொரு முறை மனிதனாலும் பின் தேவதைகளாலும் பார்வைக்கு வருவான்,
முழக்கத்தோடு அவன் எழுவான் பிறகு மேற்பரப்பில் மரிப்பான்.

* * *

Kujata

குயாடா

168 | ஹோர்ஹே லூயிஸ் போர்ஹெஸ்

இஸ்லாமிய அண்டவியலில், குயாடா என்பது நான்காயிரம் கண்களும், காதுகளும், நாசிகளும், வாய்களும், கால்களும் கொண்ட மிகப்பெரிய எருது. ஒரு காதிலிருந்து மற்றொரு காதுக்கோ அல்லது ஒரு கண்ணிலிருந்து மற்றொரு கண்ணுக்கோ செல்ல, குறைந்தபட்சம் ஐநூறு ஆண்டுகளாவது தேவைப்படும். பஹமுத் மீனின் முதுகில் நிற்கிறது குயாடா; எருதின் முதுகில் மாபெரும் மாணிக்கப்பாறை இருக்கிறது, பாறையின் மீது தேவதை, பிறகு அத்தேவதையின் மீது நிலைகொண்டிருக்கும் நம் பூமி. மீனுக்குக் கீழே மகத்தான கடல், கடலுக்குக் கீழே காற்று நிரம்பிய அகண்ட பாதாளம், காற்றுக்குக் கீழே நெருப்பு, நெருப்புக்குக் கீழே பிரமாண்டமான சர்ப்பம், அல்லாவின் மீது பயம் மட்டும் இல்லாதிருந்தால், இந்த உயிரி அத்தனை படைப்புகளையும் விழுங்கியிருக்கக்கூடும்.

The Lamed Wufniks

லமேத் வாவ்நிக்குகள்

பூமியின் மீது இருக்கிறார்கள், எப்போதும் இருந்திருக்கிறார்கள், முப்பத்து-ஆறு நீதிமான்கள், கடவுளின் முன் உலகை நியாயப்படுத்துவது அவர்களின் பணி. அவர்களே லமேத் வாவ்நிக்குகள். அவர்களுள் ஒருவர் மற்றவரை அறிய மாட்டார்கள் என்பதோடு மிக ஏழ்மையானவர்களும்கூட. தானொரு லமேத் வாவ்நிக் என்கிற ஞானம் ஒரு மனிதனுக்குள் உண்டாகும்போது அவன் உடனடியாக மரித்துப் போகிறான், பிறகு வேறு யாராவது, அனேகமாக உலகின் வேறொரு பகுதியில், அவனுடைய இடத்தை எடுத்துக் கொள்கிறார்கள். லமேத் வாவ்நிக்குகள், தாங்கள் அறியாமலேயே, இந்தப் பிரபஞ்சத்தின் ரகசியத் தூண்களாக இருக்கிறார்கள். அவர்கள் இல்லாது போயிருந்தால், கடவுள் மொத்த மனிதகுலத்தையும் அழித்திருப்பார். அறியாமலும், அவர்களே நம் ரட்சகர்கள்.

யூதர்களின் இந்த மறைநம்பிக்கையை மேக்ஸ் ப்ராட்டின் படைப்புகளில் பார்க்க முடியும். அதன் உத்தேசமான தோற்றமூலம் ஆதியாகமத்தின் பதினெட்டாவது அத்தியாயமாக இருக்கலாம், அதில் இந்த வசனத்தை நாம் வாசிக்கிறோம்: 'அதற்குக் கர்த்தர் சொன்னார், சோதோமில் நகரின் எல்லைக்குள் ஐம்பது நீதிமான்களைக் கண்டால், அவர்களின் நிமித்தம் இந்த ஸ்தலமுழுதையும் இரட்சிப்பேன் என்றார்.'

முஸ்லிம்கள் இதேபோன்ற குணவார்ப்பில் குதுப்களைக் *(Kutb)* கொண்டிருக்கிறார்கள்.

[மொழிபெயர்ப்பாளர் குறிப்பு – லமேத் வாவ்நிக் என்கிற பெயர் ஹூப்ரூ எண்களான லமேத் *(lamed)* மற்றும் வாவ் *(vav)* என்பதிலிருந்து உருவாக்கப்பட்டிருக்கிறது. லமேத் என்றால் 30. வாவ் என்றால் 6. இரண்டையும் கூட்டினால் 36. நிக் என்கிற ரஷிய வார்த்தை மனிதனைக் குறிக்கிறது.]

The Lamias

லாமியாக்கள்

கிரேக்கர்கள் மற்றும் ரோமானியர்களின் கூற்றுப்படி, லாமியாக்கள் ஆப்பிரிக்காவில் வாழ்ந்தன. இடையிலிருந்து மேல்வரை அவற்றின் வடிவம் அழகிய பெண்ணாக இருந்தது; இடைக்குக் கீழே அவை சர்ப்பமாயிருந்தன. நிறைய வல்லுனர்கள் அவற்றை சூனியக்காரிகள் என்றெண்ணினார்கள்; மற்றவர்களோ தீய அரக்கவுயிரியாக. அவற்றுக்குப் பேசும் ஆற்றல் கிடையாது, ஆனால் இசையோடு கூடிய சீழ்க்கையொலியை உருவாக்கி, பிரயாணிகளை, பாலைவன வெளிகளினூடாக ஏமாற்றி அழைத்துப் போகும், அவர்களை விழுங்க. தன்னுடைய *துயரங்களின் உடற்கூறியலில் (Anatomy of Melancholy)* காதலின் ஆற்றலைப் பேசும் பகுதியில் ராபர்ட் பர்டன் எழுதுகிறார்:

> ஃபிலோஸ்ட்ரேட்டஸ், தனது நான்காம் நூலான அப்போலோனியஸின் கதையில் *(de Vita Apollonii)*, இவ்வகைமையில் நினைவுகூரத்தக்க தருணமொன்றை உரைக்கிறார், அதை நான் தவிர்க்க முடியாது, 25 வயதான *மெனிப்பஸ் லைசியஸ்* எனும் இளைஞனைப் பற்றி, *சென்க்ரியாவுக்கும் (Cenchreoe)* கொரிந்துக்குமிடையே *(Corinth)* போகும் பாதையில், அழகிய யுவதியொருத்தியின் உடையில் இப்படியொரு கற்பனையுருவைச் சந்தித்தான், அது, அவன் கைகளைப் பற்றி, கொரிந்தின் புறநகர்ப்பகுதியிலிருந்த அவளுடைய வீட்டுக்கு அவனை அழைத்துச் சென்றது, பிறப்பால் தானொரு *ஃபீனிசியன் (Phoenicican* - கிரேக்கர்களையும் ரோமானியர்களையும் விடப் பழமையான இனம்) என அவனிடம் சொன்னது, அவனால் அவளோடு தங்க முடியுமென்றால், *அவள் பாடுவதையும் இசைப்பதையும் அவனால் கேட்க முடியும், யாரும் அதுவரை அருந்தியிராத அற்புதமான பழரசத்தை அருந்தலாம், மேலும் எந்த மனிதனும் அவனைத் தொந்தரவு செய்ய மாட்டான்; ஆனால் அழகும் அன்பும் பொருந்திய அவள் அவனோடு சேர்ந்து வாழவும் இறக்கவும் விரும்பினாள், யோசித்துப் பார்க்க அது நியாயமானதாகவும் அற்புதமானதாகவும் இருந்தது.* தத்துவவாதியான அந்த இளைஞன், மற்றபடி நிதானமும் முன்னெச்செரிக்கையும் நிறைந்தவன், தனது ஆசைகளைக் கட்டுப்படுத்தும் ஆற்றலைக் கொண்டிருந்தான், ஆனால் இந்தக் காதலுணர்வையல்ல, மனம் பெருநிறைவை உணரும் வகையில் சிலகாலம் அவளோடு தங்கினான், இறுதியில் அவளை மணக்கவும் செய்தான், அந்தத் திருமணத்துக்கு, வந்திருந்த விருந்தினர்களுக்கு மத்தியில், *அப்போலோனியஸும்* இருந்தார், சில சிக்கலான ஊகங்களின் அடிப்படையில் அவளொரு சர்ப்பமென்பதை அவர் கண்டுகொண்டார், *லாமியா*, அவளுடைய அறைகலன்களெல்லாம் *ஹோமரால்* விவரிக்கப்பட்ட

டாண்டாலஸின் தங்கத்தைப் போல, எதுவும் உண்மையல்ல, மாறாக வெறும் மாயத்தோற்றங்களே. தன்னுடைய ரகசியங்கள் கண்டுபிடிக்கப்பட்டதை அவள் உணர்ந்தபோது, தேம்பி அழுதாள், அப்போலோனியஸ் அமைதியாக இருக்க வேண்டுமென்று விரும்பினாள், ஆனால் அவர் அசைந்து கொடுக்கவில்லை, ஆக பிற்பாடு அவள், தட்டு, வீடு, மேலும் அதற்குள் இருந்த யாவும், ஒரே கணத்தில் மாயமாகின: இந்தச் சங்கதியை பல்லாயிரக்கணக்கானவர்கள் பார்த்தார்கள், ஏனென்றால் அது கிரிஸீன் மத்தியப்பகுதியில் நிகழ்ந்தது.

தன்னுடைய மரணத்துக்குக் கொஞ்ச காலம் முன்பு, பர்டனை வாசித்து நெகிழ்ந்ததால் ஜான் கீட்ஸ் அவருடைய நீள்கவிதையான ‘லாமியாவை’ எழுதினார்.

Laudatores Temporis Acti

இறந்தகாலத்தைத் துதிப்பவர்கள்

பதினேழாம் நூற்றாண்டு போர்ச்சுகீய கடற்தலைவனான லூயிஸ் தா சில்வெயிரா, *தன்னுடைய ஆசிய மக்களின் பழக்கவழக்கங்கள் (De Gentibus et Moribus Asiae* - லிஸ்பன், 1669) எனும் நூலில் ஒரு கீழைத்தேய மதக்குழுவைப் பற்றி சிறிது பூடகமாகக் குறிப்பிடுகிறார் - இந்தியர்களா அல்லது சீனர்களா என்பது குறித்து நமக்குச் சொல்லப்படுவதில்லை - லத்தீன் வாக்கியமொன்றைக் கொண்டு அவர்களுக்குப் பெயரிடுகிறார், *Laudatores Temporis Acti*. நல்லவரான அந்த மீகாமர் ஒரு தத்துவவாதியோ இறைசாஸ்திர நிபுணரோ அல்ல, என்றாலும் கூட, கடந்துபோன காலத்தின் இயல்பை அதன் வழிபாட்டாளர்கள் உணர்ந்தைப்போலவே தெளிவாக எடுத்துரைக்கிறார். இறந்தகாலம் நம்மைப் பொறுத்தமட்டில் காலத்தின் ஒரு பகுதி மட்டுமே, அல்லது முன்னொரு சமயத்தில் நிகழ்காலமாக இருந்த சில பகுதிகளின் தொகுப்பு, தற்போது நினைவுகளின் வழியாக அல்லது வரலாற்றின் மூலம் அதை நினைவுகூரலாம். நினைவுகளும் வரலாறும் சேர்ந்தே இப்பகுதிகளை நிகழ்காலத்தின் ஒரு அங்கமாக, ஐயத்துக்கிடமின்றி, உருவாக்குகின்றன. வழிபாட்டாளர்களுக்கு, இறந்தகாலமென்பது பூரணமான ஒன்று; ஒருபோதும் நிகழ்காலம் என எதையும் அது கொண்டிருக்கவில்லை, நினைவிலிருத்தவோ அல்லது யூகிக்கவோ முடியாதது. ஒருமையையும் பன்மையையும் அதற்கு பொருத்திப் பார்க்கவியலாது, ஏனெனில் அதெல்லாம் நிகழ்காலத்தின் குணநலன்கள். அதன் குடிமக்கள் குறித்தும் இதைச் சொல்ல முடியும் - பன்மை அனுமதிக்கப்படும் எனில் - அவர்களின் நிறம், அளவு, எடை, வடிவம் மற்றும் இன்ன பிற என யாவற்றைப் பற்றியும். ஒருபோதும் இருந்திராத காலத்தில் வாழ்ந்தவர்களைப் பற்றிய எந்தத் தகவலையும் ஆமோதிக்கவோ நிராகரிக்கவோ முடியாது.

சில்வெயிரா அந்த மதக்குழுவின் பூரணமான அவநம்பிக்கையைப் பற்றிக் குறிப்பிடுகிறார்; இறந்தகாலம், இவ்வாறு, தன்னை வழிபடுவதைப் பற்றி சிறிதளவும் அறிந்திருக்காது என்பதோடு, தன் பக்தர்களுக்கு உதவவும் அல்லது ஆற்றுப்படுத்தவும் அதற்குச் சாத்தியப்படாது. ஒருவேளை அந்த மீகாமர் அவர்களின் உண்மையான பெயரையோ அல்லது அபூர்வமான இந்த

இனக்குழு பற்றிய வேறேதேனும் தடயத்தையோ நமக்குத் தந்திருந்தால், மேலதிக விசாரணை எளிதாயிருந்திருக்கும். அவர்களுக்கென கோவில்களோ புனிதநூல்களோ இல்லை என்பதை நாம் அறிகிறோம். வழிபடக்கூடியவர்கள் யாரும் இன்னும் இருக்கிறார்களா - அல்லது அவர்கள் தற்போது, மங்கிப் போன தங்களின் நம்பிக்கைகளோடு சேர்ந்து, இறந்தகாலத்தின் ஓர் அங்கமாகி விட்டார்களா?

The Lemures

லெமூர்கள்

மரணத்துக்குப் பிறகு மனிதர்களின் ஆன்மாக்கள் உலகெங்கும் அலைவதோடு அங்கு வசிப்பவர்களைத் தொந்தரவு செய்யுமென்று பழங்கால மக்கள் நம்பினார்கள். நல்ல ஆன்மாக்கள் *லாரெஸ் ஃபெமிலியாரெஸ் (Lares Familiares)* என்றழைக்கப்பட்டன, மேலும் தீய ஆன்மாக்கள் *லார்வே (Larvae)*, அல்லது *லெமூர்கள்*, எனும் பெயரால் அழைக்கப்பட்டன. நல்லவர்களை அவை அச்சுறுத்தின, மேலும் தீயவர்களோடும் இறைநம்பிக்கை இல்லாதவர்களோடும் தொடர்ந்து உறவாடின; மே மாதத்தின் போது, அவற்றின் பெயரால் பண்டிகைகளைக் கொண்டாடும் வழக்கம் ரோமானியர்களுக்கு மத்தியில் இருந்தது, அவை *லெமூரியா* அல்லது *லெமூராலியா* என்று அழைக்கப்பட்டன. தனது சகோதரன் ரெமூஸின் ஆவியை சமாதானம் செய்வதற்காக ரோமுலஸால் முதன்முதலில் அந்தத் திருவிழாக்கள் நடத்தப்பட்டன, அவன் பொருட்டு ரெமூரியா என்றழைக்கப்பட்டன, பிறகு, சிதைந்து, லெமூரியா. இந்தச் சடங்குகள் மூன்று தினங்களுக்கு தொடர்ந்து நடைபெற்றன, அச்சமயங்களில் கடவுளர்களின் கோவில்கள் மூடப்பட்டதோடு திருமணங்களும் தடை செய்யப்பட்டன. இறந்தவர்களின் கல்லறைகளில் கறுப்பு மொச்சைகளை மக்கள் எறிவதென்பது, அல்லது அவற்றை எரித்து விடுவதும் கூட, வழக்கமான ஒன்றாக இருந்தது, ஏனெனில் அந்த நாற்றம் அவற்றுக்குத் தாங்கவியலாததாக இருக்குமென நம்பப்பட்டது. மந்திர வார்த்தைகளை அவர்கள் உச்சாடனம் செய்தார்கள், மேலும், பறைகளையும் முரசுகளையும் அறைவதன் மூலம், பேய்கள் போய் விடுமெனவும் தங்களுடைய உறவினர்களை அச்சுறுத்த அவை மீண்டும் பூமிக்குத் திரும்பாதென்றும் அவர்கள் நம்பினார்கள்.

லெம்ப்ரியரி: *செவ்வியல் அகராதி*

The Leveller

சமப்படுத்தும் உயிரி

1840-க்கும் 1864-க்கும் இடையில், பவேரிய இசைஞரும் பள்ளி ஆசிரியருமான ஜேக்கப் லோர்பருக்கு, நம் சூரியமண்டல கிரகங்களில் வாழும் மனிதகுலம், விலங்கினங்கள் மற்றும் தாவரங்களைப் பற்றிய நம்பத்தகுந்த வெளிப்பாடுகளை இடைவிடாமல் தொடர்ச்சியாக வழங்கினார் ஒளியின் தந்தை (அதை நாம் அகத்தின் குரல் என்றும் அழைக்கலாம்). நாமறிந்த வளர்ப்பு மிருகங்களில், இந்த வெளிப்பாடுகளுக்கு நன்றி, சமப்படுத்தும் உயிரியைக் காணமுடிகிறது, அல்லது தரையைத்-தட்டையாக்கும் உயிரி (*Bodendrucker* - போடேண்ட்ரக்கர்), லோர்பரின் வெகு சமீபத்தைய பதிப்பாசிரியர்களால் நெப்ட்யூன் என அடையாளம் காணப்பட்டுள்ள கிரகமான மைரானில், அளப்பரிய சேவைகளை அது செய்கிறது.

கிட்டத்தட்ட அதனை ஒத்த தோற்றத்தோடு இருக்கும் யானையைப் போல, பத்துமடங்கு சுற்றளவைக் கொண்டிருக்கிறது இந்த சமப்படுத்தும் உயிரி. சற்றே கட்டைகுட்டையான துதிக்கையும் நீண்ட நேரான தந்தங்களும் அதற்கு வழங்கப்பட்டிருக்கின்றன; நோய்மையான பச்சை நிறத்தில் இருக்கிறது அதன் தோல். பிரமிட் வடிவிலுள்ள கால்கள் குளம்புப்பகுதியில் சென்று மிகப்பெரிதாக விரிகின்றன; இந்தப் பிரமிடுகளின் சிகரங்கள் உடலோடு தைக்கப்பட்டிருப்பதாகத் தோன்றுகிறது. உள்ளங்காலைப் பதித்து நடக்கும் இந்தப் பிரபல உயிரி, கட்டிடப் பணியாளர்களுக்கும் கொல்லர்களுக்கும் முன்பாக, கட்டுமானம் நடைபெறும் கரடுமுரடான நிலப்பகுதிக்கு அழைத்துச் செல்லப்படும், அங்கே, தன் குளம்புகள், துதிக்கை மற்றும் தந்தங்களின் உதவியோடு, அது தரையைச் சமப்படுத்தவும் காலால் மிதிக்கவும் செய்கிறது.

வேர்களையும் மூலிகைகளையும் உண்டு வாழ்கிற சமப்படுத்தும் உயிரிக்கு ஒன்றிரண்டு பூச்சிகளைத் தவிர வேறெந்த எதிரிகளும் கிடையாது.

Lilith

லிலித்

‘ஆக ஏவாளுக்கும் முன்பிருந்தாள் லிலித்’, என்றொரு பழங்கால ஹீப்ரூ நூலில் நாம் வாசிக்கிறோம். இந்தத் தொன்மத்தின் பாதிப்பில் ஆங்கிலக் கவிஞரான தாந்தே காப்ரியேல் ரோஸெட்டி *(1828-82)* ‘ஏதேன் தோட்டம்’ *(Eden Bower)* என்கிற கவிதையை எழுதினார். லிலித் ஒரு சர்ப்பம்; அவளே ஆதாமின் முதல் மனைவி, மேலும் அவள் அவனுக்குத் தந்தாள்

> வனங்களிலும் நீர்நிலைகளிலும் சுருண்டிருந்த வடிவங்களை
>
> பளபளப்பான மகன்களை ஒளிபொருந்திய மகள்களை

அதன் பிறகே கடவுள் ஏவாளைப் படைத்தார்; லிலித், மனித இனத்தைச் சேர்ந்த ஆதாமின் மனைவியைப் பழிதீர்க்க, விலக்கப்பட்ட கனியை உண்ணும்படி ஏவாளை வற்புறுத்தி ஏபேலின் சகோதரனும் அவனைக் கொன்றவனுமான கெய்னை கருத்தரிக்கச் செய்தாள். ரோஸெட்டி அடையாளங்கண்டு பிறகு மேம்படுத்திய இந்தத் தொன்மத்தின் ஆரம்பகால வடிவம் இப்படித்தான் இருந்தது. வரலாற்று இடைக்காலம் முழுவதும் ஹீப்ரூவில் இரவைக் குறிக்கும் *‘லயில்’ (Layil)* எனும் வார்த்தையின் தாக்கம் இத்தொன்மத்துக்கு புதிய திருப்பத்தைத் தந்தது. அதற்குமேலும் லிலித் சர்ப்பமாக இருக்கவில்லை; அவள் இரவில் தோன்றும் கற்பனையுருவாக மாறுகிறாள். சில சமயங்களில் அவள் மனிதகுலத்தின் புத்திரவிருத்தியைத் தீர்மானிக்கும் தேவதையாக இருக்கிறாள், வேறு சில சமயங்களில், தனியாக உறங்குபவர்களை அல்லது ஆளில்லா சாலைகளில் பிரயாணிப்பவர்களைத் தாக்கும் பிசாசாக. பொதுபுத்தியைப் பொறுத்தமட்டில், நீண்ட கறுத்தக் கேசத்தை தளர்வாகக் கட்டியிருக்கும் உயரமான அமைதியான பெண் அவள்.

The Lunar Hare

நிலவின் முயல்

நிலவின் கறைகளை, அவை மனிதவடிவைக் கொண்டிருப்பதாக ஆங்கிலேயர்கள் நம்புகிறார்கள்; ஒரு நடுக்கோடை இரவின் கனவில் (*A Midsummer Night's Dream*) 'நிலவில் இருக்கும் மனிதன்' குறித்து இரண்டு அல்லது மூன்று குறிப்புகள் வருகின்றன. நிலவின் மனிதன் சுமந்து செல்லும் முட்கற்றை, அல்லது புதரைப் பற்றி, ஷேக்ஸ்பியர் குறிப்பிடுகிறார்; நரகத்தினுடைய இருபதாம் காண்டத்தின் இறுதி வரிகளில், கெய்னைப் பற்றியும் இந்த முட்கள் குறித்தும் தாந்தே ஏற்கனவே பேசியிருக்கிறார். தொமாஸோ காசினியின் விளக்கவுரை ஒரு டஸ்கனிய (*Tuscan* - இத்தாலியிலுள்ள நகரம்) தொன்மத்தைச் சுட்டுகிறது, அதில் கெய்னை நிலவுக்குப் போகும்படி சபிக்கும் கடவுள், என்றென்றைக்குமாக முட்களின் புதரைச் சுமக்கும் தண்டனையை அவனுக்கு விதிக்கிறார். மற்றவர்களோ நிலவில் திருக்குடும்பத்தைக் கண்டனர்; லியோபோல்டோ லூகோனெஸ் தன்னுடைய *நிலவின் உணர்வுகளில் (Lunario Sentimental)* எழுதினார்:

Yesta todo: la Virgen con el nino; al flanco,
San Jose (algunos tienen la Buena fortuna
De ver su vara); y el buen burrito bianco
Trota que trota los campos de la luna.

அனைவரும் அங்கிருக்கிறார்கள்: குழந்தையோடிருக்கும் கன்னிமேரி; அருகே,
யோசேப்பு நடக்கிறார், (சிலர் அற்புதமான பரிசுகளைத் தருகிறார்கள்
அவருடைய கழியைப் பார்க்க); பிறகந்த சாதுவான கழுதை, வெண்ணிறத்தில்,
நிலவின் நிலங்களில் அது தாவி நடைபோடுகிறது.

மற்றொருபுறம், சீனர்களோ, நிலவில் ஒரு முயலைப் பார்க்கிறார்கள். புத்தர், அவருடைய முந்தைய பிறப்புகளுள் ஒன்றில், பசியால் வாடினார்; அவரது உணவுக்காக, ஒரு முயல் நெருப்புக்குள் குதித்தது. அதற்குப் பிரதியுபகாரமாக புத்தர் அதன் ஆன்மாவை நிலவுக்கு அனுப்பினார். அங்கு, கருவேலமரத்தினடியில், வாழ்வின் அமிர்தத்தைச் சமைக்கும் மூலிகைகளை மந்திரக்குழவியில் போட்டு முயல் அரைக்கிறது. சில மாகாணங்களின் பேச்சுவழக்கில் இந்த முயல், மருத்துவர் அல்லது அசாதாரணமான முயல் அல்லது ஜேட் முயல் என்றழைக்கப்படுகிறது.

சாதாரணமான முயல் ஆயிரம் வருடங்கள் வாழுமென்றும் வயதாகும்போது அது வெள்ளை நிறமாக மாறுமென்றும் நம்பப்படுகிறது.

அதேநேரம், ஷேக்ஸ்பியர், சூறாவளியில் (The Tempest, II, ii) இறந்துபோன அறிவிலியைப் (mooncalf) பற்றிக் குறிப்பிடுகிறார். இவ்வுயிரி, வர்ணனையாளர்களின் கூற்றுப்படி, நிலவின் பாதிப்பால் பூமியில் பிறந்த அவலட்சணமான அரக்கானாவான்.

৪০ ০৪

The Mandrake

மாண்ட்ரேக்

பாரோமெட்ஸைப் போல, மாண்ட்ரேக் என்றறியப்படுகிற தாவரம் விலங்கினவுலகின் எல்லைகளுக்கு நெருக்கமாயிருக்கிறது, ஏனெனில் தரையிலிருந்து பிடுங்கும்போது அதுவொரு அலறலை வெளியிடும்; அதைக் கேட்பவர்களை பைத்தியமாக்கி விடும். ஷேக்ஸ்பியரில் நாம் வாசிக்கிறோம் *(ரோமியோவும் ஜூலியட்டும்*, IV, iii):

> பிறகு தரையிலிருந்து பிடுங்கப்பட்ட மாண்ட்ரேக்குகளைப் போல அலறல்கள்
>
> வாழும் மனிதர்கள், அவற்றைக் கேட்டு, மதிகெட்டு அலைகிறார்கள்...

பிதாகோரஸ் இந்தத் தாவரத்தை மனிதப் பண்புகளோடிருப்பதாகச் சொன்னார்; ரோமானிய நாட்டுப்புறப் பொருளாளரான லூசியஸ் காலுமெல்லா அதை பாதி-மனிதன் என்றழைத்தார்; மேலும் கிட்டத்தட்ட மனிதனைப் போலத்தான் மாண்ட்ரேக்கும் என ஆல்பர்டஸ் மேக்னஸ் எழுதினார், பாலினப் பாகுபாடு உட்பட. முன்னதாக, வெண்ணிற மாண்ட்ரேக் ஆண் என்றும் கறுப்புநிற மாண்ட்ரேக் பெண் என்றும் ப்ளீனி சொன்னார். அத்துடன், அதைப் பிடுங்கியெடுப்பவர்கள் முதலில் வாளைக் கொண்டு தரையில் மூன்று வட்டங்களை வரைந்து பின் மேற்குப்பக்கமாகப் பார்ப்பார்கள்; அதன் இலைகளின் மணம் மிகவும் காட்டமாக இருப்பதால் வெகு சாதாரணமாக மனிதர்கள் தங்களின் பேச்சுத்திறனை இழக்கும்படிச் செய்யக்கூடியது. அதை வேரோடு களைவதென்பது பயங்கரமான துன்பங்களை விளைவிக்கும் ஆபத்துகளை எதிர்கொள்வதற்கு ஒப்பானதாகும். தன்னுடைய *யூதப்போர்களின் வரலாற்றின்* இறுதிப் புத்தகத்தில் ஃப்ளாவியஸ் ஜோசஃப்பஸ் *(Flavius Josephus)* பழக்கப்படுத்திய நாயொன்றைப் பணியமர்த்திக் கொள்ளும்படி நமக்கு ஆலோசனை சொல்கிறார்: தாவரம் பிடுங்கப்படும், நாய் இறந்து போகும், ஆனால் அதன் இலைகளோ போதைப்பொருளாக, மலமிளக்கியாக, உடன் மாயமந்திர வேலைகளைச் செய்யவும் பயன்படும்.

தூக்குமேடைகளின் காலடியில்தான் இந்தத் தாவரம் வளரும் என்கிற மூடநம்பிக்கைக்கு மாண்ட்ரேக்கின் கற்பிதமான மனிதவுருவம் இட்டுச் சென்றது. சர் தாமஸ் ப்ரவுண் தனது *சூடோடோக்ஸியா எபிடெமிகாவில் (Pseudodoxia Epidemica - 1646)* தூக்கிலிடப்படும் மனிதர்களின் உடலிலிருந்து வெளியேறும் கொழுப்புகளைப் பற்றிச் சொல்கிறார்; ஒருகாலத்தில் பிரபலமாயிருந்த ஜெர்மானிய எழுத்தாளர் ஹன்ஸ் ஹெயின்ஸ் நாவலொன்றை *(Alraune, 1913)* எழுதினார், தூக்கில் போட்ட மனிதனின் விந்துகளை ஒரு பரத்தைக்குள் செலுத்தி

அழகிய சூனியக்காரியைப் பெற்றெடுப்பதாக அதன் களம் அமைந்திருந்தது. ஜெர்மானிய மொழியில், மாண்ட்ரேக் என்பது *'அல்ரௌனே' (Alraune)*, முன்பு அது *அல்ரூனாவாக (Alruna)* இருந்தது, இவ்வார்த்தை உண்மையில் *'ரூனே' (rune)* என்பதிலிருந்து உருவானது, அதற்கு 'முணுமுணுப்பு' அல்லது 'ரீங்காரம்' என அர்த்தம். ஆகவே (ஸ்கீட்டின் கூற்றுப்படி) அதன் அர்த்தம் 'ஒரு மர்மம்.. ஒரு எழுத்துப்பிரதி, ஏனென்றால் எழுதப்பட்ட கதாப்பாத்திரங்கள் யாவும் வெகு சிலர் மட்டுமேயறிந்த மர்மமாகக் கருதப்பட்டார்கள்.' அனேகமாக, இன்னும் எளிதாகச் சொல்வதெனில், சத்தத்தைக் குறிக்கக் கட்புலனாகும் அடையாளத்தைப் பயன்படுத்தும் யுக்தி ஒரு நோர்டிக் மனதைக் குழப்பியிருக்கும், ஆக மர்மம் அதில்தான் ஒளிந்திருக்கிறது.

மாண்ட்ரேக்கின் இனப்பெருக்க ஆற்றலைப் பற்றிய இந்த விசித்திரப் பதிவு ஆதியாகமத்தில் (XXX: 14-17) காணப்படுகிறது:

> கோதுமை அறுப்பு நாளில் ரூபன் வயல்வெளியிலே போய், மாண்ட்ரேக்குகளைக் கண்டெடுத்து, அவைகளைக் கொண்டுவந்து தன் தாயாகிய லேயாளிடத்தில் கொடுத்தான். அப்பொழுது ராகேல் லேயாளை நோக்கி: உன் குமாரனுடைய மாண்ட்ரேக்குகளில் எனக்குக் கொஞ்சம் தா என்றாள்.
>
> அதற்கு அவள்: நீ என் புருஷனை எடுத்துக்கொண்டது அற்பகாரியமா? என் குமாரனுடைய மாண்ட்ரேக்குகளையும் எடுத்துக்கொள்ள வேண்டுமோ என்றாள். அதற்கு ராகேல்: உன் குமாரனுடைய மாண்ட்ரேக்குகளுக்கு ஈடாக அவர் இன்றிரவு உன்னோடே சயனிக்கட்டும் என்றாள்.
>
> சாயங்காலத்தில் யாக்கோபு வயல்வெளியிலிருந்து வருகையில் லேயாள் புறப்பட்டு அவனுக்கு எதிர்கொண்டு போய்: என் குமாரனுடைய மாண்ட்ரேக்குகளால் உம்மைக் கொண்டேன்; ஆகையால் நீர் என்னோடு வரவேண்டும் எனச் சொன்னாள். அவன் அன்றிரவு அவளோடே சயனித்தான்.
>
> தேவன் லேயாளுக்குச் செவிகொடுத்தார். அவள் கர்ப்பவதியாகி யாக்கோபுக்கு ஐந்தாவது மகனைப் பெற்றெடுத்தாள்.

பன்னிரெண்டாம் நூற்றாண்டில், தால்முத்துக்கு விளக்கமெழுதிய ஒரு ஜெர்மானிய-யூத வர்ணனையாளர் இந்தப் பத்தியை எழுதுகிறார்:

தரையின் வேரிலிருந்து வெளியேறி வரும் ஒருவகை தாம்புக்கயிறோடு அதன் உந்திச்சுழியால் இணைக்கப்பட்டுள்ளது, பூசணி அல்லது முழாம்பழத்தைப் போல, யாடு'வா (Yadu'a) என்றழைக்கப்படும் ஒரு மிருகம், ஆனால் யாடு'வா அத்தனை வார்ப்புகளிலும் மனிதனைப் போலவே இருக்கிறது: முகம், உடல், கரங்கள் மற்றும் கால்களிலும். வேரோடு தன்னைப் பிடுங்கிக்கொண்டு, அந்தத் தாம்புக்கயிறின் நீளம் எட்டுமட்டும், தன்னைச் சுற்றியிருக்கும் யாவற்றையும் அது அழிக்கிறது. அந்தக் கயிற்றை அம்பால் அறுத்தால் மட்டுமே அந்த மிருகம் சாகும்.

மருத்துவர் டையோஸ்காரிடஸ் (கி.பி. இரண்டாம் நூற்றாண்டு) மாண்ட்ரேக்கை செர்சியோடு (Circea - கிரேக்கத் தொன்மம்) இனங்காண்கிறார், அல்லது செர்சியின் மூலிகையோடு (herb of circe), அதைப் பற்றி ஆடிசியின் (Odyssey) பத்தாவது புத்தகத்தில் வாசிக்கிறோம்:

வேர்ப்பக்கம் அது கருப்பாயிருந்தது, ஆனால் அதன் மலர் பாலின் நிறத்தில் இருந்தது. மோலி எனக் கடவுளர்கள் அதை அழைத்தனர்; சாதாரண மனிதனுக்கு அதைத் தோண்டுவது மிகவும் கடினம்; ஆனால் கடவுளர்களோ சர்வ-வல்லமை படைத்தவர்கள்.

ஜ ශ

The Manticore

மாண்டிகோர்

ப்ளீனி (VIII, 30) நமக்குத் தெரிவிக்கிறார், அர்த்தசெர்க்சஸ் நிமோனிடம் புகழ்பெற்ற மருத்துவராயிருந்த தெசியஸின் கூற்றுப்படி, எத்தியோப்பியர்களுக்கு நடுவே

ஒரு மிருகம் இருக்கிறது, அதை அவர் மாண்டிகோரா என்றழைக்கிறார்; அது மூன்று வரிசைகளில் பற்களைக் கொண்டிருக்கிறது, சீப்பில் உள்ளதைப் போல அவை ஒன்றுக்குள் மற்றொன்றாகப் பொருந்துகின்றன, மனிதனுடைய முகமும் காதுகளும், நீலாகாயக் கண்களும், அதன் நிறம் உதிரத்தின் நிறமாயிருக்க, சிங்கத்தின் உடலைக் கொண்டிருக்கிறது, மேலும் கொடுக்கில் சென்று முடிவுறும் வாலையும், தேளுக்கு இருப்பதைப் போல. அதன் குரலோ குழலிசையும் எக்காளநாதமும் ஒன்றிணைந்து ஒலிப்பதை நினைவுறுத்துகிறது; மட்டுமீறிய வேகத்தோடு அது நகருகிறது, மேலும் மனிதச்சதையின் மீது மிகுந்த விருப்பத்தைக் கொண்டிருக்கிறது.

ஃப்ளாபர்ட் இந்த விவரணையை இன்னும் செம்மையாக்குகிறார், *புனித அந்தோணியின் சோதனைகளின்* இறுதிப்பக்கங்களில் நாம் வாசிக்கிறோம்:

மாண்டிகோர் மனித முகத்தோடும் மூன்று வரிசைப் பற்களோடும் உள்ள பிரம்மாண்ட சிவப்புநிறச் சிங்கம்.

'எனது ஒண்சிவப்புநிறத் தோலின் பலவண்ண ஒளிர்வு பாலைவன மணலின் மினுங்கும் பிரகாசத்தோடு ஒன்றுகலக்கிறது. பூமியின் தன்னந்தனி இடங்கள் தரும் பீதியை என் நாசிகளின் வழி நானே வெளியிடுகிறேன். கொள்ளை நோய்களை உமிழ்கிறேன். சேனைகள் பாலைவனத்தில் நுழைந்தால் அவற்றை விழுங்குகிறேன்.'

'எனது நகங்கள் கூர்மையான அலகுகளாக வளைந்திருக்கின்றன, துளையிடும் கருவிகளைப் போல, அத்துடன், ரம்பத்துக்கிருப்பதைப் போல எனது பற்கள் நறுக்கப்பட்டுள்ளன; அசைந்து கொண்டேயிருக்கும் என் வாலில் கூரான கணைகள் துருத்தி நிற்கின்றன, அவற்றை நான் எய்தவாறிருக்கிறேன், இடமும் வலமுமாக, எனக்கு முன்னும், பின்னும். கவனம்!'

மாண்டிகோர் தனது வாலின் இறகுகளை எய்கிறது, அவை அத்தனை திசைகளிலும் அம்புகளெனப் பாய்கின்றன. மரங்களின் இலைகளில் தெறிக்கும் உதிரத்துளிகள் கீழே சிந்துகின்றன.

ஐ ஆ

கற்பனையான உயிரிகளின் புத்தகம் / 187

The Mermecolion

மெர்மிகோலியன்

நினைத்துப் பார்க்கவியலாத மிருகமான மெர்மிகோலியனை ஃப்ளாபர்ட் இவ்வகையில் விவரிக்கிறார்: 'முன்பகுதி சிங்கமாகவும், பின்பகுதி எறும்பாகவும், அதன் பாலுறுப்புகள் தவறாக மாறி அமைந்திருக்கின்றன'. இவ்வரக்கவுயிரியின் சரித்திரமும் விசித்திரமானதே. மறைநூலில் (யோபு IV:II) நாம் வாசிக்கிறோம்: 'முதிய சிங்கம் இரையில்லாமையால் மாண்டுபோம்.' ஹீப்ரூ பிரதியில் சிங்கத்துக்கு *லேயிஷ் (layish)* எனும் வார்த்தை பயன்படுத்தப்பட்டுள்ளது; இந்த வார்த்தை, வழக்கமாக சிங்கத்தைக் குறிக்கப் பயன்படுவதல்ல, ஆக அதற்கு நிகரானதொரு தவறான மொழிபெயர்ப்பைத் தோற்றுவித்திருப்பதாகத் தெரிகிறது. செப்டுவஜிண்ட் *(Septuagint* - யூத நூல்களின் கிரேக்க மொழிபெயர்ப்புகளுக்கு வழங்கப்பட்ட பெயர்) பிரதியோ, ஈலியனும் ஸ்ட்ரோபோவும் *மிர்மெக்ஸ் (Myrmex)* என்றழைத்த அராபியச் சிங்கத்துக்கு திரும்பிச் செல்வதோடு, மெர்மிகோலியன் என்கிற வார்த்தையையும் ஆவணப்படுத்துகிறது. நூற்றாண்டுகளுக்குப் பிறகு, இதன் தோற்றமூலம் மறைந்து போனது. கிரேக்கமொழியில், *மிர்மெக்ஸ்* என்றால் எறும்பு; இந்தக் குழப்பமான வார்த்தைகளில் இருந்து தோன்றிய 'முதிய [எறும்பு]-சிங்கம் இரையில்லாமையால் மாண்டுபோம்' ஒரு கற்பனையுருவாக மாற (கீழே டி.ஹெச்.வொயிட்டால் மொழிபெயர்க்கப்பட்டுள்ளது) அதை ஊதிப்பெருக்குவதில் இடைக்காலத்தைச் சேர்ந்த விலங்குகளைப் பற்றியக் கட்டுக்கதைகள் வெற்றிபெற்றன:

> *ஃபிஸியோலோகஸ் (Physiologus - கிரேக்கமொழியில் பதிப்பிக்கப்பட்ட கிறித்துவப் போதனைகளின் தொகுப்பு) சொன்னது: அது ஒரு சிங்கத்தின் முகத்தையும் (அல்லது முன்பாதி) எறும்பின் பின்பகுதிகளையும் கொண்டிருந்தது. அதன் தந்தை மாமிசத்தை உண்ண தாயோ தானியங்களை உண்கிறது. ஆக பிறகு அவர்கள் எறும்பு-சிங்கத்தை உண்டு பண்ணினார்களெனில், இருவேறு இயல்புகளையுடைய சங்கதியை அவர்கள் தோற்றுவிக்கிறார்கள், ஏனெனில் தாயின் இயல்பால் அதனால் மாமிசத்தை உண்ணவியலாது, அல்லது தந்தையின் இயல்பால் தானியங்களையும் உண்ணவியலாது. ஆகையால், சத்தான உணவு கிடைக்காமல் போவதால், அது மாண்டு போகிறது.*

The Minotaur

மினோடார்

மனிதர்கள் தொலைந்து போக ஒரு வீட்டைக் கட்டுவது என்னும் கருத்துருவாக்கம், அனேகமாக, எருதின் தலையோடிருக்கும் மனிதன் என்பதைக் காட்டிலும் சற்றே அபூர்வமானதுதான், ஆனால் இவ்விரு கருத்துருக்களைப் போலவே புதிர்ப்பாதையின் உருவகமும் மினோடாரின் உருவகமும் ஒன்றோடொன்று ஒத்துப்போகின்றன. மேலும் பயங்கரமான வீட்டில் வசிக்கும் பயங்கரமான அரக்கவுயிரி என்பதும் இதற்குப் பொருத்தமான ஒன்றாகத்தான் இருக்கிறது.

பாதி எருதும் பாதி மனிதனுமாயிருக்கும் மினோடார், கடலிலிருந்து நெப்ட்யூன் வெளிக்கொணர்ந்த வெண்ணிற எருதின் மீது க்ரீடேவின் அரசியான பசிஃபே *(Pasiphae)* கொண்ட மூர்க்கத்தனமான காதலின் விளைவாகப் பிறந்தது. அரசியின் விசித்திர ஆசைகளை நிறைவேற்றும் சாதனத்தைக் கண்டுபிடித்தவரான டீடலஸ் *(Daedalus)*, அரக்கனான அவள் மகனைக் கட்டுப்படுத்தவும் ஒளித்து வைக்கவும் விதிக்கப்பட்ட புதிர்நெறிக்கூடத்தை அவரே நிர்மாணித்தார். மினோடார் மனித மாமிசத்தை உண்டு வாழ்ந்த காரணத்தால் அதன் ஊட்டத்துக்காக வருடாவருடம் ஏழு இளைஞர்களையும் ஏழு கன்னிப்பெண்களையும் அதற்குக் கப்பமாகச் செலுத்தும்படி ஏதென்ஸ் நகரத்தின் மக்களுக்கு க்ரீடேவின் அரசன் கட்டளையிட்டான். மினோடாரின் பசிக்கு இரையாகக் குலுக்குச்சீட்டு அவன் பெயரில் விழுந்தபோது தேசத்தை இந்தத் துயரிலிருந்து விடுதலை செய்ய தீசிஸ் உறுதிபூண்டான். அரசனின் மகளான அரியாட்னே அவனிடம் ஒரு நூலைத் தந்தாள், அதன் மூலம் புதிர்க்கூடத் தாழ்வாரங்களின் சுழிவுகளினூடாகத் தனது பாதையை அவனால் அடையாளங்காண முடியும்; மினோடாரைக் கொன்று அந்தப் புதிரிலிருந்து தப்பி வெளியேற நாயகனுக்குச் சாத்தியமானது.

மிகத் தந்திரமானதாக இருக்கத் தலைப்படும் ஒரு வரியில் ஓவிட் *பாதி எருதாயிருக்கும் மனிதன், பாதி மனிதனாயிருக்கும் எருது (Semibovemque Virum, Semivirumque Bovem)* குறித்துப் பேசுகிறார். தாந்தே, பண்டைக் காலத்தவர்களோடு பரிச்சயமிருந்தபோதும் அவர்களின் நாணயங்களையோ நினைவுச்சின்னங்களையோ அவர் அறிந்திருக்கவில்லை, மினோடாரை மனிதனின் தலையோடும் எருதின் உடலோடும் அவர் உருவகித்தார் (*நரகம்*, XII, 1-30).

எருதையும் இரண்டு தலைகளைக் கொண்ட கோடாரியையும் (அதன் பெயர் *லேப்ரிஸ் [labrys]*, அனேகமாக *லேப்ரிந்த் [labyrinth]* என்கிற வார்த்தையின் வேராக இதுவே இருக்கக்கூடும்) வழிபடுவது கிரேக்கர்களுக்கு முந்தைய

(Pre-Hellenic) காலத்து மதங்களின் வழக்கமாயிருந்தது, புனிதமான காளைச்சண்டைகளை அவை நிகழ்த்தின. சுவரோவியங்களைக் கொண்டு மதிப்பிடுவதெனில், க்ரீடேவின் பிசாசுகளைப் பற்றிய ஆய்வுகளில், எருதின் தலைகளோடிருந்த மனித உருவங்கள் இடம்பெற்றிருந்தன. அனேகமாக மினோடாரைப் பற்றிய கிரேக்கத் தொன்மம் மிகப் பழைய வேறு சில தொன்மங்களின் பிந்தைய காலத்துப் பிசகிய வடிவமாக இருக்கக்கூடும், இன்னுமதிக பயங்கரங்களைக் கொண்ட கனவுகளின் நிழல் என்பதைப்போல.

ஐ ஓ

The Monkey of the Inkpot

மைபுட்டியின் குரங்கு

வடதிசையில் வழக்கமாகக் காணப்படும் இம்மிருகம், நான்கு அல்லது ஐந்து அங்குல நீளமிருக்கக்கூடியது; அதன் கண்கள் ஒண்சிவப்பில் இருக்க, மயிர்த்தோலோ பளபளக்கும் கருநிறத்தில் பட்டுப்போன்ற மிருதுவோடும் தலையணையைப் போன்ற மென்மையோடும் உள்ளது. வினோதமான உள்ளுணர்வால் அது அடையாளங்காணப்படுகிறது - இந்திய மையின் மேல் கொண்டிருக்கும் விருப்பத்தால். ஒரு மனிதன் எழுத அமரும்போது, இந்தக் குரங்கு கால்களைக் குறுக்காகக் கட்டி முன்னம்பாதங்களில் ஒன்றை மடித்து இன்னொன்றின் மேல் வைத்து அவருக்கு அருகில் அமர்ந்து, வேலை முடியுமட்டும் காத்திருக்கும். அதன் பின்னர் மீதமிருக்கும் மையை அது அருந்தும், பிறகு புட்டத்தைக் கீழிருத்தி உட்காரும், அமைதியாகவும் திருப்தியோடும்.

வாங் தாய்-ஹாய் *(1791)*

The Monster Acheron

அகிரோன் எனும் அரக்கன்

ஓரேயொரு மனிதன், ஒரேயொரு முறை மட்டுமே, அகிரோன் எனும் அரக்கனைப் பார்த்திருக்கிறான்; பன்னிரெண்டாம் நூற்றாண்டில் ஐரிஷ் நகரமான கார்க்கில் இது நிகழ்ந்தது. கேலிக் மொழியில் எழுதப்பட்ட இக்கதையின் மூல வடிவம் தற்போது தொலைந்து விட்டது, ஆனால் ரீகன்ஸ்பர்கைச் (ராடிஸ்போன்) சேர்ந்ததொரு பெனிடிக்டிய துறவியால் அது லத்தீனில் மொழிபெயர்க்கப்பட்டது, பிறகு அந்த மொழிபெயர்ப்பிலிருந்து நிறைய மொழிகளுக்கு இக்கதை பரவியது, அவற்றுள் ஸ்வீடிஷும் ஸ்பானிஷும் கூட உண்டு. லத்தீனைப் பொருத்தமட்டில் கிட்டத்தட்ட ஐம்பதுக்கும் மேற்பட்ட பிரதிகள் இன்னும் உள்ளன, அடிப்படையான சங்கதிகளோடு அனைத்து வகையிலும் அவை ஒத்துப்போகின்றன. *டண்டாலின் கனவு (Visio Tundali)* என்பதுதான் கதையின் பெயர், தாந்தேயின் கவிதைக்கான மூலங்களில் இதுவும் ஒன்றெனக் கருதப்படுகிறது.

'அகிரோன்' எனும் வார்த்தையில் இருந்து நாம் தொடங்கலாம். *ஆடிசியின்* பத்தாவது புத்தகத்தில் அது நரகத்தில் பாயும் நதிகளில் ஒன்றாக இருக்கிறது, மக்கள் வசிக்கும் உலகின் மேற்குக் கரையோரமாக எங்கோ பாய்கிறது. *ஐனீட்டில்* அந்தப் பெயர் மீண்டும் எதிரொலிக்கிறது, லூகானின் *ஃபார்சாலியாவிலும்*, பிறகு ஓவிட்டின் *உருமாற்றங்களிலும்*. தாந்தே ஒரே வரியில் அதை நம் மனதில் பதிக்கிறார்: *'அகிரோனின் சோகந்ததும்பும் கரைகளிலே' (Su la Trista riviera d'Acheronte).*

ஒரு தொன்மத்தில், அகிரோன் என்பது தண்டனை அனுபவிக்கும் ஒரு டைட்டன்; மற்றொன்றில், முந்தைய காலகட்டத்தைச் சேர்ந்ததில், தென்துருவத்துக்கு அருகே அது வைக்கப்படுகிறது, கோளகையின் எதிரெதிர் நிலைகளுடைய *(Antipodes)* உடுமண்டலங்களுக்குக் கீழே. எட்ரஸ்கன்கள் *(Etruscans)* தீர்க்கதரிசனத்தைச் சொல்லித்தர 'விதிகளின் புத்தகத்தையும்', உடல் மரித்த பிறகு ஆன்மா பயணிக்கும்

பாதைகளைச் சொல்லித்தர 'அகிரோனின் புத்தகத்தையும்' கொண்டிருந்தார்கள். காலப்போக்கில், அகிரோன் என்பது நரகத்தைக் குறிப்பதாக மாறியது.

டுண்டால் என்பவன் ஓர் ஐரிஷ் பெருமகன், நற்குணங்களும் வீரமும் பொருந்தியவன், ஆனால் குற்றங்காணவியலாத இயல்புகளைக் கொண்டவனல்ல. ஒரு முறை தனது பெண் தோழியின் வீட்டில் இருக்கும்போது அவன் சுகவீனமடைந்தான், அவனது இதயத்தில் இருந்த சின்னஞ்சிறு வெப்பத்தைத் தவிர, மூன்று பகல்களும் இரவுகளும் இறந்தவனாகக் கருதப்பட்டான். அவனுக்கு நினைவு திரும்பியபோது, இவ்வுலகுக்கும் அப்பாற்பட்ட நிலங்களைத் தனது காவல் தேவதை தனக்குக் காட்டித்தந்ததாகக் கூறினான். அவன் பார்த்த பல்வேறு அற்புதங்களுக்கு மத்தியில், நமக்கு ஆர்வமளிக்கக்கூடியதாக இருப்பது அகிரோன் எனும் அரக்கனே.

எந்த மலையைக் காட்டிலும் அது பெரிதாகயிருந்தது. கண்கள் நெருப்பாய் ஜொலிக்க வாயோ ஒன்பதாயிரம் பேரைக் கொள்ளுமளவு மிகவும் அகலமாயிருந்தது. இரு சபிக்கப்பட்ட மனிதர்கள், தூண்கள் அல்லது அட்லாண்டிஸைப் *(Atlantes)* போல, அதற்கு ஆதாரமாக நின்று திறந்து பிடிக்கிறார்கள்; ஒருவன் தன் கால்களால் நிற்கிறான், மற்றவன் தன் தலையால். மூன்று தொண்டைகள் உள்ளுக்குள் அழைத்துச் சென்று இறவா நெருப்பை உமிழ்கின்றன. மிருகத்தினுடைய வயிற்றின் ஆழத்திலிருந்து அதனால் விழுங்கப்பட்டு தொலைந்துபோன எண்ணற்ற ஆன்மாக்களின் தொடர்ச்சியான ஓலங்கள் கேட்கின்றன. அவ்வரக்கவுயிரி அகிரோன் என்றழைக்கப்படுவதாக பிசாசுகள் டுண்டாலிடம் சொல்கின்றன. அவனது காவல் தெய்வம் அவனைக் கைவிட்டு நீங்கிப்போக மற்றவர்களோடு சேர்ந்து டுண்டாலும் உள்ளே இழுக்கப்படுகிறான். கண்ணீர்த்துளிகள், இருண்மை, நறநறக்கும் பற்கள், நெருப்பு, பொறுக்கவியலாத வெம்மை, சில்லிடும் குளிர், நாய்கள், கரடிகள், சிங்கங்கள் மற்றும் பாம்புகள் ஆகியவற்றின் மத்தியில் தான் இருப்பதை அங்கு அவன் உணர்கிறான். இந்தத் தொன்மக்கதையில், நரகம் ஒரு மிருகமாயிருக்க மற்ற மிருகங்களெல்லாம் அதற்குள்ளே இருக்கின்றன.

1758-இல் எமானுவேல் ஸ்வீடன்போர்க் எழுதினார்: 'நரகத்தின் பொதுவான வடிவத்தை உணர்ந்துகொள்ளும் ஆற்றல் எனக்கு வழங்கப்படவில்லை, ஆனால் எனக்குச் சொல்லப்பட்டுள்ளது, எப்படி சொர்க்கத்துக்கு மனித வடிவம் உண்டோ, அதைப்போலவே நரகத்துக்கு பிசாசின் வடிவம் உண்டு.'

194 | ஹோர்ஹே லூயிஸ் போர்ஹெஸ்

The Mother of Tortoises

ஆமைகளின் தாய்

கிறித்துவகாலத்துக்கு இருபத்து-இரண்டு நூற்றாண்டுகளுக்கு முன்பு, ஒன்பது மலைகளுக்கும் ஒன்பது நதிகளுக்கும் ஒன்பது சதுப்புநிலங்களுக்கும் பிரயாணம் செய்த நல்லவரும் பேரரசருமான 'மகிமையாளர் யூ' *(Yu the Great)* தன் காலடிகளால் அவற்றை அளந்தார், பிறகந்த நிலங்களை நல்லதிர்ஷ்டத்துக்கும் வேளாண்மைக்கும் உகந்த ஒன்பது மாகாணங்களாகப் பிரித்தார். இவ்வகையில் சொர்க்கத்தையும் பூமியையும் மூழ்கடிப்பதாக அச்சுறுத்திய வெள்ளத்தை அவர் கட்டுக்குள் கொண்டு வந்தார், பொதுமக்களுக்கான தனது பணிகள் குறித்த இந்தப் பதிவையும் விட்டுச் செல்கிறார் (லெக்கேயின் மொழிபெயர்ப்பு):

> எனது நான்கு செல்கலங்களையும் (பாரவண்டிகள், படகுகள், பனிச்சறுக்கு ஊர்திகள் மற்றும் ஆணியடித்த காலணிகள்) ஏற்றிக்கொண்டு, மலைகளின் சரிவுகளில் இருந்த வனங்களினூடாகக் கீழிறங்கினேன், அதே வேளையில், யி-யோடு சேர்ந்து, உண்பதற்கான மாமிசத்தை எப்படிப் பெறுவதென்பதை எண்ணற்றவர்களுக்கு விளக்கியவாறு. ஒன்பது மாகாணங்களிலும் ஓடைகளுக்கான பாதைகளை உருவாக்கிக் கடலுக்கு இட்டுச் சென்றேன். வாய்க்கால்களையும் பள்ளங்களையும் ஆழப்படுத்தி அவற்றை ஓடைகளுக்கு இட்டுச் சென்றேன், அதே வேளையில், சி-யோடு சேர்ந்து, தானியங்களை விதைத்தபடி, மாமிசக்கறியோடு கூடுதலாக உழவால் கிடைக்கும் உணவை எப்படிப் பெறுவதென்பதை எண்ணற்றவர்களுக்கு விளக்கியவாறு.

தனது தேசத்தை அவர் பிரித்த வழிமுறையை, இயற்கைக்கு மீறியதொரு சக்தி அல்லது நதியின் படுகையிலிருந்து கிளம்பி வந்த தெய்வீக ஆமை அவருக்கு வெளிப்படுத்தியதாக, வரலாற்றாய்வாளர்கள் சொல்கிறார்கள். நீரிலும் நிலத்திலும் வாழும் இந்த உயிரினம், அனைத்து ஆமைகளின் தாய், நீராலும் நெருப்பாலும் உருவாக்கப்பட்டதாகச் சொல்பவர்களும் இருக்கிறார்கள்; மற்றவர்களோ அவ்வளவாக வழக்கில் இல்லாததொரு சங்கதியை அதனோடு

பொருத்திப் பார்க்கிறார்கள், தனுசு ராசியின் நட்சத்திர ஒளியை. ஆமையோட்டின் மேல்பகுதியில் *பிரபஞ்ச விதி (Hong Fan)* என்றழைக்கப்படும் அண்ட ஆய்வறிக்கையை வாசிக்கலாம், அல்லது அந்த ஆய்வறிக்கையின் ஒன்பது உட்பிரிவுகளைக் குறிக்கும் கறுப்பு வெள்ளைப் புள்ளிகளாலான வரைபடத்தைப் பார்க்கலாம்.

சீனர்களைப் பொறுத்தமட்டில், வானம் அரைக்கோளமாகவும் பூமி நான்கு முனைகளோடும் இருக்கும், ஆகையால், ஆமையோட்டின் வளைவான மேல்பகுதியிலும் தட்டையான கீழ்ப்பகுதியிலும் உலகின் வடிவம் அல்லது அதன் உருமாதிரியை அவர்கள் பார்க்கிறார்கள். மேலும் ஆமைகள், இப்பிரபஞ்சத்தைப் போலவே நீண்ட காலம் வாழக்கூடியவை; எனவே தெய்வீகத்தன்மை பொருந்திய விலங்குகளோடு (யுனிகார்ன், டிராகன், ஃபீனிக்ஸ் மற்றும் புலி ஆகியவற்றோடு) ஆமையையும் சேர்த்துப் பார்ப்பதென்பது பொருத்தமான ஒன்றுதான், தீர்க்கதரிசிகள் அவற்றின் ஓடுகளில் தென்படும் வரிகளைக் கொண்டு எதிர்காலத்தை கணிக்கிறார்கள்.

ஆமை-ஆன்மா (Tortoise-Spirit) என்பதுதான் பிரபஞ்ச விதியைப் பேரரசருக்கு வெளிப்படுத்திய உயிரியின் பெயராகும்.

The Nagas

நாகர்கள்

நாகர்கள் இந்தியத் தொன்மத்தைச் சேர்ந்தவர்கள். அவர்கள் சர்ப்பங்களாயிருந்தாலும் அடிக்கடி மனிதவுருவை எடுக்கக்கூடியவர்கள்.

மகாபாரதத்தின் புத்தகங்களுள் ஒன்றில், அர்ஜுனன் நாக அரசனின் மகளான உலூபியால் துரத்தப்படுகிறான், தீர்க்கமாகவும் ஆனால் அதே வேளையில் மென்மையாகவும், சுயக்கட்டுப்பாடு குறித்த தனது சத்தியத்தை அவளுக்கு நினைவுபடுத்துகிறான்; அந்தக் கன்னிப்பெண்ணோ வருத்தத்தில் இருப்பவர்களைத் தேற்றுவதே அவனது கடமை என அவனுக்குச் சொல்கிறாள். நாயகன் அவளோடு ஓரிரவைக் கழிக்கிறான். புத்தர், அத்திமரத்தின் கீழ் தியானிக்கும்போது, காற்றும் மழையும் அவரைத் துன்புறுத்துகின்றன, கருணையின் பாற்பட்டு ஒரு நாகம் ஏழுமடிப்புகளாகச் சுற்றி அவரை அரவணைத்து ஏதோவொரு வகை குடை என்பதைப் போலத் தன்னுடைய ஏழு தலைகளையும் அவருக்கு மேலே விரித்து நின்றது. பிற்பாடு புத்தர் அதனைத் தனது நம்பிக்கைவழிக்கு மாற்றினார்.

கெர்ன் தன்னுடைய இந்திய பௌத்தத்தின் கையேட்டில் (Manual of Indian Budhism) மேகங்களைப் போன்ற சர்ப்பங்களாக நாகர்களைச் சித்தரிக்கிறார். பாதாளத்தின் ஆழத்திலிருக்கும் அரண்மனைகளில் அவர்கள் வசிக்கிறார்கள். மனிதகுலத்துக்கு ஒரு விதியையும் கடவுளர்களுக்கு இன்னொரு விதியையும் புத்தர் போதித்ததாக மாபெரும் வாகனத்தில் (Greater Vehicle - மகாயான பௌத்தம்) நம்பிக்கை கொண்டவர்கள் சொல்கிறார்கள், மேலும், பின்னதாகச் சொல்லப்படுவது - அந்த இரகசிய விதி - வானத்திலும் நாகர்களின் அரண்மனைகளிலும் வைத்துப் பாதுகாக்கப்பட்டதாகவும், பல நூற்றாண்டுகளுக்குப் பிறகு துறவி நாகார்ஜுனனுக்கு நாகர்கள் அதை வெளிப்படுத்தினார்கள்.

ஐந்தாம் நூற்றாண்டின் தொடக்கத்தில் சீன யாத்ரீகரான ஃபா-ஷீனால் தொகுக்கப்பட்ட இந்தியத் தொன்மத்தை இங்கு தருகிறோம்:

மாமன்னர் அசோகர் ஓர் ஏரிக்கு வந்தார், உயரமான கோபுரம் அதன் விளிம்பில் நின்றிருந்தது. இன்னும் உயரமான கோபுரத்தை அங்கே கட்ட அவர் அதை இடிக்க எண்ணினார். ஒரு பிராமணன் அவரைக் கோபுரத்தின் உள்ளே அழைத்துப் போனான், உள்ளே சென்றவுடன் அவரிடம் சொன்னான்:

'எனது மனித உருவம் ஒரு மாயத்தோற்றம். உண்மையில் நானொரு நாகம் (ர்), ஒரு டிராகன். நான் செய்த பாவங்களின் காரணமாக அருவக்கத்தக்க இந்த உடலில் வசிக்க விதிக்கப்பட்டிருக்கிறேன், ஆனால் புத்தர் போதித்த விதிகளுக்குக் கீழ்ப்படிந்து என் நற்செயல்களால் இதிலிருந்து விமோசனமடைய முடியும் என நம்புகிறேன். இதை விடச் சிறந்ததாக ஒரு கோயிலைக் கட்ட முடியும் என நீங்கள் நம்பினால் இதை இடிக்கலாம்.'

பலிபீடத்தின் கலன்களை அந்த நாகர் அவருக்குக் காட்டித்தந்தான். அரசர் அவற்றை மிகுந்த எச்சரிக்கையோடு பார்த்தார், ஏனென்றால் அவற்றில் எதுவும் மனிதனின் கரங்களால் செய்யப்பட்டதைப் போலிருக்கவில்லை, கோபுரத்தை இடிக்காமல் அவர் கிளம்பிச் சென்றார்.

ஐ ஆ

The Nasnas

நாஸ்நாஸ்

சோ*தனைகளில் (The Temptation of Saint Anthony)* காணக்கிடைக்கும் அரக்கத்தனமான உயிரிகளில் ஒன்றுதான் நாஸ்நாஸ், அதற்கு 'ஒரு கண், ஒரு கன்னம், ஒரு கை, ஒரு கால், பாதி உடல், மற்றும் பாதி இதயம் மட்டுமே இருக்கின்றன.' ஜீன் க்ளாட் மார்கோலின் என்கிற விளக்கவுரையாளர், இந்த மிருகத்தைக் கண்டுபிடித்த பெருமையை ஃப்ளாபர்ட்டுக்கு வழங்குகிறார், ஆனால் *அரேபிய இரவுகளின் கேளிக்கைகளினுடைய (The Arabian Nights' Entertainments, 1839)* முதல் தொகுதியில், நீளவாக்கில் வகுந்திருக்கக்கூடியதும் அசுரகுணம் பொருந்திய மிருகமுமான ஷிக்குக்கும் *(Shikk)* மனிதனுக்கும் பிறந்ததுதான் இம்மிருகம் என நம்பப்படுவதாக லேன் சொல்கிறார். நாஸ்நாஸ் நினைவுறுத்துகிறது, லேனின் கூற்றுப்படி *(அதை அவர் நெஸ்நாஸ் என்கிறார்)*, 'பாதி மனிதனை; அதற்கு இருக்கக்கூடியது பாதி தலை, பாதி உடல், ஒரு கை, மற்றும் ஒரு கால், அதைக் கொண்டு மிகவும் சுறுசுறுப்பாக அது தாவிக் குதிக்கிறது...' வனங்களிலும், ஏமென் மற்றும் ஹாத்ராமாத் போன்ற பாலைவனத் தேசங்களிலும் காணப்படுகிறது, பேசும் ஆற்றலும் அதற்கு வழங்கப்பட்டிருந்தது. *ப்ளெமிக்களைப் (Blemmyes)* போலவே, நாஸ்நாஸின் ஒரு இனம் தங்களுடைய மார்பில் முகத்தைக் கொண்டிருக்கிறது, உடன் செம்மறியாட்டைப் போன்ற வாலையும். அதன் மாமிசம் சுவையாயிருப்பதால் வேட்டைக்காகப் பலரால் தேடப்படுவதும் கூட. நாஸ்நாஸின் மற்றொரு இனம், வவ்வாலின் இறக்கைகளோடு இருக்கக்கூடியது, சீனக்கடலின் முனையிலுள்ள ரைஜ் தீவில் *(அனேகமாக போர்னியோ)* அவை வசிக்கின்றன. 'ஆனால் கடவுளோ,' ஐயுறவுவாதியான அந்த அதிகாரி *(லேன்)* மேலும் சொல்கிறார், 'யாவும் அறிந்தவராக இருக்கிறார்.'

The Norns

நார்ன்கள்

வரலாற்று இடைக்கால நோர்ஸ் தொன்மத்தில் நார்ன்களே விதிகளாக (Fates) இருந்தன. பதிமூன்றாம் நூற்றாண்டின் தொடக்கத்தில் சிதறிக்கிடந்த வடபகுதி தொன்மங்களையெல்லாம் ஒன்றுதிரட்டித் தொகுத்த ஸ்நோரி ஸ்டூர்லுசன் (Snorri Sturluson), நார்ன்கள் மொத்தம் எண்ணிக்கையில் மூன்றெனவும் அவற்றின் பெயர்கள் உவர்த் (Urth - இறந்தகாலம்), வெர்தாந்தி (Verthandi - நிகழ்காலம்), ஸ்கல்த் (Skuld - எதிர்காலம்) எனவும் நமக்குச் சொல்கிறார். இம்மூன்று தெய்வீக நார்ன்களும் உலகின் விதியை நிர்ணயித்தன, ஒவ்வொரு மனிதனுடைய பிறப்பின் போதும், அவனுடைய வாழ்வின் விதியை தீர்மானித்தவாறே, இம்மூன்று நார்ன்களும் அருகில் நிற்கும். இந்த நார்ன்களின் பெயர்களெல்லாம் மதநம்பிக்கைகளின் அடிப்படையில் மெருகேற்றப்பட்டதெனவோ அல்லது சேர்க்கப்பட்டதெனவோ சந்தேகங்கொள்ளும் வாய்ப்புமுண்டு; இவ்வாறு உள்ளுறை கருத்தாக்கத்தோடு சிந்திப்பதென்பது பழங்கால ஜெர்மானிய இனக்குழுக்களுக்கு சாத்தியமற்றதாகவே இருந்தது. உலக மரமான யிக்ட்ராசிலுக்குக் (Yggdrasil - ஒன்பது உலகங்களையும் இணைக்கும் மாய மரம்) கீழே ஒரு நீரூற்றினருகே நிற்கும் மூன்று கன்னிகளை ஸ்நோரி நமக்குச் சுட்டிக்காட்டுகிறார். துளியும் இரக்கமின்றி, அவர்களே நம் விதியை நெய்கிறார்கள்.

காலம் (அவற்றைச் சுற்றித்தான் அவை உருவாக்கப்பட்டிருக்கின்றன) கிட்டத்தட்ட அவற்றை மறந்து போனதாகவே தெரிகிறது, ஆனால் 1606 வாக்கில் ஷேக்ஸ்பியர் மேக்பெத் எனும் துன்பியல் நாடகத்தை எழுதினார், அதன் முதல் காட்சியில் அவை தோன்றுகின்றன. பாங்குவோவையும் மேக்பெத்தையும் விதி என்ன செய்யக் காத்திருக்கிறது என்பதை ஆருடமாகச் சொல்லும் மூன்று சூனியக்காரிகள் அவர்கள்தான். ஷேக்ஸ்பியர் அவர்களை விசித்திரச் சகோதரிகள் என்றழைக்கிறார் (I, iii):

விசித்திரச் சகோதரிகள், கையோடு கை கோர்த்து,

கடலிலும் நிலத்திலும் பிரயாணிப்பவர்களைத் துரிதப்படுத்துவோம்,

இவ்வாறே நாங்கள் நடனமாடுவோம், சுற்றிச் சுற்றி...

கில-சாக்ஸன்களுக்கு மத்தியில் *வியர்ட்* (Wyrd) என்றொரு மௌனதேவதை இருந்தாள், கடவுள்கள் மற்றும் மனிதர்களின் விதிகளை அவளே வழிநடத்தினாள்.

☙ ❧

The Nymphs

நீர்நங்கைகள்

பாராசெல்சஸ் அவற்றின் வசிப்பிடத்தை நீருக்குள் மட்டும் என்பதாகச் சுருக்குகிறார், ஆனால் பழங்காலத்தவர்களோ நீர்நங்கைகள் உலகமெங்கும் நிறைந்திருந்ததாக நம்பினார்கள். அவை நடமாடிய இடங்களைப் பொறுத்து வழங்கப்பட்ட பெயர்களால் அவற்றை வித்தியாசப்படுத்தவும் செய்தார்கள். ட்ரையாடுகள் *(Dryads)*, அல்லது ஹமட்ரையாடுகள் *(Hamadryads)*, மரங்களில் வசித்து அவற்றோடு சேர்ந்தே இறந்தன. மற்ற நீர்நங்கைகள் யாவும் மரணமற்றதாகக் கருதப்பட்டன, அல்லது, ப்ளூட்டார்க் தெளிவற்றுக் குறிப்பிடுவதைப் போல, கிட்டத்தட்ட 9,720 வருடங்கள் வரை வாழ்ந்தன. இவற்றுக்கு மத்தியில் கடலில் வசிக்கும் நீர்நங்கைகளான நீரீடுகளும் ஓசனிடுகளும் இருந்தன *(Nereids and Oceanids)*. ஏரிகளும் ஓடைகளிலும் வசித்த நீர்நங்கைகளுக்கு நயாடுகள் *(Naiads)* என்று பெயர்; மலைகளிலும் குகைகளிலும் வசித்தவற்றுக்கு, ஓரியாடுகள் *(Oreads)*. குறுகிய பள்ளத்தாக்குகளில் வசிக்கும் நீர்நங்கைகள் நேப்பியே *(Napaeae)* எனில், சோலைகளில் வசிப்பவை அல்சீடுகள் *(Alseids)* என்றழைக்கப்பட்டன. நீர்நங்கைகளின் துல்லியமான எண்ணிக்கை யாதெனத் தெரியவில்லை; ஹீசியட் நமக்கு மூவாயிரம் எனும் எண்ணைத் தருகிறார். முனைப்பான இளம்பெண்கள் என்பதோடு அவை மிக அழகாகவும் இருந்தன; அந்தப் பெயரின் அர்த்தம் வெறுமனே 'மணந்து கொள்ளக்கூடிய பெண்கள்' என்பதாயிருக்கலாம். கணநேரம் அவற்றைப் பார்ப்பது கூட பார்வையின்மைக்கு இட்டுச்செல்லக்கூடும், மேலும், அச்சமயம் அவை நிர்வாணமாயிருந்தால், மரணத்துக்கும். பிராப்பர்டியஸின் *(Propertius)* ஒரு வரி இதை உறுதிபடுத்துகிறது:

பழங்காலத்தவர்கள் தேனையும், சைதூண் எண்ணையையும், உடன் பாலையும் அவற்றுக்குப் படையலாகத் தந்தார்கள். குட்டி தேவதைகளாக இருந்தபோதும், அவற்றைக் கௌரவப்படுத்த கோயில்கள் ஏதும் கட்டப்படவில்லை.

202 | ஹோர்ஹே லூயிஸ் போர்ஹெஸ்

The Odradek

ஓட்ராடெக்

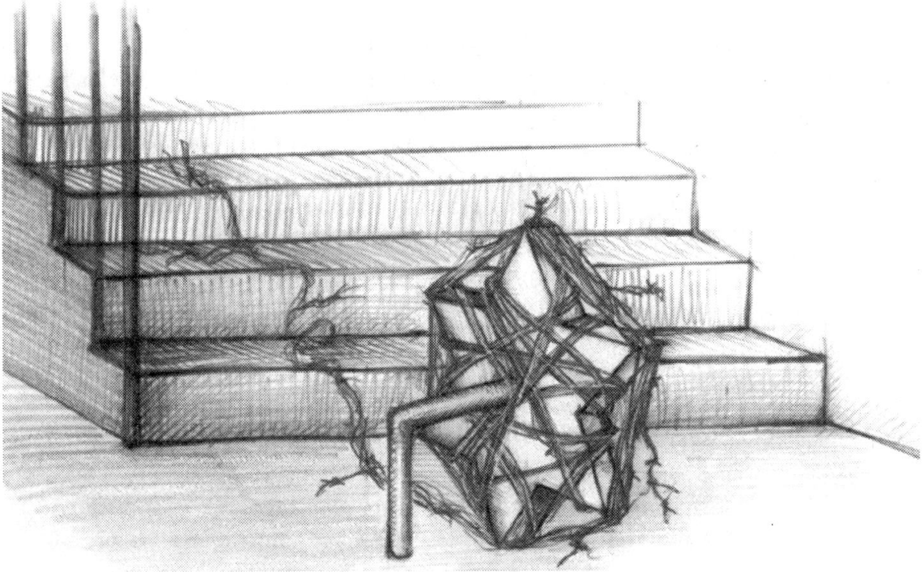

ஒட்ராடெக் எனும் வார்த்தை ஸ்லாவிய மொழியிலிருந்து தோன்றியதாகச் சிலர் சொல்கிறார்கள், அந்த அடிப்படையிலேயே அதை அறுதியிடவும் முயற்சி செய்கிறார்கள். மற்றவர்களோ, மாறாக, அது ஜெர்மானிய மொழியிலிருந்து தோன்றியதாகவும் ஸ்லாவிய மொழியின் பாதிப்பு மட்டுமே அதில் உண்டு எனவும் நம்புகிறார்கள். இரண்டு விளக்கங்களின் நிச்சயமற்றதன்மையையும் நேர்மையாகப் பார்க்கும்போது இவையிரண்டுமே துல்லியமானவை அல்ல என்றெண்ண ஒருவரை அனுமதிக்கிறது, குறிப்பாக, அவ்வார்த்தையின் அறிவார்ந்த அர்த்தத்தை இரண்டில் எதுவுமே தருவதில்லை என்கிற காரணத்தால்.

யாருமே, நிச்சயமாக, ஓட்ராடெக் என்ற உயிரி மட்டும் இல்லாதிருந்தால், இதுபோன்ற ஆராய்ச்சிகளுக்குள் தங்களை ஈடுபடுத்திக் கொள்ளப் போவதில்லை. முதற்பார்வைக்கு அது நூலைச் சுற்றப் பயன்படும் தட்டையான நட்சத்திர-வடிவ கண்டைப் போலத் தோற்றமளிக்கிறது, மேலும் நிஜமாகவே அதன் மீது நூல் சுற்றப்பட்டிருப்பதாகத்தான் தெரிகிறது; உறுதியாகச் சொல்வதெனில், அவை பழைய உடைந்து-போன நூல்களின் சிறு துண்டுகளே, வெவ்வேறு விதமான ரகங்களிலும் வண்ணங்களிலும், ஒன்றோடொன்று அவை தாறுமாறாக முடிச்சிடப்பட்டிருக்கின்றன. ஆனால் அது வெறும் நூற்கண்டு மாத்திரம் அல்ல, ஏனென்றால் நட்சத்திரத்தின் நடுவிவேயிருந்து சிறிய மரத்துண்டு குறுக்குவாக்கில் எட்டிப்பார்க்க, மற்றொரு சிறிய தண்டு செங்கோணத்தில் அதோடு இணைக்கப்பட்டுள்ளது. ஒருபுறம் பின்னதாகச் சொன்னத் தண்டின் உதவியாலும் மறுபுறம் நட்சத்திரங்களுடைய புள்ளிகளில் ஒன்றாலும், அந்த ஒட்டுமொத்த சமாச்சாரத்தால் செங்குத்தாக நிமிர்ந்து நிற்க முடிகிறது, இரண்டு கால்களால் நிற்பதைப் போல.

ஏதோவொரு வகையில் அர்த்தந்தரக்கூடிய வடிவத்தை முந்தைய காலத்தில் அவ்வுயிரி கொண்டிருந்ததாகவும் தற்போது வெறுமனே உடைந்து-போன எச்சங்களாக மீந்திருப்பதாகவும் நம்ப ஒருவர் தலைப்படலாம். என்றாலும் இதைப் பொறுத்தமட்டில் அப்படித் தெரியவில்லை; குறைந்தபட்சம் அதற்கான அறிகுறியென ஏதுமில்லை; இன்ன வகையைச் சேர்ந்ததென சொல்லும்படி ஒரு முடிவுறாத அல்லது உடைபடாத மேற்பரப்பை எங்கும் பார்க்க முடிவதில்லை; மொத்த சமாச்சாரமும் அர்த்தமற்ற ஒன்றாகத் தோற்றமளிக்கிறது, ஆனால் தனக்கேயுண்டான தனித்த வழிமுறையில் கச்சிதமாக வடிவமைக்கப்பட்டிருக்கிறது. எப்படிப் பார்த்தாலும், இன்னும் ஆழமாக ஆராய்வதென்பதும் சாத்தியமற்றதே, ஏனென்றால் ஓட்ராடெக்

இயல்பை மீறிய சுறுசுறுப்போடிருக்கிறது, ஒருபோதும் அதைப் பிடித்து வைத்திருக்க முடியாது.

மேல்மாடி அறை, படிக்கட்டுகள், முகப்பு அறைகள், மற்றும் நுழைவாயிற்கூடம் ஆகியவற்றிலுள்ள வளைவுகளில் அது ஒளிந்திருக்கும். அடிக்கடி, பல மாதங்களுக்குத் தொடர்ச்சியாக அதைப் பார்க்க முடியாது; அப்படியானால் அனேகமாக அது மற்ற வீடுகளுக்கு நகர்ந்திருக்கலாம்; ஆனால் எப்போதும் விசுவாசத்தோடு எங்கள் வீட்டுக்குத் திரும்பி வருகிறது. பலமுறை நீங்கள் கதவைத் தாண்டி வெளியே செல்லும்போது உங்களுக்கு நேர்கீழே படிக்கட்டுகளின் கைப்பிடிக்கம்பியில் சாய்ந்து அது நின்றிருக்க நேர்வதால் குனிந்து அதோடு பேச வேண்டும் என நீங்கள் உணர்வீர்கள். உண்மையில், கடினமான கேள்வியெதையும் நீங்கள் அதனிடம் கேட்பதில்லை, அதை நீங்கள் - அளவில் மிகச் சிறிதாக இருப்பதால் உங்களையும் மீறி - ஒரு குழந்தையைப் போலத்தான் நடத்துகிறீர்கள். ‘போகட்டும், உன் பெயர் என்ன?’ என்று அதைக் கேட்கிறீர்கள். ‘ஒட்ராடெக்,’ என்கிறது. ‘மேலும் நீ எங்கு வசிக்கிறாய்?’ ‘நிலையான இருப்பிடமென ஏதுமில்லை,’ சொல்லி விட்டு அது சிரிக்கிறது; ஆனால் அதற்குப் பின்னால் உயிர்ப்பேதும் இல்லையென்பதைச் சொல்லும் வகையிலான சிரிப்பு அது. மாறாக உதிர்ந்த இலைகளின் சலசலப்பைப் போல ஒலிக்கிறது. மேலும் வழக்கமாக அதுதான் உரையாடலின் முடிவும் கூட. இந்த பதில்களும் கூட எப்போதும் கிடைக்கக்கூடியவையல்ல; பெரும்பாலும் வெகு நேரத்துக்கு அது மௌனமாகத்தானிருக்கும், அதன் தோற்றத்தைப் போலவே உணர்ச்சியற்றதாக.

என்னை நானே கேட்டுக்கொள்கிறேன், வீணாக, என்னவெல்லாம் அதற்கு நடக்கக்கூடும்? அதனால் இறந்துபோக முடியுமா? இறந்து போகக்கூடிய எதுவும் வாழ்க்கையில் ஏதோவொரு வகையிலான லட்சியத்தைக் கொண்டிருக்கும், ஏதோவொரு வகையிலான செயல்பாட்டை, அவை தேய்ந்தும் போயிருக்கலாம்; ஆனால் ஒட்ராடெக்குக்கு அது பொருந்துவதில்லை. எனில் நான் உத்தேசமாக எண்ணிக் கொள்ள வேண்டுமோ, அதாவது, அது எப்போதும் படிக்கட்டுகளில் உருண்டு கொண்டேயிருக்கும், நூலின் முனைகள் அதைப் பின்தொடர்ந்து இழுத்துச் சென்றவாறிருக்க, என்னுடைய குழந்தைகளின் பாதங்களுக்கு நேர் முன்னால், பிறகு என்னுடைய குழந்தைகளுடைய குழந்தைகளின் பாதங்களிலும்? கண்ணுக்குப் புலப்படும் வகையில் யாருக்கும் எந்தக் கெடுதலையும் அது செய்வதில்லை; ஆனால் எனக்குப் பிறகும் அது ஜீவித்திருக்கும் என்கிற எண்ணத்தைத்தான் நான் கிட்டத்தட்ட வலியாக உணர்கிறேன்.

ஃப்ரான்ஸ் காஃப்கா - *சிறைக் கொட்டடி*

(ஜெர்மானிய மொழியிலிருந்து மொழிபெயர்த்தவர்கள்
வில்லா முய்ரும் எட்வின் முய்ரும்)

[இந்தப் பகுதி முதலில் *Die Sorge des Hausvaters* என்றுதான் தலைப்பிடப்பட்டிருந்தது - 'ஒரு குடும்ப மனிதனின் கவலைகள்']

ఠ ಞ

An Offspring of Leviathon

லெவையதானின் மகவு

கற்பனையான உயிரிகளின் புத்தகம் / *207*

டாமினிகன் சந்நியாசியான யாகோபூஸ் தே வொராஜினேவால் (*Jacobus de Voragine*) எழுதப்பட்ட புனிதர்களின் வாழ்க்கை குறித்த பதிமூன்றாம் நூற்றாண்டைச் சேர்ந்த செறிவடக்க ஏடும், வரலாற்று இடைக்காலத்தில் வாசிப்புக்கும் மறு-வாசிப்புக்கும் உட்படுத்தப்பட்டு ஆனால் தற்போது நிராகரிக்கப்பட்ட பிரதியுமான *பொற்காலப் புராணத்தில்* (Golden *Legend*), இன்னும் விசித்திரமான தொன்மங்களை நாம் காண்கிறோம். எண்ணற்றப் பதிப்புகளையும் மொழிபெயர்ப்புகளையும் இந்தப் புத்தகம் கண்டிருக்கிறது, அவற்றுள் ஒன்றுதான் வில்லியம் காக்ஸ்டனால் ஆங்கிலத்தில் அச்சிடப்பட்டதாகும். சாசரின் (*Chaucer*) 'இரண்டாவது கன்னியாஸ்திரியின் கதை' தன் தோற்றுவாயை *லெஜண்டா ஆரியாவில்* (*Legenda aurea* - *பொற்காலப் புராணத்தின்* லத்தீன் தலைப்பு) கொண்டிருக்கிறது; யாகோபூஸின் பணியால் லாங்ஃபெல்லோவும் (*Longfellow*) உந்தப்பட்டிருக்கிறார், தன்னுடைய மூன்றந்தொகுதியான *கிறிஸ்டஸின்* (*Christus*) புத்தகங்களுள் ஒன்றின் தலைப்பைப் *பொற்காலப் புராணத்திலிருந்து* அவர் எடுத்தாள்கிறார்.

யாகோபூஸின் வரலாற்று இடைக்கால லத்தீனிலிருந்து, புனித மார்த்தாவைப் (CV [100]) பற்றிய அத்தியாயத்தில் பின்வருவனவற்றை நாம் மொழிபெயர்க்கிறோம்:

> அந்தக்காலத்தில் இருந்தது, ஆர்லெஸுக்கும் அவிக்னானுக்கும் இடையில் ரோன் நதிக்கு மேலே குறிப்பிட்டதொரு வனத்தில், பாதி மிருகமும் பாதி மீனுமாயிருந்த டிராகன், எருதை விடப் பெரிதாகவும் குதிரையை விட நீளமாகவும். கொம்புகளைப் போல கூர்மையாகவும் வாள்களைப் போலவுமிருந்த ஒரு ஜோடி தந்தங்களை ஆயுதமாகத் தரித்து, நதியில் அது காத்திருக்கிறது, அனைத்து வழிப்போக்கர்களையும் சதுப்புநிலப் படகுகளையும் கொன்று குவித்தபடி. என்றாலும், ஆசியா மைனாரிலுள்ள கலேசியக் கடலில் இருந்தே அது வந்திருக்கிறது, அனைத்து நீர்வாழ் சர்ப்பங்களிலும் மிக மூர்க்கமான லெவையதானாலும் அந்நதிக்கரைகளில் பொதுவாகக் காணப்படுகிற காட்டுக்கழுதையாலும் ஈன்றெடுக்கப்பட்டு...

One-Eyed Beings

ஒற்றைக்கண் உயிரிகள்

ஒளியியல் கருவியொன்றின் பெயராக மாறுவதற்கு முன்னர், ‘மோனோகில்’ *(Monocle - ஒற்றைக் கண் கண்ணாடி)* எனும் வார்த்தை ஒற்றைக் கண்ணுடைய உயிரிகளைக் குறிக்கப் பயன்பட்டது. ஆகவே, பதினேழாம் நூற்றாண்டின் தொடக்கத்தில் இயற்றப்பட்டதொரு ஈரேழ்வரிப்பாவில் *(Sonnet)* கோங்கோரா *‘கலேசியாவுக்காக ஏங்கும் ஒற்றைக்கண் உயிரி’ (Monoculo galan de Galatea)* குறித்து எழுதுகிறார் - சந்தேகத்துக்கிடமின்றி, பாலிஃபீமஸைச் சுட்டி, அவனைப் பற்றித் தன்னுடைய *பாலிஃபீமஸின் கதையிலும் (Fabula de Polifemo)* அவர் எழுதியிருக்கிறார்:

Un monte era de miembros eminente
Este que, de Neptuno hijo fiero,
De un ojo ilustra el orbe de su frente,
Emulo casi del mayor lucero;
Ciclope a quien el pino mas valiente
Baston le obedecia tan ligero,
Y al grave peso junco tan Delgado,
Que un dia era baston y otro caiado.

Negro el cabello, imitador undoso
De las oscuras aguas del Leteo,
Al viento que le peina proceloso
Vuela sin orden, pende sin aseo;
Un torrente es su barba impetuoso
Que, adusto hijo de este Pirineo,
Su pecho inunda, o tarde o mal o en vano
Surcada aun de los dedos de su mano.

[அவயங்களின் பிரசித்தி பெற்ற சிகரமாயிருந்தான் அவன், நெப்ட்யூனின் இந்த விகாரமான மகன், கிட்டத்தட்ட மாபெரும் நட்சத்திரத்துக்குப் போட்டியாக விளங்கும் ஒற்றைக் கண் ஒளியூட்டுகிறது அவன் நெற்றிக்கோளத்தை; சைக்ளோப்ஸ், மிகப் பருமனான ஊசியிலை மரமும் அவனிடத்தில் இலேசான பிரம்பெனக் கீழ்ப்படிந்தது, அவனது பெருத்த சரீரத்தின் முன் மெல்லிய நாணலைப் போலிருந்த காரணத்தால் ஒருநாள் அது கைத்தடியாகவும் மறுநாள் இடையனின் வளைகோலாகவும் இருக்கும்.

பளபளக்கும் கறுப்பில் மின்னுகிறது அவன் கேசம், லீத்தியின் *(Lethe* - ஹேடீஸின் பாயும் ஐந்து நதிகளில் ஒன்று) இருண்மையான நீரைப் போலச்செய்யும் அவன் நெளிகுழல், தாறுமாறாக வீசுவதோடு சீரில்லாமல் ஊசலாடவும் செய்கிற காற்று மிகுந்த ஆர்ப்பாட்டத்தோடு அதை வாருகிறது; பாய்ந்தோடும் நீர்ச்சுழலே அவன் தாடி, அது - பைரீனீ மலைத்தொடரின் இந்தக் கொடூரமான மகன் - மார்பையும் தாண்டி வழிகிறது, தாமதமாக அல்லது மோசமாக அல்லது வீணாக அவனுடைய கரத்திலுள்ள விரல்களால் அது உழப்படுகிறது.]

இவ்வரிகள் பாலிஃபீமஸின் கீர்த்தியை மிகைப்படுத்தினாலும் (குயிண்டிலியனால் புகழப்பட்ட) ஐனீட்டின் மூன்றாவது புத்தகத்திலுள்ள மற்றவையோடு ஒப்பிடச் செறிவு குன்றியவையாக இருக்கின்றன, ஆனால் அவையும்கூட ஆடிசியின் ஒன்பதாவது புத்தகத்தில் உள்ள மற்றும் சில வரிகளோடு ஒப்பிடச் செறிவு குன்றியவையாக உள்ளன. இலக்கியரீதியான இவ்வீழ்ச்சியில் கவிஞனுடைய நம்பிக்கையில் நிகழும் வீழ்ச்சிக்கும் பங்குண்டு; விர்ஜில் தனது பாலிஃபீமஸால் நம்மை ஈர்க்க முயற்சிக்கிறார், ஆனால் அவன் மீது அவருக்குத் துளி நம்பிக்கையுமில்லை; உடன் கோங்கோராவும் வார்த்தைகளை அல்லது மொழி விளையாட்டை மட்டுமே நம்புகிறார்.

சைக்ளோப்ஸ் மட்டுமே ஒற்றைக் கண்ணோடிருந்த மனித இனமல்ல; ப்ளீனி (VII, 2) அரிமாஸ்பியன்களைப் பற்றியும் குறிப்பிடுகிறார்.

ஒற்றைக் கண்ணைக் கொண்டிருந்ததற்காகப் பிரசித்தி பெற்ற தேசம், நெற்றி நடுவில் அது பொருத்தப்பட்டிருந்தது. வழக்கமாக இறக்கைகளோடு இருப்பதாகச் சித்தரிக்கப்படும் ஒரு வகை அரக்கவுயிரியான கிரிஃபான்களோடு இந்த இனம் நிரந்தரப் போரில் ஈடுபட்டதாகச் சொல்லப்படுகிறது, சுரங்கங்களில் இருந்து அவை தோண்டியெடுக்கும்

தங்கத்துக்காக, அவற்றைத் தங்கள் வசமாக்கிக் கொள்ளும் இந்தக் காட்டு விலங்குகள் (கிரிஃபான்கள்) பேராசையென்னும் ஒற்றை அளவீட்டோடு அதைக் காவல் காக்கின்றன, அதைத் தங்கள் வசப்படுத்த அரிமாஸ்பியன்களும் அதே அளவு விருப்பத்தைக் கொண்டிருக்கிறார்கள்.

ஐநூறு வருடங்களுக்கு முன்னர், முதல் கலைக்களஞ்சியத் தொகுப்பாளரான ஹாலிகர்னாசஸைச் சேர்ந்த ஹெரோடோடஸ் எழுதியிருக்கிறார் (III, 116):

இதுவும் தெளிவாகத்தான் இருக்கிறது, அதாவது ஐரோப்பாவுக்கு வடக்கே வேறெங்கும் இருப்பதைக் காட்டிலும் அதிகமாகத் தங்கம் இருக்கிறது. இந்தச் சங்கதியைப் பொறுத்தமட்டில் தங்கம் எப்படிக் கிடைக்கிறதென்பதை மறுபடியும் என்னால் தீர்க்கமாகச் சொல்ல முடியாது; அரிமாஸ்பியன்கள் என்றழைக்கப்படும் ஒற்றைக்கண் மனிதர்கள் கிரிஃபான்களிடமிருந்து அதைத் திருடுவதாகச் சிலர் சொல்வார்கள். ஆனால் இதையும்கூட நம்பமுடியாததாகவே நான் எண்ணுகிறேன், மற்றவை யாவிலும் மற்ற மனிதர்களைப் போல இருந்தாலும் ஒற்றைக் கண்களை மட்டுமே கொண்ட மனிதர்கள் இருக்க முடியும் என்பதை.

The Panther

சிறுத்தை

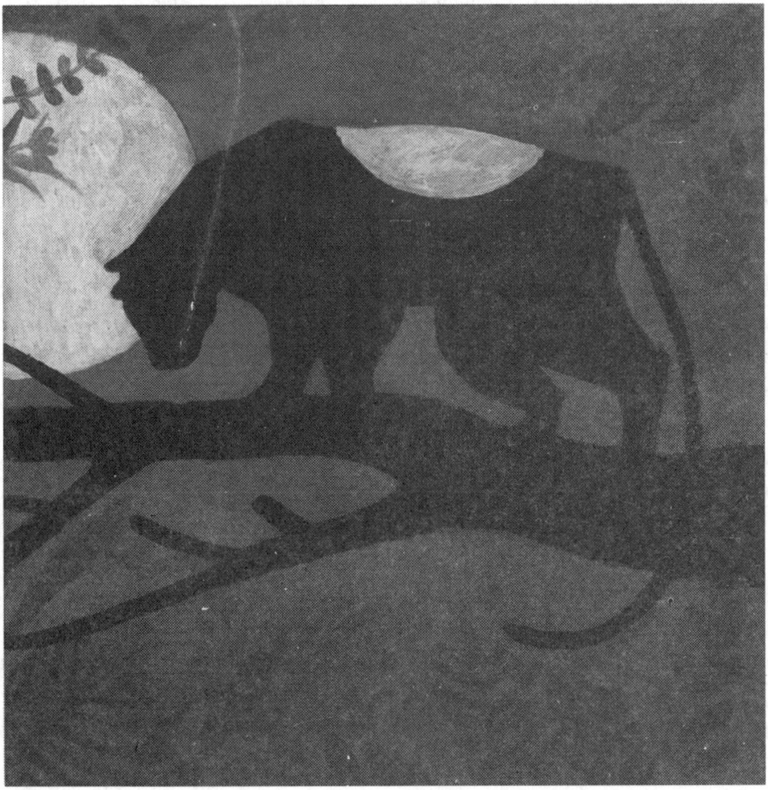

வரலாற்று இடைக்காலத்தைச் சேர்ந்த விலங்கியல் ஆய்வேடுகளிலுள்ள 'சிறுத்தை' எனும் வார்த்தை தற்கால விலங்கியலில் குறிப்பிடப்படும் மாமிசமுண்ணும் பாலுட்டியிடமிருந்து பெரிதும் வேறுபடும் ஒரு மிருகத்தைச் சுட்டுகிறது. மற்ற மிருகங்களைக் கவரும் இனிய நறுமணத்தை அது வெளியிடும் என அரிஸ்டாடில் எழுதியுள்ளார்; ஏலியன் *(Aelian)* - கிரேக்க மொழியின் மேல் கொண்டிருந்த ஆளுமையின் காரணமாகத் 'தேனினிய-நாவுடையவன்' என மாறுபெயரிட்டு அழைக்கப்பட்ட ரோமானிய எழுத்தாளர், லத்தீனை விட கிரேக்க மொழியையே அவர் விரும்பித் தேர்ந்தார் - மனிதர்களுக்கும் கூட அந்த மணம் இனிமையானதாக இருந்ததெனக் கூறினார். (இந்தக் குணவார்ப்பில் ஒரு சிலர் சிறுத்தையையும் புனுகுப்பூனையையும் குழப்பிக் கொள்கிறார்கள்.) ப்ளீனி, நிலவோடு சேர்ந்து சுரக்கவும் தேயவும் செய்ததொரு பெரிய வட்டப் பொட்டை, சிறுத்தையின் முதுகில் கொண்டு சேர்த்தார். நம்பவியலாத இந்தச் சூழலில் இன்னொரு சங்கதியும் வந்து இணைந்து கொண்டது, வேதாகமம், அதன் செப்டுவஜிண்ட் பதிப்பில், இயேசுவைப் பற்றிய தீர்க்கதரிசன அறிவிப்பாக இருக்கக்கூடிய வரியில் (ஹோசியா V: 14) சிறுத்தை எனும் வார்த்தையைப் பயன்படுத்துகிறது: 'நான் எப்பிராயீமுக்குச் சிறுத்தையைப் போலிருப்பேன்.'

எக்ஸிடர் புத்தகத்திலுள்ள *(Exeter Book)* ஆங்கில-சாக்ஸன் விலங்கியல் ஆய்வேட்டில் சிறுத்தை என்பது, இனிய குரலும் நறுமணம் வீசும் மூச்சுக்காற்றும் (எங்கேயாகிலும் அது வால்மிளகின் மணத்தோடு ஒப்பிடப்படுகிறது) கொண்ட, மலைகளில் இருந்த ரகசியமான குகைகளில் தன் வசிப்பிடத்தை அமைத்துக் கொள்கிற, எப்போதும் தனித்திருக்கும் மென்மையான விலங்கு. அதன் ஒரே எதிரி டிராகன்தான், இடைவிடாமல் அதோடு சிறுத்தை போர் புரிந்து கொண்டேயிருக்கும். திருப்தியான உணவுக்குப் பிறகு அது உறங்குகிறது, பிறகு, 'மூன்றாவது நாள் அது விழித்தெழும்போது, கம்பீரமும் இனிமையும் பொருந்திய சத்தம் கணீரென்று அதன் வாயிலிருந்து வெளிவரும், மேலும் அந்தப் பாடலோடு சேர்ந்து, மிகவும் அற்புதமான, இனிய-நறுமணத்துடன் கூடிய மூச்சுக்காற்றின் அலையும், அத்தனை விதமான மூலிகைகளின் மலர்களையும் மரங்களின் அரும்புகளையும் விட அதிக இனிமையோடு.' நறுமணத்தாலும் இசையாலும் ஈர்க்கப்பட்டு, வயல்களில் இருந்தும் கோட்டைகளில் இருந்தும் நகரங்களில் இருந்தும் திரள் திரளாக மனிதர்களும் மிருகங்களும் அதன் குகையைத் தேடி வருவார்கள். டிராகன் என்பது பழமையான எதிரி, சாத்தான்; விழிப்பென்பது ஆண்டவரின் உயிர்த்தெழுதல்; திரளென்பது நம்பிக்கை கொண்டிருக்கும் மக்கட்சமூகம்; மேலும் சிறுத்தையென்பது இயேசு கிறிஸ்து.

இந்த உருவகக்கதை உண்டாக்கக்கூடிய ஆச்சரியத்தை சற்றே தளர்த்த, சாக்ஸன்களைப் பொறுத்தமட்டில் சிறுத்தை ஒரு காட்டு விலங்கல்ல, மாறாக, எந்தவொரு திண்மையான உருவத்தின் துணையுமில்லாத வசீகரமான ஒலி மட்டுமே, என்பதை நாம் கருத்தில் கொள்ள வேண்டும். மேலும் சொல்லலாம், விசித்திரமென்பதாக, 'சிறிய முதிய மனிதர்' (Gerontion) எனும் எலியட்டின் கவிதை 'கிறிஸ்து என்கிற புலி' பற்றிப் பேசுகிறது.

லியோனார்டோ டா வின்சி குறிப்பிடுகிறார்:

ஆப்பிரிக்கச் சிறுத்தை சிங்கத்தைப் போலவே உள்ளது, ஆனால் நீளமான கால்களோடும் நன்கு மெலிந்த உடம்போடும். முழுக்க வெண்ணிறத்தில் உள்ள அதன் உடலெங்கும் ரோஜா இதழ்களைப் போலக் கறுப்புப் புள்ளிகள் தெளித்திருக்கின்றன. பிற மிருகங்களை அதன் அழகு மகிழ்வூட்டுகிறது, உறுத்துப் பார்க்கும் சிறுத்தையின் பயங்கரமான பார்வை மட்டும் இல்லாதிருந்தால் அவையனத்தும் அதைச் சுற்றி மொத்தமாகத் திரளும். இதை அறிந்திருப்பதால், சிறுத்தை தன் கண்களைத் தாழ்த்திக் கொள்கிறது; இப்படியொரு அழகை அருந்துவதற்காக மற்ற மிருகங்கள் அதை நெருங்கி வர, அவற்றுள் தனக்கு மிக நெருக்கமாக இருப்பதன் மீது சிறுத்தை பாய்ந்திடும்.

☯ ☙

The Pelican

கூழைக்கடா

தினசரி விலங்கியலில் காணப்படும் கூழைக்கடா, கிட்டத்தட்ட ஆறடி நீளத்துக்கு இறக்கைகளின் வீச்சளவும் மீக நீண்ட அலகும் கொண்ட நீர்ப்பறவை, மீன் பிடிக்கும் சிறு பையை உருவாக்கிடும் வகையில் அதன் கீழ்த்தாடையின் தாழ்ந்த பகுதி நன்கு விரிந்து பரவிடும். புராணங்களின் கூழைக்கடாவோ சிறிதாயிருக்க அதன் அலகும் அதைப் போலவே சிறிதாகவும் கூர்மையாகவுமிருக்கிறது. பொதுமக்களிடையே வழக்கத்திலுள்ள சொல்லிலக்கணத்துக்குக் கட்டுப்பட்டு - *பெலிகானஸ்*, வெண்ணிற-மயிரோடு இருக்கக்கூடியது - முன்னதாகச் சொன்ன பறவையின் இறகுத்தொகுதி வெண்ணிறமாக இருக்க பிந்தைய பறவையினுடையதோ மஞ்சளாகவும் சில சமயங்களில் பச்சையாகவும் உள்ளது. (கூழைக்கடாவின் நிஜமானத் தோற்றமூலம் கிரேக்க மொழியிலிருந்து வருகிறது 'ஒரு கோடாரியைக் கொண்டு நான் வெட்டுகிறேன்,' அதன் நீளமான அலகையும் மரங்கொத்தியின் அலகையும் குழப்பிக் கொள்ள நேர்வதால்.) என்றாலும் அதன் தோற்றத்தைக் காட்டிலும் விசித்திரமானவை அதன் பழக்கவழக்கங்களே.

தனது அலகையும் கூர்நகங்களையும் கொண்டு, தாய்ப்பறவை மிகுந்த முனைப்போடு வருடி வருடியே தன் குஞ்சுகளைக் கொன்று விடும். மூன்று நாட்களுக்குப் பிறகு வரும் தந்தைப்பறவை, குஞ்சுகளின் மரணத்தால் துயரங்கொண்டு, தனது அலகால் தன் மார்பைப் பிளந்து திறக்கும். அதன் காயங்களிலிருந்து தெறிக்கும் உதிரத்தால் இறந்த பறவைகள் உயிர்த்தெழும். வரலாற்று இடைக்கால விலங்கியல் ஆய்வேடுகளில் இந்தப் பதிவுதான் தரப்பட்டிருக்கிறது, ஆனால் சங்கீதத்தின் 102வது பாடலுக்கான விளக்கத்தில் புனித ஜெரோம் ('வனாந்தர கூழைக்கடாவுக்கு ஒப்பானேன்: பாழான இடங்களில் தங்கும் ஆந்தையைப் போலானேன்') கூட்டிலுள்ள குஞ்சுகளின் மரணத்துக்குக் காரணம் சர்ப்பங்களே என்கிறார். கூழைக்கடா, தனது மார்பைப் பிளந்து தன் குஞ்சுகளுக்கு சொந்த உதிரத்தைப் பருகத்தரும் என்பதே, புராணங்கள் பொதுவாகச் சொல்வதாகும்.

இறந்தவர்களுக்கு உயிர் தரக்கூடிய உதிரம், இறுதி விருந்துச் சடங்கையும் *(Eucharist)* சிலுவையையும் குறிக்கிறது, ஆகவே *சொர்க்கத்தின் (Paradiso, XXV, 113)* புகழ்பெற்ற ஒரு வரி இயேசு கிறிஸ்துவை *மனிதகுலத்தின் கூழைக்கடா (nostro Pellicano)* என்றழைக்கிறது. இமோலாவைச் சேர்ந்த பென்வெனுடோவின் *(Benvenuto of Imola)* லத்தீன் விளக்கவுரை இக்கருத்தை விஸ்தரிக்கிறது: ‘நம்முடைய மீட்சிக்காகத் தன்னுடைய அகத்தைத் திறந்ததாலேயே அவர் கூழைக்கடா என்றழைக்கப்படுகிறார், இறந்துபோன குஞ்சுகளையெல்லாம் தன் மார்பின் உதிரத்தால் உயிர்ப்பிக்கும் கூழைக்கடாவைப் போல. கூழைக்கடா ஒரு எகிப்தியப் பறவையாகும்.’

கிறித்துவ தேவாலயக் கட்டிடவியலில் கூழைக்கடாவின் உருவம் பொதுவாகப் பயன்படுத்தப்படும் என்பதோடு, இப்போதும் கூட கிண்ணங்களில் அதன் உருவம் பொறிக்கப்படுகிறது. லியோனார்டோ டா வின்சியின் விலங்கியல் ஆய்வேடு கூழைக்கடாவை இவ்விதம் விவரிக்கிறது:

> அது தனது குஞ்சுகளின் மீது அதீத ஈடுபாடு கொண்டிருக்கும், சர்ப்பங்களால் கொல்லப்பட்டுக் கூட்டுக்குள் அவை கிடப்பதைப் பார்க்கும்போது, மார்பைக் கிழித்து, தன் உதிரத்தால் அவற்றைக் குளிப்பாட்டி மீண்டும் உயிர்த்தெழச் செய்யும்.

The Peryton

பெரிடன்

ஹோர்ஹே லூயிஸ் போர்ஹெஸ்

ரோம் நகரம் இறுதியில் பெரிடன்களால் அழிக்கப்படும் என எரித்ரியாவின் சிபில் (Sibyl of Erythraea) முன்னறிவித்ததாகச் சொல்லப்படுகிறது. கி.பி. 642-ஆம் வருடம் அலெக்ஸாண்ட்ரியாவில் நிகழ்ந்த மாபெரும் தீவிபத்தில் சிபில் சொன்ன தீர்க்கதரிசனங்களின் பதிவேடும் எரிந்து சாம்பலானது; ஒன்பது தொகுதிகளில், குறிப்பிட்ட சில எரிந்து போன பகுதிகளை மீட்டெடுக்கும் பணியில் தங்களை ஈடுபடுத்திக் கொண்ட மொழிநுண்வல்லுனர்கள் ரோமின் தலைவிதி குறித்த இந்த விசேஷமான தீர்க்கதரிசனத்தைக் கண்டுபிடிக்கவில்லை என்பது வெளிப்படையாகத் தெரிகிறது.

காலப்போக்கில், அவ்வளவாக நினைவுகூரப்படாத இந்தத் தொன்மத்தின் மேல் சரியாக வெளிச்சம் பாய்ச்சக்கூடிய ஆதாரத்தைக் கண்டுபிடிப்பது அவசியமெனும் எண்ணம் உருவானது. எண்ணற்ற ஏற்ற இறக்கங்களுக்குப் பிறகே அது தெரிய வந்தது, பதினாறாம் நூற்றாண்டில் ஃபெஸ்ஸைச் (Fez - மொரோக்கோவில் உள்ள நகரம்) சேர்ந்த ஒரு ரபி (அனேகமாக யோகோப் பென் கைம்-மாகத்தான் இருக்க வேண்டும்) வரலாற்று ஆய்வறிக்கை ஒன்றை விட்டுப் போயிருந்தார், தற்போது தொலைந்து போய் விட்ட கிரேக்க உரையாசிரியர் ஒருவரின் வார்த்தைகளை அதில் அவர் குறிப்பிடுகிறார், பெரிடன்கள் பற்றிய குறிப்பிட்ட சில வரலாற்றுத் தகவல்களை அவை கொண்டிருந்தன, அலெக்ஸாண்ட்ரியாவின் நூலகத்தை ஓமர் தீக்கிரையாக்குவதற்கு முன்னதாக தீர்க்கதரிசனங்களின் தொகுப்பிலிருந்து அவை எடுக்கப்பட்டிருக்க வேண்டும். அந்த கிரேக்க அறிஞரின் பெயர் இன்னதென்று நம்மை வந்து சேரவில்லை, ஆனால் அவரது முடிவுறாத பகுதிகள் பின்வருமாறு உள்ளன:

> அட்லாண்டிஸை தங்களுடைய உண்மையான வசிப்பிடமாகக் கொண்ட பெரிடன்கள் பாதி மானாகவும் பாதி பறவையாகவும் இருந்தன. அவை மானின் தலையையும் கால்களையும் கொண்டிருந்தன. உடலைப் பொறுத்தமட்டில், அனைத்து வகையிலும் பறவையினத்தைச் சார்ந்ததாக இருக்கிறது, அதற்குண்டான இறக்கைகளோடும் இறகுத்தொகுதியோடும்...

> அவற்றின் விசித்திரமான சிறப்பம்சம் யாதெனில், சூரியன் அதன் மீது விழும்போது, தனது உடலின் நிழலைக் வெளிக்காட்டுவதற்குப் பதிலாக, மனித நிழலை வெளிக்காட்டும். இதிலிருந்து, தங்கள் வசிப்பிடங்களில் இருந்தும் கடவுள்களின் பாதுகாப்பிலிருந்தும் விலகி வெகுதூரத்தில் இறந்துபோன வழிப்போக்கர்களின் ஆன்மாக்களே பெரிடன்கள் எனும் தீர்மானத்துக்கு சிலர் வருகிறார்கள்...

... உலர்மண்ணை உண்டு திகைக்கின்றன... கூட்டமாகப் பறந்து செல்லும் அவை ஹெர்குலிஸின் தூண்களைக் காட்டிலும் அதிக உயரத்தில் தென்படுகின்றன.

... அவை [பெரிடன்கள்] மனிதகுலத்தின் பரம எதிரிகள்; ஒரு மனிதனைக் கொல்வதில் வெற்றிகாணும்போது, அவற்றின் நிழல் சொந்தவுடலின் நிழலாக மாறியிருக்கக் கடவுள்களின் ஆதரவை அவை மீண்டும் பெற்றிருக்கும்.

... மேலும் கார்தேஜை வெல்வதற்காக சிப்பியோவோடு (*Scipio* - ரோமானிய தளபதி) இணைந்து கடல்கடந்து சென்றவர்களோ கிட்டத்தட்டத் தோல்வியைத்தான் சந்தித்தார்கள், ஏனென்றால் பாதையில் ஒரு பெரிடன்களின் கூட்டம் கப்பல்களின் மீது விசையோடிறங்கியது, பலரையும் அவை கொன்று சின்னாபின்னமாக்கின... எங்களுடைய ஆயுதங்களால் அவற்றை ஏதும் செய்ய முடியாதபோதும், அந்த மிருகத்தால் - ஒருவேளை அது மிருகம்தான் என்றால் - ஒற்றை மனிதனுக்கு மேல் கொல்ல முடியவில்லை.

... தன்னால் கொல்லப்பட்டவர்களின் உதிரத்தில் கிடந்து புரண்டு பிறகு தன் பலம்வாய்ந்த இறக்கைகளால் மேலேறிப் பறந்து செல்கிறது.

... ரேவன்னாவில், இறுதியாக அங்குதான் அவை தென்பட்டன, அவற்றின் இறகுத்தொகுதி பற்றிச் சொல்லும்போது அவை மெல்லிய நீல நிறத்தில் இருந்ததாக விவரித்தார்கள்; அது எனக்கு ஆச்சரியத்தைத் தந்தது, அவற்றின் அடர்பச்சை இறகுகள் குறித்து நிறையக் கேள்விப்பட்டிருந்ததால்.

இந்தப் பகுதிகள் போதுமான அளவு தெளிவாயிருந்தாலும், பெரிடன்களைப் பற்றிய மேலதிகத் தகவல்களேதும் தற்போதைய நம் காலம் வரை நம்மை வந்தடையவில்லை என்பதை எண்ணி வருந்த வேண்டியுள்ளது. இவ்விளக்கத்தை நமக்காகப் பாதுகாத்த ரபியின் ஆய்வறிக்கை, கடந்த உலகப்போருக்கு முன்புவரை, ட்ரெஸ்டன் பல்கலைக்கழக நூலகத்தில் பத்திரமாக வைக்கப்பட்டிருந்தது. தற்போது இந்த ஆவணமும் மறைந்து விட்டதென்பதைச் சொல்லும்போது வேதனையளிக்கிறது, குண்டுவீச்சின் விளைவாகவோ அல்லது அதற்கு முன்னதாகப் புத்தகங்களை எரித்த நாஜிக்களின் காரணமாகவோ, என்னவென்று தெரியவில்லை. ஒரு நாள் இந்த ஆவணத்தின் மற்றொரு பிரதி எங்காவது கண்டுபிடிக்கப்பட்டு ஏதாவது நூலகத்தின் அடுக்குகளை அலங்கரிக்க வருமென நாம் நம்புவோம்.

The Phoenix

ஃபீனிக்ஸ்

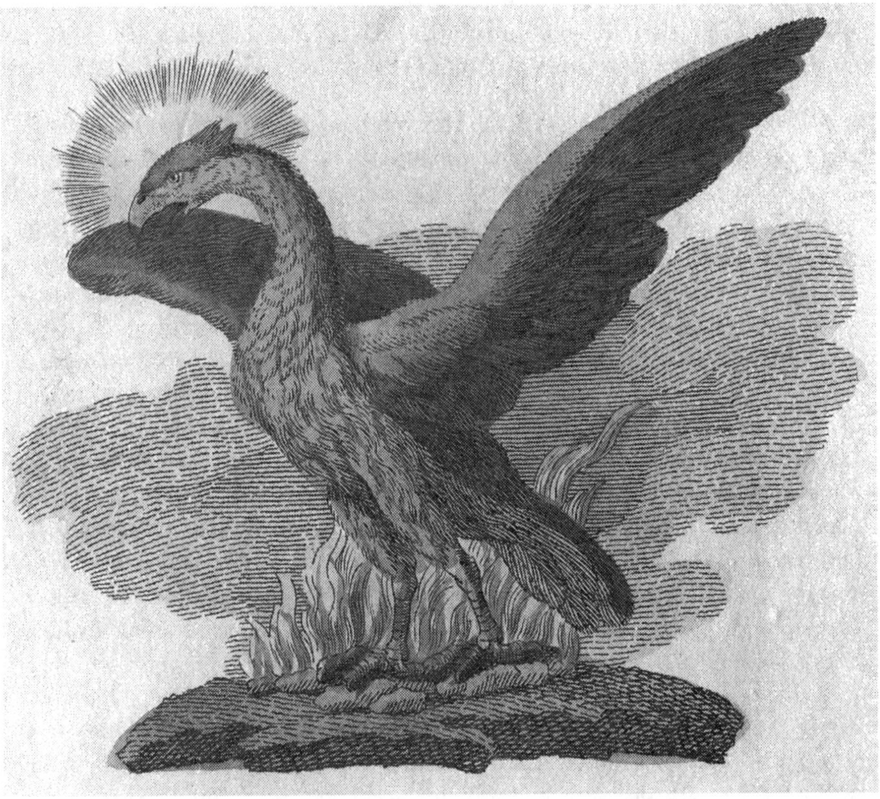

நினைவுச்சின்னங்களாக நிறுவப்பட்ட உருவச்சிலைகளிலும், கல்லால் செய்த பிரமிடுகளிலும், மேலும் பொக்கிஷங்களெனப் பாதுகாக்கப்பட்ட மம்மிகளின் வழியாகவும், எகிப்தியர்கள் நித்தியத்துவத்தை நாடினார்கள். ஆகவே, சுழற்சிமுறையையும் மரணமற்றதன்மையையும் கொண்ட பறவையைப் பற்றியத் தொன்மத்தை அவர்கள் தேசம் வார்த்தெடுத்தது பொருத்தமானதாகத்தான் இருக்கிறது, பிற்பாடு வந்த விவரணைகளெல்லாம் கிரேக்கர்கள் மற்றும் ரோமானியர்களின் பணி என்றானாலும் கூட. அடால்ஃப் எர்மான் எழுதுகிறார், ஹீலியோபோலிஸின் தொன்மவியலில், ஃபீனிக்ஸ் (benu - பேனு) பெருவிழாக்களின் அல்லது நீண்ட காலச்சுழல்களின் கடவுளாக இருந்தது. ஹெரோடாடஸ், புகழ்பெற்றதொரு (II, 73) பத்தியில், மிகவும் தீர்க்கமான ஐயங்களோடு இந்தத் தொன்மத்தின் ஆரம்பகால வடிவம் குறித்து எழுதுகிறார்:

மற்றொரு பறவையும் கூடப் புனிதமானதுதான்; அது ஃபீனிக்ஸ் என்றழைக்கப்படுகிறது. ஒருபோதும் நானதை நேரில் பார்த்ததில்லை, வெறுமனே அதன் ஓவியங்களைத்தான் பார்த்திருக்கிறேன்; ஏனென்றால் அந்தப் பறவை எப்போதாவதுதான் எகிப்துக்கு வரும், ஐநூறு ஆண்டுகளுக்கு ஒரு முறை, ஹீலியோபோலிஸின் மக்கள் அப்படித்தான் சொல்கிறார்கள். தனது தந்தை இறக்கும்போது ஃபீனிக்ஸ் வரும் எனச் சொல்லப்படுகிறது. அதன் உருவ அளவையும் தோற்றத்தையும் ஓவியங்கள் உண்மையாகவே சித்தரிக்கின்றனவெனில், பாதி பொன்னிறமாகவும் பாதி சிவப்பு நிறமாகவும் உள்ளது அதன் இறகுத்தொகுதி. வடிவத்தில் பிரமாண்டத்திலும் கிட்டத்தட்ட கழுகைப் போலிருக்கிறது. இந்தப் பறவையின் சாகசங்களைப் பற்றி எகிப்தியர்கள் சொல்லக்கூடிய கதையை நான் நம்புவதாயில்லை. அது, அவர்கள் சொல்கிறார்கள், வெள்ளைப்போளத்துக்குள் தன் தந்தையை வைத்துப் பொதிந்து, அரேபியாவிலிருந்து சூரியக்கடவுளின் கோயிலுக்கு ஃபீனிக்ஸ் கொண்டு வரும், அங்கே அதைப் புதைக்கும். கொண்டு வருவதற்கான அதன் வழிமுறை இதுதான்: முதலில், தன்னால் சுமந்து செல்லக்கூடிய பாரத்தில் வெள்ளைப்போளத்தைக் கொண்டு ஒரு முட்டையை வடிவமைக்கும், அதைச் சுமந்து பார்த்து எடையை உறுதி செய்துகொண்ட பிறகு, முட்டையின் உட்பகுதியைக் குடைந்து தன் தந்தையை அதற்குள் வைக்கும், உடலை வைத்திருக்கும் குடைவைச் சுற்றி இன்னுமதிக வெள்ளைப்போளத்தால் மூடும்; ஆக, இப்போது அதன் தந்தையோடு இருக்கக்கூடிய முட்டையின் எடையும் முன்பிருந்ததைப்

போன்றதாயிருக்க, ஃபீனிக்ஸ், அதை உறையிலிட்ட பிறகு, எகிப்திலுள்ள சூரியக்கடவுளின் கோயிலுக்கு தூக்கிப் போகும். இந்தப் பறவையால் செய்யக்கூடியதையெல்லாம் விளக்கும் கதை இதுதான்.

ஏறத்தாழ ஐநூறு ஆண்டுகளுக்குப் பிறகு, டாசிடஸூம் *(Tacitus)* ப்ளீனியும் இந்த அதியற்புதக் கதையை ஆராய்ந்தார்கள்; தொன்மம் மொத்தமுமே அபத்தமானது, ஆனால் ஃபீனிக்ஸ்களின் வருகைகளுக்கிடையே உள்ள இடைவெளியை **1,461** ஆண்டுகள் *(Annals - ஆண்டு வரிசைப் பதிவேடுகள், VI, 28)* என்றொரு மரபு நிச்சயித்திருப்பதாக முன்னவர் உறுதிபடக் கூறினார். பின்னவரும் கூட ஃபீனிக்ஸின் காலவரிசைமுறையை ஆராய்ந்திருக்கிறார்; ப்ளீனி பதிவு (X, 2) செய்கிறார், அதாவது, மணிலியஸின் கூற்றுப்படி, பிளேட்டோனிய வருடம் அல்லது மகத்தான வருடம் *(Great Year)* என்றழைக்கப்படும் காலகட்டத்தோடு இந்தப் பறவையின் வாழ்க்கை பொருந்திப் போகிறது. சூரியன், சந்திரன் மற்றும் ஐந்து கோள்கள் ஆகியவைக்குத் தங்களுடைய ஆரம்பநிலைக்கு மீண்டும் திரும்பி வரத் தேவைப்படும் காலமே ஒரு பிளேட்டோனிய வருடமாகும்; டாசிடஸ் தனது *பேச்சாளர்களைப் பற்றிய உரையாடலில் (Dialogus de Oratoribus)* இதை வழக்கமான **12,994** வருடங்கள் எனக் குறிப்பிடுகிறார். பழங்காலத்தவர்கள் நம்பினார்கள், பிரமாண்டமான இந்த அண்டச்சுழல் நிறைவுறும்போது, கோள்களின் இயக்கம் மொத்தமும் மறுநிகழ்வுக்கு உள்ளாகும் என்பதால், பிரபஞ்ச வரலாறும் அதன் இறுதி அம்சம் வரை யாவும் மறுநிகழ்வுக்கு உள்ளாகும்; இந்த ஒட்டுமொத்த நிகழ்முறையின் ஆடியாக அல்லது வடிவமாக ஃபீனிக்ஸ் விளங்கும். அண்டவெளிக்கும் ஃபீனிக்ஸூக்குமிடையே உள்ள நெருக்கமான ஒப்புமையை அறிந்திட, ஸ்டாயிக்குகளின் *(Stoicism - கி.மு. மூன்றாம் நூற்றாண்டைச் சேர்ந்த கிரேக்கத் தத்துவப் பள்ளி)* நம்பிக்கைகளின்படி, பிரபஞ்சம் நெருப்பால் அழிந்து பின் மீண்டும் நெருப்பில்தான் பிறக்கிறது என்பதோடு இந்த சுழற்சிமுறைக்கு ஆரம்பமோ முடிவோ கிடையாது என்பதையும், நாம் நினைவுகூர வேண்டியதாகிறது.

ஃபீனிக்ஸ் உருவாகும் விதத்தை காலம் எளிமைப்படுத்தியது. ஹெரோடோடஸ் முட்டையைப் பற்றியும் ப்ளீனி முட்டைப்புழுவைப் பற்றியும் பேசுகிறார்கள், ஆனால் நான்காம் நூற்றாண்டின் முடிவில் கவி க்ளௌடியனோ தனது சாம்பலில் இருந்து உயிர்த்தெழுகிற மரணமேயில்லாத ஒரு பறவையை முன்னதாகவே கொண்டாடியிருக்கிறார், அது தனக்குத்தானே வாரிசாகவும் காலாதீதங்களின் சாட்சியமாகவும் இருக்கிறது.

கற்பனையான உயிரிகளின் புத்தகம் / 223

ஃபீனிக்ஸைப் போல பரவலாக அறியப்பட்டவை வெகு சில தொன்மங்களே. நாம் ஏற்கனவே குறிப்பிட்ட எழுத்தாளர்களைத் தவிர, இவர்களையும் நாம் சேர்த்துக் கொள்ளலாம்: ஓவிட் (*உருமாற்றங்கள்*, XV), தாந்தே (*நரகம்*, XXIV), பெல்லிசெர் (*ஃபீனிக்ஸ்-ம் அதன் இயல்பு வரலாறும்*), க்யூவீடோ (*ஸ்பானியக் கவித்திரட்டு*, VI), மில்டன் (*சாம்சன் எனும் வெற்றிவீரன்*). ஹென்றி VIII-இன் (V, iv) முடிவில் ஷேக்ஸ்பியர் இந்த அழகிய வரிகளை எழுதுகிறார்:

ஆனால் எப்போது

அற்புதமான அந்தப் பறவை இறக்கிறதோ, ஃபீனிக்ஸ் எனும் கன்னி,

அவளின் புத்தம்புதிய சாம்பல் உருவாக்கிடும் மற்றொரு வாரிசை,

பெரிதும் வியக்கத்தக்க வகையில் அவளைப் போலவே,

லக்டாண்டியஸ் எழுதியதாகச் சொல்லப்படும் 'ஃபீனிக்ஸின் திறன்' (*De Arte Phoenice*) எனும் லத்தீன் கவிதையையும் நாம் குறிப்பிடலாம், மேலும் அந்தக் கவிதையின் எட்டாம் நூற்றாண்டு ஆங்கில-சாக்ஸன் நகலையும் கூட. டெர்டுலியஸ், புனித அம்புரோஸ், சிரில்லியஸ் ஆகியோர் தசையின் உயிர்த்தெழுதலுக்கான ஆதாரமாக ஃபீனிக்ஸைப் பயன்படுத்தியுள்ளார்கள். ஃபீனிக்ஸின் சாம்பலையும் கூட்டையும் கலந்து உருவாக்கிய மாத்திரைகளைப் பரிந்துரைத்த மருத்துவர்களை ப்ளீனி எள்ளி நகையாடுகிறார்.

ಬ ಇ

The Pygmies

பிக்மிக்கள்

பழங்காலத்தவர்களுக்கு தெரிந்த தகவல்களின்படி, குள்ளமனிதர்களின் இந்தத் தேசம் - உயரத்தில் இருபத்தியேழு அங்குலங்கள் இருந்தார்கள் - இந்தியா அல்லது எத்தியோப்பியாவின் தொலைதூர எல்லைகளுக்கும் அப்பால் இருந்த மலைகளில் அமைந்திருந்தது. சிறகுகளையும் முட்டையோடுகளையும் களிமண்ணோடு கலந்து தங்களுடைய குடில்களை அவர்கள் உருவாக்கியதாக ப்ளீனி சொல்கிறார். அரிஸ்டாடில் அவர்களுக்குப் பாதாளத்தின் குகைகளை ஒதுக்குகிறார். கோதுமையை அறுவடை செய்யப் பயன்படுத்தும் கோடாரிகளை அவர்கள் அணிந்திருந்தார்கள், ஏதோ வனத்தையே மொத்தமாக வெட்டிச் சாய்க்கக் கிளம்பியவர்களைப் போல. ரஷிய ஸ்டெப்பி புல்வெளிகளை வசிப்பிடமாகக் கொண்ட நாரைகளின் கூட்டத்தால் ஒவ்வொரு வருடமும் அவர்கள் தாக்கப்பட்டார்கள். ஆட்டுக்கிடாய்களின் மீதும் வெள்ளாடுகளின் மீதும் சவாரி செய்தவாறே, தங்களுடைய எதிரிகளின் கூடுகளையும் முட்டைகளையும் அழித்தொழித்து பிக்மிக்கள் எதிர்வினையாற்றுவார்கள். இத்தகைய படையெடுப்புகள் மொத்தமுள்ள பனிரெண்டு மாதங்களில் கிட்டத்தட்ட மூன்று மாத காலத்துக்கு அவர்களை மும்முரமாக வைத்திருந்தன.

பிக்மி என்பது ஒரு கார்திஜினியக் கடவுளின் பெயரும்கூட, எதிரிகளிடையே பீதியைப் பரப்புவதற்காக அவருடைய முகம் போர்க்கப்பல்களின் முன்பகுதியில் சிலையாகச் (figurehead) செதுக்கப்பட்டிருக்கும்.

೮೦ ೦ೃ

The Rain Bird

மழைப்பறவை

மழை தேவைப்படும் சமயங்களில், தங்களுக்கு உதவி செய்வதற்காக - டிராகனைத் தவிர்த்து - *ஷான் யாங்* எனும் பறவையையும் சீன விவசாயிகள் கொண்டிருந்தார்கள். அதற்கு ஒரேயொரு கால்தான். வெகு காலத்துக்கு முன்பு, ஒற்றைக்காலில் மேலும் கீழுமாய் குதிக்கும் குழந்தைகள் தங்களின் புருவங்களைச் சுருக்கியவாறே மீண்டும் மீண்டும் சொல்வார்கள்: 'இடி இடிக்கும், மழை பொழியும், ஏனெனில் *ஷான் யாங்* இங்கு மீண்டும் வந்திருக்கிறது!' அந்தப் பறவை தன் அலகினால் நதியிலுள்ள நீரை உறிஞ்சி பின் தாகத்தோடிருக்கும் வயல்களில் அதை மழையாகப் பொழிந்திடும் என்றொரு வழக்கு உள்ளது.

பழங்காலத்தைச் சேர்ந்த மந்திரவாதி ஒருவன் அப்பறவையை அடிமைப்படுத்தி, சட்டையின் கைப்பகுதியில் வைத்து அதைத் தூக்கிச் செல்வதை தன் வழக்கமாகக் கொண்டிருந்தான். வரலாற்றாசிரியர்கள் நமக்குச் சொல்கிறார்கள், ஒரு முறை, தன் இறக்கைகளை அசைத்தவாறும் தாவிக் குதித்தபடியும், இளவரசன் ச்'சி-யின் அரியாசனத்துக்கு முன்னால் அது முன்னும் பின்னுமாக நடைபழகியது. பெரிதும் அதிர்ச்சியுற்ற இளவரசன், கன்ஃபூசியஸைச் சந்தித்து வருமாறு தன் பிரதான மந்திரியை லூ-வின் சபைக்கு அனுப்பி வைத்தான். உடனடியாக அகழிகளையும் கால்வாய்களையும் நிர்மாணிக்காவிட்டால், வெள்ளப்பெருக்கை உண்டாக்கி கிராமப்புறங்களையும் அதைச் சுற்றியுள்ள பகுதிகளையும் *ஷான் யாங்* ஒட்டுமொத்தமாக மூழ்கடித்து விடும் என்பதை அந்தத் துறவி முன்னறிவித்தார். துறவியின் எச்சரிக்கைக்குக் காது கொடுக்காதவனாக அந்த இளவரசன் இருக்கவில்லை, எனவே அவனது ஆட்சிப்பரப்பில் எண்ணற்ற நாசங்களும் பேரழிவுகளும் தவிர்க்கப்பட்டன.

The Remora

ரெமோரா

லத்தீனில் ரெமோரா என்பதற்கு 'தாமதம்' அல்லது 'தடை' என்று பொருள். எகினீஸ்களுக்கு (Echeneis - கிரேக்க மொழியிலிருந்து உருவான வார்த்தை. Echein என்றால் பிடித்துக் கொள்வது, nays என்றால் கப்பல்) உருவகமாக வழங்கப்பட்ட இந்த வார்த்தையின் கச்சிதமான அர்த்தம் இதுதான், கப்பல்களை இறுகப்பற்றி அவற்றை நகர விடாமல் பிடித்து வைக்கும் ஆற்றலோடிருப்பதாகச் சொல்லப்படும் உறிஞ்சு மீன்களின் ஒரு வகைதான் எகினீஸ்கள். ரெமோரா சாம்பல் நிறத்தில் இருக்கக்கூடிய மீன்; தலையின் உச்சியில் குருத்தெலும்புகளால் ஆனதொரு வட்டு அதற்கு உண்டு, அது உருவாக்கக்கூடிய வெற்றிடமே நீரினடியில் வாழும் மற்ற உயிரினங்களோடு பொருந்திக் கொள்ள ரெமோராவுக்கு உதவுகிறது. அதன் ஆற்றல்கள் குறித்த ப்ளீனியின் ஆரவாரத்தை இங்கு தருகிறோம் (IX, 41):

பாறைகளுக்கு நடுவே வசிக்கும் சின்னஞ்சிறு மீன் ஒன்றுள்ளது, உறிஞ்சு-மீன் என்றழைக்கப்படுகிறது. கப்பல்களை அவற்றின் உடற்பகுதியில் ஒட்டிக் கொள்வதன் மூலம் மிக மெதுவாக அவை நகரச் செய்திடும், அதிலிருந்தே தங்கள் பெயரை பெற்றிருக்கின்றன; மேலும் இந்தக் காரணத்திற்காகவே வெட்கக்கேடானதொரு புகழும் அதற்குண்டு, வசிய மருந்துகளில் அது பயன்படுத்தப்படும், தீர்ப்புகளையும் சட்ட நடவடிக்கைகளையும் தாமதப்படுத்தவும் கூட - தீய பண்புகள், அதற்கு இருக்கக்கூடிய ஒரேயொரு நல்ல பண்பு இவற்றை ஈடுசெய்கிறது - கர்ப்பமாயிருக்கும் பெண்களின் வயிற்றில் உண்டாகும் சீழ்க்கசிவுகளை நிறுத்தவும், பிறக்கும்வரை குழந்தையைப் பாதுகாக்கவும் அது உதவும்: என்றாலும், ஒருபோதும், அது உணவாகப் பயன்படுத்தப்படுவதில்லை. அதற்குக் கால்கள் இருப்பதாக சிலர் எண்ணுகிறார்கள், ஆனால் அரிஸ்டாடில் இதை மறுக்கிறார், அதன் அவயங்கள் இறக்கைகளை ஒத்திருப்பதாகவும் அவர் சொல்கிறார்.

[ப்ளீனி அதற்குப் பிறகு கடல் நத்தைகளைப் (*Murex*) பற்றி விவரிக்கிறார், ஒருவகை ஊதாநிற மீன், முழுவீச்சில் பிரயாணிக்கும் கப்பலை அசையாமல் நிறுத்தும் ஆற்றல் அதற்கும் உண்டெனச் சொல்லப்படுகிறது: '... அது ஓரடி நீளமும் நான்கங்குல நீளமும் இருக்கும், கப்பல்களைத் தாமதப்படுத்தும், மேலும் ... உப்பில் போட்டு பதப்படுத்தினால், ஆழ்கிணறுகளில் வீழ்ந்து கிடக்கும் தங்கத்தை அவற்றினருகே கொண்டு போகும்போது வெளிக்கொணரும் ஆற்றலும் அதற்குண்டு.']

எப்படிக் கப்பல்களைத் தாமதப்படுத்துதல் என்கிற கருத்துருவாக்கத்தில் இருந்து சட்டநடவடிக்கைகளின் தாமதத்தோடும் பிற்பாடு தாமதமான குழந்தைபிறப்புகளோடும் ரெமோரா தொடர்புறுத்தப்பட்டதென்பது குறிப்பிட்டுச் சொல்லும்படியான சங்கதிதான். வேறோரிடத்தில், ஆக்டியப் போரில் ரோமானிய சாம்ராஜ்ஜியத்தின் தலைவிதியை ஒரு ரெமோராவே தீர்மானித்ததாக ப்ளீனி சொல்கிறார், தனது கப்பற்படையை மதிப்பிட்டுக் கொண்டிருந்த மார்க் ஆண்டனியின் பாய்மரப் படகை அது தடுத்து நிறுத்தியது, மேலும் மற்றொரு ரெமோரா காலிகுலாவின் கப்பலை நிறுத்தியது, கிட்டத்தட்ட நானூறு கோல்வலிப்பவர்களின் பிரயத்தனங்களையும் மீறி. 'காற்றுகள் வீச சூறாவளிகள் சீறியெழுகின்றன,' என ஆச்சரியப்படுகிறார் ப்ளீனி, 'ஆனால் ரெமோரா அவற்றின் சீற்றத்தையெல்லாம் வென்று கப்பலை அசையாமல் பிடித்து நிறுத்தியிருக்கிறது, இருப்பதிலேயே எடை கூடுதலான நங்கூரங்களாலும் இருப்பதிலேயே அடர்த்தியான வடங்களாலும் ஒருபோதும் சாதிக்க முடியாததை அது எளிதாகச் சாதிக்கிறது.'

'எல்லா சமயங்களிலும் வல்லமைமிக்க சக்திகள் வெற்றியடைவதில்லை. ஒரு கப்பல் சின்ன ரெமோராவால் தடுத்து நிறுத்தப்படலாம்,' நேர்த்தியான ஸ்பானிய எழுத்தாளரான டியாகோ டி சாவேட்ரா ஃப்பார்டோ தனது *அரசியல் லச்சினைகள் (Political Emblems)* எனும் நூலில் மீண்டுமொரு முறை சொல்கிறார்.

௨ ௲

The Rukh

ரூக்

ரூக் (அல்லது அது சில சமயங்களில் வழங்கப்படுவதைப் போல, *ரோக்*) என்பது கழுகு அல்லது வல்லூறின் மாபெரும் ஊதிப்பெருக்கிய வடிவம், இந்துமகா சமுத்திரம் அல்லது சீனக்கடல்களின் மேல் திசைதப்பிப் பறந்த காண்டோர் (வல்லூறு இனம்) அராபியர்களுக்கு ரோக்கை அறிவுறுத்தியிருக்கலாம் என்று சிலர் நினைத்தார்கள். இந்தக் கருத்துருவாக்கத்தை லேன் மறுத்தார், மேலும், 'ஒரு அதியற்புத இனத்தின் அதியற்புத வகைமையை' அல்லது பெர்சிய *சிமோர்கை (Simurgh)* ஒத்த உயிரியை நாம் கையாள்கிறோம் என அவர் எண்ணினார். *அரேபிய இரவுகளின்* வழியாகவே மேற்குலகம் ரூக்கை அறிந்தது, வாசகர்களால் நினைவுகூர முடியும், சக பிரயாணிகளால் ஒரு தீவில் தனித்து விடப்பட்ட சிந்துபாத் (அவனுடைய இரண்டாவது கடற்பயணத்தில்) கண்டுபிடித்தான்

> அகலமான சுற்றளவுடன் கூடிய பெரிய வெண்ணிற மண்டபம் காற்றில் ஆடிக் கொண்டிருந்தது. முழுதாக நானதைச் சுற்றி வந்தேன், ஆனால் உள்நுழைகிற கதவு எதையும் காணவில்லை, மேலும் அதன் அதீத மென்மை மற்றும் வழுக்குந்தன்மை காரணமாக என்னால் ஆற்றலைத் திரட்டவோ விரைவாகச் சுற்றி வரவோ முடியவில்லை. ஆகவே நான் நின்றிருந்த இடத்தை அடையாளமிட்டு, அந்த மண்டபத்தின் பரப்பளவை அறிந்திடச் சுற்றி வந்தபோது, அது ஐம்பது காலடித்தடங்களாவது இருக்கக்கூடும் என்பதைக் கண்டுபிடித்தேன்.

சில கணங்களுக்குப் பிறகு, பெரியதொரு மேகம் சூரியனை அவனிடமிருந்து மறைத்தது, பிறகு

> என் தலையை உயர்த்தி... அந்த மேகமென்பது உண்மையில் ஒரு மாபெரும் பறவை என்பதை நான் பார்த்தேன், பிரமாண்டமான பக்கச்சுற்றளவோடும் மட்டுமீறிய அகலத்திலிருந்த இறக்கைகளோடும்...

அந்தப் பறவைதான் ரூக், அந்த வெண்ணிற மண்டபம், சந்தேகத்துக்கிடமின்றி, அதன் முட்டைதான். தனது தலைப்பாகையால் சிந்துபாத் தன்னைப் பறவையின் காலில் பிணைத்துக் கொண்டான், மறுநாள் காலை பறவையால் வானவெளிக்குள் இழுத்துச் செல்லப்பட்டு, ரூக்கின் கவனத்தை ஈர்க்காமல், ஒரு மலையுச்சியில் இறங்கினான். தனக்கு உணவாக ரூக் விழுங்கக்கூடிய சர்ப்பங்களின் மாபெரும் திரளைப் பார்க்கும்போது அவற்றையெல்லாம் சேர்த்தால் ஒரே மூச்சில் ஒரு யானையை விழுங்குவதற்கு ஒப்பானதாயிருக்கும் எனவும் கதைசொல்லி கூறுகிறார்.

மார்கோ போலோவின் *பயணங்களில்* (III, 36) நாம் வாசிக்கிறோம்:

[மடகாஸ்கர்] தீவின் மக்கள் தெரிவிக்கிறார்கள், வருடத்தின் குறிப்பிட்ட பருவத்தில், அசாதாரணமானதொரு பறவை, அதை அவர்கள் ரூக் என்றழைக்கிறார்கள், தெற்குப் பகுதியிலிருந்து அங்கு தோன்றுகிறது. வடிவத்தில் கழுகைப் போலிருப்பதாகச் சொன்னாலும் பருமனில் ஒப்பிட முடியாதபடிக்கு அது பிரமாண்டமாயிருக்கிறது; ஒரு யானையைத் தன் கூர்நகங்களால் தூக்கும் அளவுக்கு மிகப் பெரிதாகவும் வலிமையோடும், காற்றில் உயரமாக அந்த யானையைத் தூக்கிச் சென்று, அங்கிருந்து அதைத் தரையில் விழச்செய்யும், இறந்தபின் அதன் பிணத்தை இரையாகக் கொள்ளலாம் என்பதற்காக. இந்தப் பறவையைப் பார்த்திருக்கக்கூடிய மனிதர்கள், விரிந்திருக்கும் நிலையில் அதன் இறக்கைகள், ஒரு புள்ளி தொடங்கி மறுபுள்ளி வரை, பரப்பளவில் பதினாறு காலடித்தடங்கள் இருக்கும் என உறுதிபடச் சொல்கிறார்கள்; மேலும் சிறகுகளோ, மிகவும் அடர்த்தியான பரிமாணத்தோடு, எட்டு காலடித்தடங்கள் நீளம் இருக்குமெனவும்.

சீனாவைச் சேர்ந்த சில பிரதிநிதிகள் ரூக்கின் இறகை காகனிடம் (Grand Khan - அரசர்களின் அரசன் எனப் பொருள்படும்) கொண்டு வந்ததாக மார்கோ போலோ சொல்கிறார். லேனின் பதிவுகளிலுள்ள ஒரு பெர்சிய ஓவியம் மூன்று யானைகளைத் தன் அலகிலும் கூர்நகங்களிலும் தூக்கிச் செல்லும் ரூக்கைச் சித்தரிக்கிறது; 'வயல் எலி மற்றும் பருந்தின் பரிமாணத்தில்', எனக் குறிப்பிடுகிறார் பர்டன்.

૮૦ ૦૪

The Salamander

சாலமேண்டர்

அது நெருப்பில் வாழும் சிறிய டிராகன் மட்டுமல்ல, மேலும் (ஓர் அகராதியின்படி) 'அடர்த்தியான கறுப்பில் மென்மையான தோலையும் மஞ்சள்நிறப் புள்ளிகளையும் கொண்டிருக்கக்கூடிய, புழுபூச்சிகளைத் தின்று வாழ்கிற, நிலநீர் வாழுயிரியும்' கூட. இந்த இரண்டு குணவார்ப்புகளில், அதிகம் அறியப்பட்டது கற்பனையான ஒன்றே, எனவே இந்தப் புத்தகத்தில் சாலமேண்டருக்கு இடமளித்திருப்பதில் யாருக்கும் ஆச்சரியம் இருக்காது.

தனது *இயல்புவரலாற்றின்* பத்தாவது புத்தகத்தில், சாலமேண்டர் 'தன் தீண்டலின் மூலம் நெருப்பை அணைக்குமளவு தீவிரமான குளுமையோடிருக்கிறது, பனிக்கட்டி செய்யக்கூடிய அதே வழிமுறையில்' என்று ப்ளீனி சொல்கிறார்; பிற்பாடு இச்சிந்தனையை அவர் மாற்றிக் கொள்கிறார், சாலமேண்டரைப் பற்றி மந்திரவாதிகள் சொல்வது உண்மையெனில் வீடுகளில் உண்டாகும் நெருப்பை அணைக்க அவற்றைப் பயன்படுத்தலாமே எனச் சந்தேகத்தோடு அவதானிக்கிறார். பதினொன்றாவது புத்தகத்தில், நான்கு-கால்களைக் கொண்ட, இறக்கையோடிருக்கும் பூச்சி குறித்து அவர் சொல்கிறார் - *'பைரல்லிஸ்' (pyrallis)* அல்லது *'பைரௌஸ்டா' (pyrausta)* என்றழைக்கப்பட்டது - 'சிப்ரஸின் செம்பு-உருக்கும் உலைகளில் மிகச்சரியாக நெருப்பின் மத்தியில்' அவை வாழ்ந்தன; நெருப்பை விட்டு வெளியேறி காற்றில் மிகக்குறைவான் தூரம் பறந்தாலும், உடனடியாக அது இறந்து போகும். தற்போது மறக்கப்பட்டு விட்ட இந்த உயிரியையும் மனிதனின் நினைவிலுள்ள சாலமேண்டர் ஒருங்கிணைக்கிறது.

தசையின் உயிர்த்தெழுதலை நிரூபிக்கும் வாதமாக இறையியல்வாதிகளால் ஃபீனிக்ஸ் பயன்படுத்தப்பட்டது; சாலமேண்டரோ, உடல்களால் நெருப்பில் வாழ முடியுமென்பதை நிரூபிக்க. புனித அகஸ்டின் எழுதிய *கடவுளின் நகரம் (City of God)* இருபத்து- ஐந்தாவது புத்தகத்தில் ஒரு அத்தியாயம் உள்ளது, பூலோகத்தைச் *சேர்ந்த உடலுக்கு நெருப்பினால் சிதைந்து போகாமல் இருக்கவியலுமா,* மேலும் அது இப்படியாகத் தொடங்குகிறது:

எனில் பிறகு அவநம்பிக்கையாளர்களிடத்தே எதைத்தான் நான் சொல்வது, உலோகாயதத்தோடு உயிர்த்திருக்கும் ஓர் உடல், மரணம் மற்றும் நித்திய நெருப்பின் வலிமை என இரண்டையும் மீறி கரைந்திடாமல் நீடித்திருக்கும் என்பதை நிரூபிக்க. இதற்குக் கடவுளின் வல்லமையைச் சுட்டிக்காட்ட அவர்கள் நம்மை அனுமதிக்க மாட்டார்கள், மாறாக ஏதேனுமொரு எடுத்துக்காட்டின் வழியே அதை அவர்களுக்கு விளக்கும்படி நம்மை நிர்ப்பந்திப்பார்கள். நாம் அவர்களுக்கு பதிலளிப்போம், உண்மையாகவே அழிந்து போகும் சில உயிரினங்களும் உள்ளன, ஏனெனில் அவை மாளுந்தன்மையுடையவை, என்றாலும் கூட, நெருப்பின் மத்தியில் எந்தத் தீங்குமின்றி வாழ்கின்றன.

கவிஞர்கள், அவர்களும்கூட, அணியிலக்கணத்துக்கான முதன்மைச் சாதனங்களென சாலமேண்டரையும் ஃபீனிக்ஸையும் நோக்கிப் படையெடுக்கிறார்கள். க்யூவிடோ, அவருடைய ஸ்பானியக் கவித்திரட்டின் நான்காவது புத்தகத்திலுள்ள ஈரேழ்வரிப்பாக்களில், அவை 'காதல் மற்றும் அழகின் அருஞ்செயல்களைக் கொண்டாடுகின்றன', எழுதுகிறார்:

என்னுள் நீ எரியும் ஜுவாலைகளின் ஃபீனிக்ஸைப் பார்த்திடலாம்,
ஏனெனில், உயிர்ப்பித்து, நானும் புதுப்பிக்கப்பட்டிருக்கிறேன்,
மேலும் நெருப்பின் வீரியத்தை நிரூபிக்கிறேன் நான் –
தந்தையும் மகவும் ஒன்றாயிருக்கிற பறவை.

குளிர்ச்சியான சாலமேண்டர், கற்றறிந்த அறிஞர்கள் அதைப் பொய்யென்கிறார்கள் – அம்மிருகத்தைக் காத்து நிற்கும் தைரியமுண்டு எனக்கு;
ஆக தாகத்தோடு நானருந்தும் ஜுவாலைகளில்தான்,
வாழ்கிறதென் இதயம், ஒருபோதும் அவற்றால் அது எரிக்கப்படுவதில்லை.

Hago verdad la Fenix en la ardinte
Llama, en que renaciendo me renuevo;
Y la virilidad del fuego pruebo,
Y que es padre y que tiene descendiente.

La Salmandra fria, que desmiente
Noticia docta, a defender me atrevo,
Cuando en incendios, que sediento bebo,
Mi Corazon habita y no los siente.

பன்னிரெண்டாம் நூற்றாண்டின் மத்தியில், அரசர்களின் அரசரான ப்ரெஸ்டர் ஜான் *(Prester John)* பைசாந்தியத்தின் பேரரசருக்கு அனுப்பியதாகச் சொல்லப்பட்ட ஒரு போலியான கடிதம், எப்படியோ ஐரோப்பாவை வந்தடைந்தது. அதிசயங்களின் விபரநிரலாக இருந்த இந்த நிருபம் *(epistle)*, தங்கத்தைத் தோண்டியெடுக்கும் ராட்சத எறும்புகளைப் பற்றிப் பேசுகிறது, கற்களாலான நதி, உயிரோடிருந்த மீன்களைக் கொண்ட மணலால் ஆன கடல், இராஜ்யத்தின் எந்வொரு நிகழ்வையும் பிரதிபலிக்கும் வெகு உயரமான கண்ணாடி, ஒற்றை மரகதக்கல்லில் இருந்து வார்த்தெடுத்த செங்கோல், மனிதனை மாயமாக மறையச் செய்கிற அல்லது இரவுக்கு ஒளியூட்டுகிற கூழாங்கற்கள் ஆகிய எல்லாவற்றைப் பற்றியும். அதன் பத்திகளுள் ஒன்று சொல்கிறது: எங்களுடைய சாம்ராஜ்யம் சாலமேண்டர் என்றறியப்படும் புழுக்களை விளைவிக்கிறது. நெருப்பில் வாழும் சாலமேண்டர்கள் புழுக்கூடுகளை உருவாக்கும், எங்கள் பணிப்பெண்கள் அவற்றைத் திரித்து ஆடைகளையும் அங்கிகளையும் நெய்யப் பயன்படுத்துவார்கள். அந்தத் துணிவகைகளைத் துவைத்துத் தூய்மைப்படுத்த, ஜுவாலைகளுக்குள் அவற்றை வீசியெறிவார்கள்.

அழிக்கவியலாத இந்த நார்த்துணிகள் அல்லது துகிலிகளைப் பற்றி, நெருப்பால் அவை சுத்தம் செய்யப்படுகின்றன, ப்ளீனியிலும் (XIX, 4) மார்கோ போலோவிலும் (I, 39) குறிப்பிடப்பட்டுள்ளது. சாலமேண்டர் என்பது ஒரு பொருள், மிருகமல்ல என்று பின்னவர் சொல்கிறார். யாருமே, முதலில், அவரை நம்பவில்லை; கல்நாரில் *(asbestos)* நெய்து சாலமேண்டரின் தோலில் செய்ததாக விற்பனை செய்யப்பட்ட பொருட்கள் அதன் இருப்புக்கான பதிலறுக்கமுடியாத சான்றுகளாயிருந்தன.

தனது *சுயசரிதையில்* எங்கோவோரிடத்தில், தனக்கு ஐந்து வயதிருக்கும்போது பல்லியைப் போன்ற குட்டி மிருகம் நெருப்பில் விளையாடியதைத் தான் பார்த்ததாக பென்வெனுடோ செலினி *(Benvenuto Cellini)* எழுதுகிறார். இதை அவர் தன் தந்தையிடம் சொன்னார், அந்த மிருகம்தான் சாலமேண்டர் என்பதை

அவருக்குச் சொன்னதோடு தந்தை தன் மகனை பலமாக அடிக்கவும் செய்தார், ஆகவே எப்போதாவதுதான் மனிதனுக்கு அருளப்படும் விசேஷமான அந்தக் காட்சி சிறுவனின் நினைவில் என்றென்றைக்குமாக நிலைத்திருக்கும் என்பதற்காக.

ரசவாதிகளைப் பொறுத்தமட்டில் சாலமேண்டர் என்பது நெருப்பென்னும் மூலகத்தின் ஆன்மா. இந்தக் குறியீட்டிலும், சிசிரோவால் (Cicero) அவருடைய கடவுள்களின் இயல்புகள் குறித்து (On the Nature of the Gods) எனும் தொகுதியின் முதல் புத்தகத்தில் நமக்காக பாதுகாக்கப்பட்டிருக்கும் அரிஸ்டாடிலின் ஒரு வாதத்திலும், புராணத்தில் சொல்லப்படும் சாலமேண்டரை மனிதர்கள் ஏன் நம்பினார்கள் எனும் காரணத்தை நாம் அறிகிறோம். சிசிலியைச் சேர்ந்த மருத்துவரான அக்ரிஜெண்டத்தின் எம்பிடோக்ளீஸ் (Empedocles of Agrigentum) நான்கு 'வேர்களின்' சூத்திரத்தை வடிவமைத்தார், அல்லது பருப்பொருளின் நான்கு மூலகங்களை, அவற்றின் முரணும் ஈர்ப்பும் முறையே வெறுப்பாலும் அன்பாலும் ஆளப்பட்டன, அவையே அண்டக்கொள்கையை உருவாக்கின. மரணம் என்று ஏதுமில்லை; 'வேர்களின்' அடிப்படையான 'துகள்கள்' மட்டுமே உண்டு, ரோமானியர்கள் அவற்றையே 'மூலகங்கள்' என்றழைத்தனர், ஆக அவை உடைந்து நொறுங்குகின்றன அல்லது ஒன்றிணைகின்றன. நெருப்பு, பூமி, காற்று, நீர் ஆகியவையே அந்த மூலகங்கள். அவை நான்கும் சாசுவதமானவை என்பதோடு எதுவும் மற்றொன்றைக் காட்டிலும் வலிமையானதல்ல. இந்தக் கோட்பாடு தவறென்பது இப்போது நமக்குத் தெரியும் (நமக்குத் தெரியும் என்று இப்போது நாம் நினைக்கிறோம்), ஆனால் ஒருகாலத்தில் மனிதர்கள் அதை மதிப்புக்குரியதாக எண்ணினார்கள், ஒட்டுமொத்தமாகப் பார்க்கும்போது நலம் பயக்கிற சங்கதியாகத்தான் அது பொதுவில் கருதப்படுகிறது. தியோடர் கோம்பர்ஸ் (Theodor Gomperz) எழுதுகிறார், 'உலகை உருவாக்கி அதைத் தாங்கவும் செய்கிற நான்கு மூலகங்களும், கவிதையிலும் பொதுமக்களிடையே வழங்குகிற கற்பனையிலும் இப்போதும் அவை உயிர்ப்போடிருக்கின்றன, நீண்ட மகத்தான வரலாறைக் கொண்டிருக்கின்றன.' உலகின் அமைப்பு சமத்துவத்தைக் கோரியது: நீரிலும் நிலத்திலும் வாழக்கூடிய மிருகங்கள் இருந்ததால், நெருப்பில் வாழும் மிருகங்கள் தேவைப்பட்டன. அறிவியலின் மாண்பைக் காக்க சாலமேண்டர்களின் இருப்பு அத்தியாவசியமானது. இதற்கு இணையான வகையில், அரிஸ்டாடில் காற்றின் மிருகங்கள் குறித்தும் பேசுகிறார்.

நெருப்பை உண்டு அதன்வழியே தன் மேற்புறத்தோலை சாலமேண்டர் புதுப்பித்துக் கொண்டதாக லியோனார்டோ டா வின்சி கூறினார்.

The Satyrs

சேடிர்கள் (வனதேவதைகள்)

சேடிர்கள் என்பது அவர்களின் கிரேக்கப் பெயர்; ரோமானியர்கள் அவர்களை ஃபான்கள் *(Fauns)*, பான்கள் *(Pans)* மற்றும் சில்வன்கள் *(Sylvans)* என்றழைத்தனர். உடலின் கீழ்ப்பகுதியில் அவர்கள் ஆடுகளாயிருந்தார்கள்; அவர்களின் மேற்பாதி உடல், கைகள் மற்றும் தலை மனிதனுக்குரியவை. உடலை அடர்த்தியான ரோமம் மூடியிருக்க, சிறிய கொம்புகள், கூர்மையான காதுகள், துறுதுறுப்பான கண்கள், மற்றும் வளைந்த மூக்குகள் அவர்களுக்கு இருந்தன. காமமிகுந்தவர்களாகவும் தங்கள் மதுரசத்தின் மீது விருப்பம் கொண்டவர்களாகவும் இருந்தார்கள். கொண்டாட்டமாக, உதிரம் சிந்தாமல் பாக்கஸ் *(Bacchus)* இந்தியாவை வெற்றி கண்டபோது அவர்களும் உடனிருந்தார்கள். நீர்நங்கைகளுக்கானப் பொறிகளை அமைத்தார்கள், நடனமாடுவதை ரசித்தார்கள், புல்லாங்குழலே அவர்களின் வாத்தியமாக இருந்தது. அவர்களை வழிபட்ட கிராமப்புற மக்கள், அறுவடையின் முதல் பழங்களை அவர்களுக்குக் காணிக்கையாகச் செலுத்தினார்கள். வனதேவதைகளுக்கு மரியாதை செலுத்தும் விதமாக ஆட்டுக்குட்டிகளும் பலியிடப்பட்டன.

ரோமானிய காலங்களில், இந்த உபதேவதைகளின் உருமாதிரிகளில் ஒருவன், தெஸ்ஸலியில் தனது மலைக்குகையில் உறங்கிக் கொண்டிருந்த சமயத்தில், சல்லாவின் *(Sulla)* சில வீரர்களால் எதிர்பாராமல் கைது செய்யப்பட்டான், தங்களுடைய தளபதியின் முன் அவர்கள் அவனைக் கொண்டுவந்து நிறுத்தினார்கள். தெளிவில்லாத சத்தங்களை அவன் முணுமுணுத்துக் கொண்டேயிருந்தான், காதுகளுக்கும் நாசிகளுக்கும் அருவருப்பூட்டுகிறவனாக இருந்தபடியால் சல்லா உடனடியாக அவனை மீண்டும் வனாந்திரங்களுக்குள் அனுப்பி வைத்தார்.

பிசாசுகளைப் பற்றிய வரலாற்று இடைக்கால கருத்துருவாக்கங்களின் வழியே வனதேவதைகளின் நினைவுகள் உயிர்த்திருந்தன. 'Satire - சட்டைர்' (அங்கதம்) என்கிற வார்த்தைக்கும் 'சேடிர் - Satyr' என்பதற்கும் ஏதும் தொடர்பிருப்பதாகத் தெரியவில்லை; பெரும்பாலான சொல்லிலக்கணவாதிகள் *சடூரா லான்க்ஸ்* (satura lanx) என்பதிலிருந்தே சட்டைர் (satire) தோன்றியதாகச் சொல்கிறார்கள், அதுவொரு கலவையான உணவு வகை, எனவேதான் அதற்கு கலைவையான இலக்கிய இணைப்பாக்கமும் கூட, ஐவெனலின் (Juvenal) எழுத்துகளைப் போல.

೧೦ ೦೩

Scylla

ஸ்கீலா

அசுரவுயிரியாக மாறுவதற்கும் பிற்பாடு பாறைகளாகவும் மாற்றப்படுவதற்கும் முன்னால், ஸ்கீலா நீர்நங்கையாக இருந்தாள், கடலின் கடவுளர்களில் ஒருவரான க்ளௌகஸ் அவளோடு காதலில் வீழ்ந்தார். அவளுடைய அன்பைப் பெற, மூலிகைகளிலும் மந்திரதந்திரங்களிலும் அபார ஞானத்தைக் கொண்டிருந்ததாக அனைவராலும் அறியப்பட்ட, செர்சியின் உதவியை அவர் நாடினார். ஆனால் செர்சி முதல் பார்வையிலேயே க்ளௌகஸின்பால் ஈர்க்கப்பட்டாள், ஆனால் ஸ்கீலாவை அவர் மறக்கும்படிச் செய்ய அவளுக்குச் சாத்தியப்படவில்லை, எனவே தன் எதிரியைத் தண்டிக்க, நீர்நங்கைகள் குளிக்கும் அருவியில் விஷமூலிகைகளின் சாறை அவள் ஊற்றினாள். இந்தப் புள்ளியில், ஓவிட்டின் கூற்றுப்படி *(உருமாற்றங்கள்,* XIV, 59-67)*:*

> ஸ்கீலா வருகிறாள், இடுப்பு-வரைக்கும் நீருக்குள் இறங்கி நடக்கிறாள்; அப்போது திடீரென்று தனது இடை மருங்குகள் உருக்குலைந்து குரைக்கும்-அரக்க வடிவங்களாக மாறுவதைக் காண்கிறாள். முதலில், அவற்றைத் தன்னுடலின் பாகங்கள்தான் என்பதை நம்பாமல், பயத்தில் தப்பியோடுகிறாள், அந்தக் கொடிய, குரைக்கும் வஸ்துக்களை விரட்டியடிக்கவும் முயற்சி செய்கிறாள். ஆனால் எதனிடமிருந்து அவள் தப்பியோடுகிறாளோ அவற்றையும் தன்னோடே அழைத்துப் போகிறாள்; மேலும் தனது தொடைகளை, கால்களை, பாதங்களைத் தொட்டுணர முயலும்போது, அவற்றின் இடங்களில் வாயைப் பிளந்து நிற்கும் இந்த நாய்த்தலைகளை அவள் கண்டுகொள்கிறாள், செர்பிரஸுக்கு இருக்கக்கூடியதைப் போல. பசிவெறியோடிருக்கும் நாய்களின் மீது அவள் நிற்கிறாள், ஒன்றிணைக்கப்பட்ட அவளின் இடை மருங்குகளும் அவளின் வயிறும் தற்போது மிருக வடிவங்களின் வட்டத்தால் சூழப்பட்டிருந்தன.

அதன் பிறகு தனது உயரம் கிட்டத்தட்ட பனிரெண்டு அடிகளிருப்பதை அவள் கண்டுகொண்டாள், மேலும் அவளுக்கு ஆறு தலைகளிருந்தன, ஒவ்வொன்றிலும், மூன்று வரிசைகளில் பற்களுமிருந்தன. இந்த உருமாற்றம் அவளை மிகவும் அச்சுறுத்தியதால் இத்தாலியையும் சிசிலியையும் பிரித்த நீர்சந்தியில் போய் விழுந்தாள், அங்கு கடவுள்கள் அவளைப் பாறைகளாக மாற்றினர். புயற்காற்றுகளில், பாறைகளின் சீரற்ற குடைவுகளுக்குள் செல்ல நேர்கையில் கேட்கும் கடலலைகளின் அச்சுறுத்துகிற கர்ஜனையைப் பற்றி, கடலோடிகள் பேசிக் கொள்வார்கள்.

இந்தத் தொன்மக்கதை ஹோமர் மற்றும் பௌசானியஸ் *(Pausanias)* ஆகியோரின் பக்கங்களிலும் காணக்கிடைக்கிறது.

The Sea Horse

கடற்குதிரை

பெரும்பாலான மற்ற கற்பனை மிருகங்களைப் போலல்லாது, கடற்குதிரை ஒரு கலவையான மிருகமல்ல; கடலைத் தனது வசிப்பிடமாகக் கொண்டிருக்கும் காட்டுக் குதிரை என்பதைத் தவிர அது வேறொன்றுமில்லை, அமாவாசை இரவுகளில் பெண்குதிரைகளின் வாடையை கடற்காற்று அதனிடம் கொண்டு சேர்க்கும்போது மட்டுமே கரைக்கு வரும். இன்னதென்று தீர்மானிக்கவியலாத ஏதோவொரு தீவில் - அனேகமாக போர்னியோவாக இருக்கலாம் - அரசரிடம் உள்ளவற்றில் மிகச்சிறந்த பெண்குதிரைகளைக் கடற்கரையோரமாகச் செலுத்தி வரும் கால்நடையோட்டிகள் தரைக்குக் கீழே ஒளிந்து கொள்வார்கள். இங்குதான் சிந்துபாத் கடலிலிருந்து வெளிக்கிளம்பிய ஆண்குதிரையைக் கண்டான், பெண்குதிரையின் மீது அது தாவிக்குதிப்பதைப் பார்த்தான், பிறகு அதன் அலறலைக் கேட்டான்.

ஆயிரத்தோரு இரவுகளின் புத்தகத்தினுடைய (Book of a Thousand and One Nights) தீர்க்கமான வடிவம், பர்டனின் கூற்றுப்படி, பதிமூன்றாம் நூற்றாண்டைச் சேர்ந்தது; இதே நூற்றாண்டில்தான் *ஸக்கரியா அல்-கஸ்வினி (Zakariyya al-Qaswini)* எனும் அண்ட அமைப்பியல் ஆய்வாளரும் வாழ்ந்தார், தனது ஆய்வறிக்கையான *படைப்பின் அற்புதங்களில் (Wonders of Creation)* இவ்வார்த்தைகளை அவர் எழுதினார்: 'கடற்குதிரையும் நிலத்தில் வாழக்கூடிய குதிரையைப் போன்றதுதான், ஆனால் அதன் பிடரிமயிரும் வாலும் நீளமாக வளர்ந்தன; அதன் நிறம் அதீதமாகப் பிரகாசிக்கிறது, குளம்புகளோ காட்டெருமைகளுக்கு இருப்பதைப்போல வளைந்திருக்கின்றன, அதன் உயரம் ஏறத்தாழ நிலத்தில் வாழும் குதிரைக்குச் சமமாகவும் கழுதையினுடையதை விடச் சற்றே பெரிதாகவும் இருக்கிறது.' கடல் மற்றும் நிலத்தில் வாழும் இனங்களுக்கிடையே நிகழும் கலப்பு வெகு அழகான இனத்தை உருவாக்கும் எனவும் அவர் குறிப்பிடுகிறார், 'வெள்ளித்துண்டுகளைப் போன்ற வெண்ணிறப் புள்ளிகளோடிருக்கும்' குறிப்பிட்டதொரு கறுப்புநிற மட்டக்குதிரையை தனித்துச் சுட்டவும் செய்கிறார்.

பதினெட்டாம் நூற்றாண்டைச் சேர்ந்த சீன யாத்ரீகரான வாங் தாய்-ஹாய் எழுதுகிறார்:

> வழக்கமாக ஒரு பெண்குதிரையை தேடித்தான் கடற்குதிரை கரையினோரம் வரும்; சில நேரங்களில் அது பிடிபடவும் செய்யும். அதன் மேற்புறத்தோல் கறுப்பாகவும் பளபளப்பாகவும் உள்ளது, நீளமாயிருக்கும் அதன் வால் தரையில் புரள்கிறது. நிலத்தின் மீது மற்ற எந்தக் குதிரையையும் போலத்தான் நடமாடுகிறது, மிகவும் சாதுவாயிருக்கிறது, ஒரே நாளில் அதனால் நூற்றுக்கணக்கான மைல்கள் பயணிக்க முடியும். ஆனால் அதை நதியில் குளிப்பாட்டாமல் இருப்பது நல்லது, ஏனெனில் நீரைக் கண்ட மறுகணம் தனது தொன்மையான இயல்பை மீட்டெடுத்து நீந்திச் சென்றிடும்.

இனவரைவியல் நிபுணர்கள், இந்த இஸ்லாமியப் புனைவின் தோற்றமூலத்தை, பெண்குதிரைகளை கருவுறச் செய்யும் காற்றைப் பற்றிய கிரேக்க-ரோமானிய புனைவில் தேட முற்படுகிறார்கள். *ஜியார்ஜிக்ஸின் (Georgics - உழவுத்தொழிலைப் பற்றிய ஏடு)* மூன்றாவது புத்தகத்தில் விர்ஜில் இந்த நம்பிக்கையைப் பாடலாக வடித்திருக்கிறார். ப்ளீனியின் விளக்கமோ (VIII, 67) மிகக் கடுமையானதாயிருக்கிறது:

> லூசிடானியாவில் லிஸ்பனின் அண்டைப்பகுதியிலும் டாகுஸ் நதியின் கரைகளிலும் பரவியிருந்த சங்கதி இது, பெண்குதிரைகள், காற்று மேற்கிலிருந்து வீசும்போது, அதை எதிர்கொண்டு நின்று உயிர்மூச்சை அவை கருத்தரிக்கும்; இதனால் ஒரு குதிரைக்குட்டி உருவாகும், வெகு விரைவாக ஓடும் குதிரைக்குட்டியை கருத்தரிக்கும் வழிமுறை இதுதான், ஆனால் மூன்று வருடங்களுக்கு மேல் அது உயிரோடிருக்காது.

மிக வேகமான குதிரைகளைக் குறிக்கப் பயன்படும் ‘காற்றின் புதல்வர்கள்’ எனும் உயர்வுநவிற்சியே இந்த கட்டுக்கதைக்கு உயிர் தந்திருக்கலாம் எனும் யூகத்தை வரலாற்றியலாளர் ஜஸ்டினஸ் துணிவோடு முன்வைக்கிறார்.

ஐ ஆ

The Shaggy Beast of La Ferte-Bernard

லா ஃபெர்டே-பெர்னார்டின் மயிரடர்ந்த மிருகம்

ஹ்யூஸ்னி (*Husnie*) நதிக்கரைகளில், மற்றபடி அது அமைதியான சிற்றாறுதான், வரலாற்று இடைக்காலங்களின்போது ஓர் உயிரி சுற்றித் திரிந்தது, பிற்பாடு அது *மயிரடர்ந்த மிருகம் (La velue)* என்றறியப்பட்டது. (நோவாவின்) கப்பலில் சேர்த்துக் கொள்ளாமல் தவிர்த்திருந்தபோதும் பெருவெள்ளத்தில் சிக்காமல் தப்பிக்க அதற்கு சாத்தியமாகியிருந்தது. எருதின் அளவில் இருந்தது, சர்ப்பத்தின் தலையைக் கொண்டிருந்தது, மேலும் நீண்ட பச்சைநிறக் கம்பளிக்குக் கீழே புதைந்திருந்த வட்ட உடலையும். கம்பளியின் மீது ஆயுதங்களைப் போலிருந்த கூர்மையான கொடுக்குகள் மரணத்தை விளைவிக்கும் காயங்களை உண்டாக்கின. அந்த உயிரிகள் ஆமைகளின் கால்களையொத்த அகலமான குளம்புகளோடு இருந்தன, மேலும் நாகத்தின் வடிவிலிருந்த வால், மனிதர்களையும் மந்தைகளையும் ஒருங்கே கொல்லக்கூடியது. அதன் கோபம் கிளறப்படும்போது, பயிர்களை எரித்து நாசமாக்கும் ஜுவாலைகளை மயிரடர்ந்த மிருகம் வெளியிடும். இரவுநேரங்களில் தொழுவங்களைச் சூறையாடியது. விவசாயிகள் அதை வேட்டையாட முயற்சி செய்தால் ஹ்யூஸ்னியின் நீர்நிலைகளுக்குள் ஒளிந்து கொள்ளும், அதன் காரணமாக நதிக்கரையில் பெருக்கெடுத்தோடும் வெள்ளம் பல மைல்களுக்கு பள்ளத்தாக்கை மூழ்கடிக்கும்.

அப்பாவி உயிரினங்களை உண்பதில் பெருவிருப்பம் கொண்ட மயிரடர்ந்த மிருகம் கன்னிகளையும் குழந்தைகளையும் பிடித்து விழுங்கும். இளம்பெண்களில் மிகத் தூய்மையானவளை அது தேர்ந்தெடுக்கும், சின்ன ஆட்டுக்குட்டியை (*L'agnelle*). ஒரு நாள், அதுபோன்ற சின்ன ஆட்டுக்குட்டியைத் தடுத்து இழுத்துப் போனது, கிழித்தெறிந்து உதிரந்தோய்ந்து கிடந்தவளை, நதிக்கரையில் இருந்த தனது வளைக்குக் கொண்டு சென்றது. பாதிக்கப்பட்டவளின் இதயங்கவர்ந்தவன் அரக்கவுயிரியைத் தொடர்ந்தான், ஒரு வாளைக் கொண்டு மயிரடர்ந்த மிருகத்தின் வாலுக்குள் செலுத்தி, அதன் உடலில் பாதுகாப்பற்ற பகுதி அது மட்டுமே, இரண்டாக வெட்டி வீசினான். உடனடியாக அந்த உயிரி இறந்து போனது. மிருகத்தின் உடல் பதனிடப்பட்டு, குழலிசையோடும் கொட்டுமுழக்குகளோடும் நடனத்தோடும் அதன் மரணம் கொண்டாடப்பட்டது.

The Simurgh

சிமோர்க்

ஞான மரத்தின் *(Tree of Knowledge)* கிளைகளில் கூடுகட்டி வாழும் மரணமற்ற பறவையே சிமோர்க்; பர்டன் அதை கழுகோடு ஒப்பிடுகிறார், இளைய எட்டாவின் கூற்றுப்படி, அந்தக் கழுகு பல சங்கதிகளைப் பற்றிய அறிவைக் கொண்டிருக்கும் என்பதோடு உலக மரமான யிக்ட்ராசிலின் கிளைகளில் தன் கூட்டை அமைத்துக் கொண்டிருக்கும்.

சௌத்தியின் *தாலபாவும்* (1801) ஃப்ளாபர்ட்டின் *புனித அந்தோணியின் சோதனைகளும்* (1874) சிமோர்க் அன்கா குறித்துப் பேசுகின்றன; மகாராணி ஷீபாவின் உதவியாள் என்பதாகப் பறவையின் அந்தஸ்தைக் குறைக்கிறார் ஃப்ளாபர்ட், உலோகச் செதில்கள் போன்ற ஆரஞ்சு-நிற சிறகுகளையும், மனித முகத்தோடு சிறிய வெள்ளி-நிறத் தலையையும், நான்கு இறக்கைகளையும், வல்லூறின் கூர்நகங்களையும், உடன், நீளமான, வெகு நீளமான மயிலின் வாலையும், அது கொண்டிருந்ததாக விவரிக்கிறார். ஆரம்பகாலத் தரவுகளில் சிமோர்க் இன்னுமதிக முக்கியத்துவத்தைக் கொண்ட உயிரியாக இருந்தது. பழங்கால இரானியத் தொன்மங்களைத் தொகுத்து பாடல்களாக வடிக்கும் *அரசர்களின் புத்தகத்தில்* *(Book of Kings)* ஃபிர்தௌசி, இந்தப் பறவையை, கவிதையின் நாயகனுடைய தந்தையான ஸாலின் வளர்ப்புத் தந்தையாக மாற்றுகிறார்; ஃபரீத் அல்-தின் அத்தர், பன்னிரெண்டாம் நூற்றாண்டில், அதை இறைமையின் சின்னமாக அறிவிக்கிறார். இது *பறவைகளின் பாராளுமன்றத்தில்* *(Mantiq al-Tayr)* நடக்கிறது. கிட்டத்தட்ட 4,500 ஈரடிச் செய்யுள்களால் உருவாக்கப்பட்டிருக்கும் இந்த உருவகத்தின் கதைப்பின்னல் மிக அபாரமானது. பறவைகளின் தொலைதூர அரசனான சிமோர்க், தனது அற்புத இறகுகளில் ஒன்றை சீனாவின் நடுப்பகுதியில் எங்கோவோரிடத்தில் தவற விடுகிறது; இதை அறிந்தவுடன், மற்ற பறவைகள், தங்களுடைய தற்கால ஆட்சியில்லா நிலையால் சோர்வுற்று, அதைத் தேட முடிவெடுக்கின்றன. அரசனின் பெயருக்கு 'முப்பது பறவைகள்' என்று அர்த்தம் என்பதை அவை அறிந்திருந்தன; சிமோர்கின் கோட்டை, உலகை வளைத்திருக்கும் மலை அல்லது மலைத்தொடரான காஃப்பில் அமைந்திருந்ததும் அவற்றுக்குத் தெரியும். தொடக்கத்திலேயே, சில பறவைகள் நம்பிக்கையிழந்தன: ரோஜாவின் மேல் தான் கொண்டிருந்த காதலைக் காரணமாகச் சொன்னது வானம்பாடி; கிளி தன் அழகைக் காரணமாகச் சொல்லியது, அதனால்தான் அது கூண்டில் அடைபட்டு வாழ்கிறது; மலைகளில் உள்ள தன் வீடின்றி கௌதாரியால் இருக்க முடியாது, தன் சதுப்பு நிலங்களில்லாமல் நாரையால் இருக்க முடியாது, போலவே தன் இடிபாடுகள் இல்லாமல் ஆந்தையாலும் இருக்க முடியாது. ஆனால் இறுதியில், அவற்றுள்

குறிப்பிட்ட சில பறவைகள் ஆபத்தான அந்த பயணத்தைத் தொடங்கின; ஏழு பள்ளத்தாக்குகள் அல்லது கடல்களை அவை கடந்தன, கடைசிக்கு முந்தையதின் பெயர் மனக்குழப்பம், கடைசியாக இருந்ததின் பெயர் நிர்மூலம். யாத்ரீகர்களில் பலவும் பிரயாணத்தைக் கைவிட்டன; மற்றவற்றின் மத்தியிலும் பயணத்தின் பாதிப்பு வெகுவாக இருந்தது. தாங்கள் சந்தித்த துயரங்களால் தூய்மையடைந்த முப்பது பறவைகள் மட்டும் சிமோர்கின் மாபெரும் சிகரத்தை வந்தடைந்தன. இறுதியில் சிமோர்கை அவை அறிந்து கொண்டன; தாங்கள் தான் சிமோர்க் என்பதை அவை உணர்ந்தன, அவை ஒவ்வொன்றும், அவை அனைத்துமே சிமோர்க்தான்.

பறவைகளின் பாராளுமன்றம்: ஒரு பறவை-பார்வைக் கோணத்தில் ஃபரீத் *உத்தின் அத்தாரினுடைய பறவைகளின் நாடாளுமன்றம்* என்கிற விளையாட்டான தலைப்பின் கீழ் எட்வர்ட் ஃபிட்ஸ்ஜெரால்ட் கவிதையின் ஒரு சில பகுதிகளை மொழிபெயர்த்தார்.

அண்ட அமைப்பியல் ஆய்வாளரான அல்-கஸ்வினி, தனது *படைப்பின் அற்புதங்களில்,* சிமோர்க் அன்கா ஆயிரத்து எழுநூறு வருடங்கள் வாழும் என்கிறார், தன் மகன் சரியான வயதை வந்தடையும்போது, தகனச்சிதையில் தந்தை தன்னை எரியூட்டிக் கொள்ளும் எனவும் அவர் சொல்கிறார். ‘இது,’ லேன் அவதானிக்கிறார், ‘நமக்கு ஃபீனிக்ஸை நினைவூட்டுகிறது.’

ഌ ര

கற்பனையான உயிரிகளின் புத்தகம் / 247

The Sirens

நீரணங்குகள்

248 | ஹோர்ஹே லூயிஸ் போர்ஹெஸ்

காலவோட்டத்தில் நீரணங்குகளின் உருத்தோற்றம் மாறி வந்திருக்கிறது. அவற்றின் முதல் வரலாற்றாசிரியரான ஹோமர், ஆடிசியின் பன்னிரெண்டாவது புத்தகத்தில், எப்படித் தோற்றமளித்தன என்பதை நமக்குச் சொல்வதில்லை; ஓவிட்டுக்கு, அவை சிவப்புநிற இறகுத்தொகுதிகளையும் இளம்பெண்களின் முகங்களையும் கொண்ட பறவைகள்; ரோட்ஸின் அப்போலோனியஸுக்கு, உடலின் மேற்பாதியில் அவை பெண்களாகவும் கீழ்ப்பகுதியில் கடற்பறவைகளாகவும் இருந்தன; ஸ்பானிய நாடக ஆசிரியரான டிர்சோ டி மோலினாவுக்கு (கட்டியவியலிலும்), ‘பாதி பெண், பாதி மீன்’. அவற்றின் இயல்புகளும் அதீத விவாதத்துக்கு உட்படுத்தப்பட்டவையே. தன்னுடைய செவ்வியல் அகராதியில் லெம்ப்ரியரி அவற்றை நீர்நங்கைகள் என்றழைக்கிறார்; க்யூசெராட்டின் அகராதியில் *(Quicherat)* அவை அரக்கவுயிரிகளாக உள்ளன, கிரிமலின் அகராதியில் *(Grimal)* பிசாசுகளாக. மேற்கத்திய தீவொன்றில் அவை வசிக்கின்றன, செர்சியின் தீவுக்கு அருகில், ஆனால் அவற்றுள் ஒன்றின் இறந்தவுடல், பார்தீனோப் *(Parthenope)*, கம்பேனியாவுக்கு அருகே கரையொதுங்கி தற்போது நேப்பல்ஸ் என்றழைக்கப்படும் புகழ்பெற்ற நகரத்துக்குத் தன் பெயரை வழங்கியது. நிலவியல் ஆய்வாளரான ஸ்ட்ராபோ, அவளுடைய கல்லறையையும் அவ்வப்போது அவளின் நினைவாக நடத்தப்படும் விளையாட்டுகளையும் பார்த்திருக்கிறார்.

நீரணங்குகள் கடலோடிகளை ஈர்த்து அவர்களின் கப்பல்களைத் தகர்த்து விடும் என்கிற ஆடிசி மேலும் சொல்கிறது, அதனால் உலிசிஸ், அவர்கள் பாடுவதைக் கேட்கவும் ஆனால் அதன்பிறகும் உயிர்த்திருக்க வேண்டும் என்பதற்காக, மெழுகைக் கொண்டு தனது கோல்வலிப்பவர்களின் காதுகளை அடைத்ததோடு தன்னையும் கப்பலின் பாய்மரத்தில் இறுகப்பிணைத்துக் கொண்டான். அவனுக்கு ஆசை காட்டிய நீரணங்குகள் உலகின் சங்கதிகள் அனைத்தையும் பற்றிய அறிவைத் தருவதாக வாக்களித்தன:

> கடலோடிகள் இங்கு மகிழ்ச்சியை அள்ளிப்பருகி
> பிரயாணத்தைத் தொடர்கிறார்கள்,
> எங்களுடைய ட்ராயின் பாடலில் இருந்து
> நரைத்த தாடியுடையவர்களும் இளம் பிரயாணியும்
> இன்னும் அறிந்தவர்களாகச் செல்கிறார்கள்.

அந்த மாபெரும் களத்தின் அருஞ்செயல்களெல்லாம்
நீண்டகால யுத்தத்தில்,
பிரகாசமான கடவுள்கள் விரும்பிய இருண்ட தினங்கள்,
அங்கு நீங்கள் பட்ட காயங்களும்,

அர்கோஸ்களின் இராணுவ வீரர்கள்
ட்ராயின் கரைகளைங்கும் சூழ்ந்திருக்கிறார்கள்,
மந்திரத்தால் காலத்தை விலக்கி நாங்கள் பார்க்கிறோம்.
பூமியின் மீதிருக்கும் யாதொரு உயிரும்
எங்கள் கனவுகளிடமிருந்து ஒளிய முடியாது.

தொன்மவியலாளரான அப்போலோடோரஸ் அவருடைய *பிப்லியோதீகாவில் (Bibliotheca* - நூல்களின் திரட்டு எனப் பொருள்படும்) பதிவு செய்துள்ள தொன்மக்கதை, அர்கோநாட்களின் கப்பலில் இருந்த ஆர்ஃபியஸ் நீரணங்குகளை விட இனிமையாகப் பாடியதாகவும் அதன் காரணமாக அவ்வுயிரனங்கள் கடலுக்குள் வீழ்ந்து பாறைகளாக மாறினார்கள் என்றும் சொல்கிறது, ஏனெனில் அவர்களுடைய மந்திரசக்தியை யாரும் மீறிச்சென்றால் மரிக்க வேண்டுமென்பதே நீரணங்குகளின் விதி. ஸ்ஃபிங்க்ஸூம் கூட, தான் சொன்ன புதிர் அவிழ்க்கப்பட்டதால் செங்குத்தான பாறையிலிருந்து கீழே குதித்து மரித்தது.

ஆறாம் நூற்றாண்டில், வேல்ஸின் வடபகுதிகளில் ஒரு நீரணங்கு பிடிபட்டு ஞானஸ்நானம் செய்யப்பட்டது, குறிப்பிட்ட சில பழங்கால நாட்காட்டிகளில் மூர்கன் எனும் பெயர் கொண்ட துறவியாக அது இடம்பிடித்தது. மற்றொன்று, 1403-இல், ஒரு பாறைப்பிளவினூடாக உள்நுழைந்து தான் இறக்கும் நாள் மட்டும் ஹார்லெம்மில் வசித்தது. யாராலும் அதன் பேச்சைப் புரிந்து கொள்ள இயலவில்லை, ஆனால் நெய்வதற்கு அதற்குச் சொல்லித் தரப்பட்டது, உள்ளுணர்வால் உந்தப்பட்டதைப் போல சிலுவையை வணங்கவும் செய்தது. பதினாறாம் நூற்றாண்டைச் சேர்ந்த வரலாற்றுப் பதிவாளர் ஒருவர், எப்படி நெய்வதென்பதை அறிந்திருந்ததால் அது மீனல்ல என்றும் நீருக்குள் வசிக்க முடிந்ததால் அது பெண்ணுமல்ல என்று வாதிட்டார்.

செவ்வியற்கால நீரணங்கையும் மீனின் வாலோடிருக்கும் கடற்கன்னியையும் ஆங்கிலமொழி வேறுபடுத்திச் சொல்கிறது. பிந்தையதாகச் சொல்லப்படும்

வடிவத்தின் உருவாக்கத்தில், பொசைடானின் அரசவையில் இருந்த சிறிய கடவுளர்களான ட்ரைடான்களின் பாதிப்புகள் இருந்திருக்கலாம்.

பிளாட்டோவின் *குடியரசு* (Republic) பத்தாவது புத்தகத்தில், எட்டு பொதுமைய சொர்க்கங்களின் சுழற்சியை எட்டு நீரணங்குகள் ஆளுகின்றன.

நீரணங்கு: அதுவொரு கற்பிதமான கடல்வாழ் பிராணி, இரக்கமின்றி வெளிப்படையாயிருக்கும் அகராதியொன்றில் நாம் வாசிக்கிறோம்.

ೞ ಇ

The Sow Harnessed with Chains and other Argentine Fauna

சங்கிலிகளால் கவசமிடப்பட்ட பெண்பன்றி மற்றும் பிற அர்ஜென்டீனிய விலங்கினங்கள்

த*னது அர்ஜென்டீனிய நாட்டுப்புறக்கதைகளின் அகராதியில் (Dictionary of Argentine Folklore)* 106-வது பக்கத்தில், ஃபெலிக்ஸ் கொலூச்சியோ பதிவு செய்திருக்கிறார்:

> கோர்டபாவின் வடபகுதியில், குறிப்பாக குய்லினாஸைச் சுற்றி, சங்கிலிகளால் கவசமிட்ட பெண்பன்றியைப் பற்றி மக்கள் பேசுகிறார்கள், இரவுநேரங்களில் வழக்கமாகத் தன் இருப்பை அது உணர்த்திக் கொண்டேயிருக்கும். தண்டவாளங்களின் மேல் பெண்பன்றி சறுக்கிக்கொண்டு போகுமென்பதைப் புகைவண்டி நிலையத்தின் அருகே வசிக்கும் மக்கள் உண்மையென வலியுறுத்துகிறார்கள், மற்றவர்களோ, தன் 'சங்கிலிகளின்' உதவியால் காதைச் செவிடாக்கும் ஆரவாரத்தை உருவாக்கியபடி தந்திக்கம்பிகளின் மீது ஓடுவதும் அந்தப் பெண்பன்றிக்கு வழக்கத்திற்கு மாறான ஒன்றல்ல என்று நம்மிடம் உறுதிபடத் தெரிவிக்கிறார்கள். இதுவரைக்கும், அம்மிருகத்தை யாரும் பார்த்ததில்லை, ஏனெனில் அதைப் பார்க்க நீங்கள் முயற்சி செய்யும் மறுகணம், புதிரான வகையில் அது மாயமாக மறைந்திடும்.

சங்கிலிகளால் கவசமிடப்பட்ட பெண்பன்றி குறித்த நம்பிக்கை *(chancha con cadenas)*, தகரப்பன்றி *(chancha de lata)* என்கிற பெயரிலும் அது அழைக்கப்படுகிறது, ப்யூனஸ் ஐரீஸ் மாகாணத்தின் குடிசைப்பகுதிகளிலும் நதியோர நகரங்களிலும் கூடப் பரவலாகப் பேசப்படுகிறது.

வேர்வுல்ஃப்புக்கு (Werewolf - ஓநாயாக மாறும் ஆற்றலுடைய மனிதன்) இருவேறு அர்ஜெண்டீனிய வடிவங்கள் உண்டு. அவற்றுள் ஒன்று, உருகுவேக்கும் தெற்கு பிரேசிலுக்கும் கூடப் பொதுவானது, *லாபிஸோன்* (lobison) என்பதாகும்; ஆனால் இந்தப் பிரதேசங்களில் ஓநாய்களேதும் வசிப்பதில்லை என்பதால், மனிதர்கள், பன்றி அல்லது நாய்களின் வடிவத்தை எடுப்பதாக நம்பப்பட்டது. எந்த்ரே ரியோஸின் குறிப்பிட்ட சில நகரங்களில், கால்நடைக் கொட்டில்களின் அண்டையில் வாழ்ந்த இளைஞர்களை பெண்கள் தவிர்த்து ஒதுக்கினார்கள், ஏனெனில் சனிக்கிழமை இரவுகளில் முன்சொல்லிய விலங்குகளாக அவர்கள் மாறுவதாகச் சொல்லப்பட்டது. தேசத்தின் உட்பகுதி மாகாணங்களில், நாம் *டீகரே காப்பியாங்கோவைக்* (tigre capiango - காப்பியாங்கோ எனும் ஸ்பானிய வார்த்தைக்கு தந்திரமான திருடன் என அர்த்தம்) காண்கிறோம். இந்த மிருகம் ஒரு சிறுத்தையல்ல, மாறாக, ஒரு மனிதன், தனது விருப்பத்தின் பேரில் சிறுத்தை வடிவத்தை எடுப்பவன். பட்டிக்காட்டுத்தனமான நையாண்டி வடிவில் நண்பர்களை அச்சுறுத்துவதே அவனுடைய வழக்கமான குறிக்கோளாயிருக்கும், ஆனால் நெடுஞ்சாலைத் திருடர்களும் இந்த வேடத்தைப் பயன்படுத்திக் கொண்டார்கள். கடந்த நூற்றாண்டின் உள்நாட்டுப் போர்களில், தளபதி ஃபக்குண்டோ குய்ரோகா, காப்பியாங்கோக்களின் முழுமையான படையணியைத் தனது அதிகாரத்தின் கீழ் வைத்திருந்ததாக, பொதுமக்களிடையே பிரபலமாகச் சொல்லப்பட்டது.

ఴ ෂ

The Sphinx

ஸ்ஃபிங்க்ஸ்

எகிப்திய நினைவுச்சின்னங்களில் காணப்படும் ஸ்ஃபிங்க்ஸ் (*ஆண்ட்ரோஸ்ஃபிங்ஸ் என ஹெரோடோடஸ் அதை அழைக்கிறார், அல்லது மனித-ஸ்ஃபிங்க்ஸ், கிரேக்க ஸ்ஃபிங்க்ஸில் இருந்து வேறுபடுத்த*) மனிதனின் தலையோடு இருக்கக்கூடிய சிங்கம், அது ஓய்வாக அமர்ந்திருக்கிறது; ஆலயங்களிலும் கல்லறைகளிலும் ஸ்ஃபிங்க்ஸ்கள் காவல் நின்றன, அரசு அதிகாரத்தின் குறியீடாக அவை இருந்ததாகவும் சொல்லப்பட்டது. கர்னாக்கின் (*Karnak - எகிப்திலுள்ள ஆலய வளாகம்*) முற்றங்களில், மற்ற ஸ்ஃபிங்க்ஸ்கள் அமோனின் (*Amon - கடவுள்களின் அரசனாக வழிபடப்பட்ட தெய்வம்*) புனித மிருகமான ஆட்டுக்கிடாயின் தலையைக் கொண்டிருக்கின்றன. அஸ்ஸிரிய நினைவுச்சின்னங்களில் காணப்படும் ஸ்ஃபிங்க்ஸ், தாடியும் தலையில் கிரீடமும் உள்ள மனிதத்தலையோடு இருக்கிற பறக்கும் எருதாகும்; பெர்சிய இரத்தினங்களில் இதை வழக்கமாகப் பார்க்கலாம். ப்ளீனி தனது எத்தியோயிப்பிய மிருகங்களின் பட்டியலில் ஸ்ஃபிங்க்ஸையும் சேர்க்கிறார், ‘பழுப்புநிற ரோமமும் நெஞ்சில் இரண்டு ஸ்தனங்களும்’ என்பதைத் தவிர வேறெந்த அம்சத்தையும் அவர் விவரிப்பதில்லை.

கிரேக்க ஸ்ஃபிங்க்ஸ் பெண்ணின் தலையையும் மார்புகளையும், பறவையின் இறக்கைகளையும், உடன், சிங்கத்தின் உடலையும் கால்களையும் கொண்டிருக்கிறது. சிலர் அதற்கு நாயின் உடலையும் சர்ப்பத்தின் வாலையும் தருகிறார்கள். விடுகதைகள் போட்டு (அதற்கு மனிதனின் குரல்) தீபிய (*thebes*) கிராமப்புறங்களில் இருந்த மக்கட்தொகையை அது குறைத்ததாகச் சொல்லப்படுகிறது, பதில் சொல்ல முடியாத எந்த மனிதனையும் தின்று விடும். யோகஸ்டாவின் மகனான எடிபஸிடம் ஸ்ஃபிங்க்ஸ் கேட்டது, ‘நான்கு கால்களும், இரண்டு கால்களும், மூன்று கால்களும் கொண்டிருப்பது எது, மேலும் கால்களின் எண்ணிக்கை அதிகரிக்க பலகீனமாக மாறக்கூடியது?’ (இதன் மிகப்பழைய வடிவம் எனச் சொல்லப்படுவது இப்படித்தான் அமைந்துள்ளது. காலப்போக்கில்,

மனிதனின் மொத்த வாழ்வையும் ஒற்றை நாளாகச் சொல்லுமொரு உருவகம் அறிமுகம் செய்யப்பட்டது. தற்போது கேள்வி இப்படி அமைகிறது, 'எந்த மிருகம் காலையில் நான்கு கால்களிலும், மதியத்தில் இரண்டு கால்களிலும், மாலையில் மூன்று கால்களிலும் நடக்கும்?') எடிபஸ் இவ்வாறு பதிலுரைத்தான், அது மனிதன்தான், குழந்தையாக அவன் நான்கையும் பயன்படுத்தித் தவழ்கிறான், வளர்ந்த பிறகு இரண்டு கால்களால் நடக்கிறான், முதுமையில் கைத்தடியைச் சார்ந்திருக்கிறான். புதிர் அவிழ்ந்ததால், செங்குத்தான பாறையிலிருந்து ஸ்ஃபிங்க்ஸ் கீழே குதித்து மாண்டது.

டீ குயின்சி, *1849* போல, மரபாகச் சொல்லப்பட்டு வருவதை முழுமையாக்கும் வகையில் வேறொரு பொருள்விளக்கத்தை முன்வைத்தார். அவரைப் பொறுத்தமட்டில் அந்தப் புதிரின் உள்ளடக்கம் அனேகமும் பொதுவான மனிதனைப் பற்றியதல்ல, மாறாக எடிபஸைத்தான் குறிக்கிறது, பிறந்தபோதே அநாதையாகவும் கைவிடப்பட்டவனாகவும் இருந்தான், வளரும்பருவத்தில் தனியனாக, கண்பார்வையும் நம்பிக்கையுமிழந்த முதுமையில் ஆண்டிகோனின் ஆதரவில் வாழ்ந்திருந்தான்.

The Squonk

ஸ்குவோங்க்

(லேக்ரிமாகார்பஸ் டிஸ்ஸால்வன்ஸ்)

ஸ்குவோங்கின் பரப்பெல்லை வெகு குறைவானதே. பென்சில்வேனியாவுக்கு வெளியே, மிகக் குறைவான மக்களே இந்த விந்தையான மிருகம் பற்றிக் கேள்விப்பட்டிருக்கிறார்கள், அம்மாநிலத்தின் ஹெம்லாக் வனங்களில் அது மிகச் சாதாரணமாகத் தென்படும் என்றும் சொல்லப்படுகிறது. எல்லாவற்றிலிருந்தும் ஒதுங்கி வாழும் மனநிலையைக் கொண்டிருக்கும் ஸ்குவோங்க் பொதுவாக அந்தியிலும் மங்கலான ஒளியிலும்தான் பிரயாணிக்கும். மருக்களும் மச்சங்களும் நிறைந்திருக்கிற, தனக்குப் பொருந்தாத மேற்புறத்தோலின் காரணமாக, அது எப்போதும் மகிழ்ச்சியற்றிருக்கிறது; உண்மையில், மிருகங்களுக்கிடையே மிகவும் நோய்மையுடையதாக இருக்கக்கூடியது அதுதானென, மதிப்பிடுவதில் சிறந்த மனிதர்களால், சொல்லப்படுகிறது. தடங்களை அடையாளங்காண்வதில் வல்லவர்களான வேட்டையர்களால், ஸ்குவோங்கை, அதன் கண்ணீர்-கறைபடிந்த அடிச்சுவடுகளைக் கொண்டு எளிதாகப் பின்தொடர முடியும், ஏனெனில் அம்மிருகம் நிரந்தரமாக விசும்பிக் கொண்டிருக்கும். இக்கட்டான நிலையில் சிக்கிக்கொண்டால், தப்பிப்பது சாத்தியமில்லை என்றாகும் சூழலில், அல்லது திடுமென்று தாக்கவோ அச்சுறுத்தவோ செய்தால், கண்ணீருக்குள் தன்னைத்தானே அது கரைத்துக் கொள்ளவும் கூடும். உறைபனி வீழும் நிலவொளி இரவுகளில், கண்ணீர்த்துளிகள் வெகு மெதுவாக சிந்தும்போதும், நகர்வதை அம்மிருகம் வெறுக்கும்போதும், ஸ்குவோங்க் வேட்டைக்காரர்களால் இன்னுமதிகமாக வெற்றியீட்ட முடிகிறது; அது போன்ற சமயங்களில் இருண்ட ஹெம்லாக் மரங்களின் கிளைகளுக்குக் கீழே அவை விசும்புவதைக் கேட்கவியலும். முன்னர் பென்சில்வேனியாவையும், தற்போது மின்னசோட்டாவின் புனித அந்தோணி பூங்காவையும் சேர்ந்தத் திருவாளர் ஜே.பி.வெண்ட்லிங்குக்கு, மோண்ட் ஆல்டோவுக்கு அருகே, ஸ்குவாங்கோடு ஏமாற்றமளிக்கும் அனுபவமொன்று நிகழ்ந்தது. ஸ்குவாங்கைப் போலவே செய்து காட்டி, ஒரு சாக்குப்பைக்குள் தாவிக்குதிக்க வைத்து, வெகு தந்திரமாக அதை அவர் சிறைபிடித்தார், அந்தப்பையோடு சேர்த்து அதைத் தன் வீட்டுக்குத் தூக்கிச் செல்லும்போது, திடீரென பாரம் குறைந்து

விசும்பவதும் நின்று போனது. வெண்ட்லிங் சாக்குப்பையைக் கழற்றி உள்ளே பார்த்தார். கண்ணீர்த்துளிகளையும் குமிழிகளையும் தவிர அதில் வேறொன்றுமில்லை.

வில்லியம் டி. காக்ஸ்:

வெட்டுமர வனங்களின் அச்சுறுத்தும் உயிரிகள்,

வெகு சில பாலைவன மற்றும் மலைவாழ் மிருகங்களோடும்

Swedenborg's Angels

ஸ்வீடன்போர்கின் தேவதைகள்

அறிவுத்தாகம் நிறைந்த அவரது வாழ்வின் கடைசி இருபத்து-ஐந்து வருடங்களையும், மிகச்சிறந்த தத்துவவாதியும் அறிவியல் மனிதருமான எமானுவேல் ஸ்வீடன்போர்க் (1688-1772), லண்டனில்தான் கழித்தார். ஆனால் ஆங்கிலேயர்கள் அதிகம் பேசக் கூடியவர்களல்ல என்பதால், பிசாசுகளோடும் தேவதைகளோடும் உரையாடுவதை அவர் தன் வழக்கமாக்கிக் கொண்டார். இரண்டாம் உலகத்துக்குச் சென்று வருவதற்கும் அங்கிருப்பவர்களின் வாழ்வுகளுக்குள் ஊடுருவுவதற்குமான உரிமையை ஆண்டவர் அவருக்கு வழங்கினார். ஆன்மாக்கள், சொர்க்கத்துக்குள் அனுமதிக்கப்பட வேண்டுமெனில், நேர்மையானவையாக இருக்க வேண்டுமென, கிறிஸ்து சொல்கிறார். அதோடு அவை அறிவார்ந்தவையாகவும் இருக்க வேண்டுமென்பதை ஸ்வீடன்போர்க் சேர்த்துக் கொண்டார்; பிற்பாடு அவை கலைஞர்களாகவும் கவிஞர்களாகவும் கூட இருக்க வேண்டுமென ப்ளேக் நிபந்தனை விதித்தார். ஸ்வீடன்போர்கின் தேவதைகளெல்லாம் சொர்க்கத்தைத் தேர்ந்த ஆன்மாக்களே. அவற்றுக்கு வார்த்தைகள் தேவையில்லை; இன்னொரு தேவதை தனக்கருகே இருக்க வேண்டுமெனில், ஒரு தேவதை, அது குறித்து எண்ணினாலே போதுமானது. பூமியில் இருந்தபோது ஒருவரையொருவர் நேசித்த இரு மனிதர்கள், ஒற்றை தேவதையாக மாறுவார்கள். அவர்களின் உலகம் அன்பால் ஆளப்படும்; ஒவ்வொரு தேவதையும் ஒரு சொர்க்கமே. அவர்களுடைய வடிவம், கச்சிதமான மனிதனின் வடிவமாக இருக்கிறது; சொர்க்கத்தின் வடிவமும் அதுதான். தேவதைகள், எந்தத் திசையில் அவை பார்த்தாலும் - வடக்கு, கிழக்கு, தெற்கு, அல்லது மேற்கு - எப்போதும் கடவுளுக்கு நேர்முகமாகத்தான் இருக்கின்றன. எல்லாவற்றுக்கும் மேலே, அவை தெய்வீகமானவை; அவற்றின் முதன்மையான மகிழ்ச்சி, பிரார்த்தனையிலும் மதம்சார்ந்த பிரச்சினைகளைத் தீர்ப்பதிலும்தான் உள்ளது. நிலவுலகின் சங்கதிகளெல்லாம், சொர்க்கம் சார்ந்த சங்கதிகளின் அடையாளங்கள் என்பதன்றி வேறல்ல. சூரியன் இறைமையின் சின்னமாக விளங்குகிறது. சொர்க்கத்தில் நேரம் கிடையாது; மனநிலைகளைப் பொறுத்து

பொருட்களின் தோற்றங்கள் மாறக்கூடும். தேவதைகளின் ஆடையணிகள் அவற்றின் அறிவுத்திறன் சார்ந்து ஜொலிக்கின்றன. செல்வந்தர்களின் ஆன்மாக்கள் ஏழைகளின் ஆன்மாக்களைக் காட்டிலும் வளமாக உள்ளன, ஏனென்றால் செல்வச்செழிப்புக்கு அவை பழகி விட்டன. சொர்க்கத்தில், அத்தனைப் பொருட்களும், அறைகலன்கள், மேலும் நகரங்களும் கூட, நம்முடைய பூமியில் இருப்பதைக் காட்டிலும் அதிகப் பொருண்மையோடும் அதிகச் சிக்கல்களோடும் உள்ளன; நிறங்களும் நிறைய வேறுபாடுகளோடு அற்புதமாயிருக்கின்றன. ஆங்கிலேயர்களின் பிரிவைச் சேர்ந்த தேவதைகள் அரசியலில் ஈடுபாடு காட்டுகின்றன; யூதப்பிரிவோ அற்ப வஸ்துக்களின் விற்பனையில்; அளவிற்பெரிய புத்தகங்களின் தொகுதிகளைத் தூக்கிச் சுமப்பதில் ஜெர்மானிய தேவதைகள் ஆர்வமாயிருக்கின்றன, ஏதாவது ஒரு பதிலைத் தேடும் முயற்சியில் ஈடுபடுவதற்கு முன்னால் அவற்றோடு கலந்தாலோசிக்கின்றன. முஸ்லீம்கள் முகம்மதுவைத் தொழுவதால், உருவத்தில் நபிகள் நாயகத்தை ஒத்திருக்கும் ஒரு தேவதையைக் கடவுள் அவர்களுக்கு வழங்கியுள்ளார். ஆன்மாக்களில் வறியவர்களுக்கும் துறவிகளுக்கும் சொர்க்கத்தின் சந்தோசங்கள் மறுக்கப்பட்டுள்ளன, ஏனென்றால் அவர்களால் அவற்றைக் கொண்டாடி மகிழ முடியாது.

௮ ௯

Swedenborg's Devils

ஸ்வீடன்போர்கின் பிசாசுகள்

பதினெட்டாம் நூற்றாண்டின் புகழ்பெற்ற ஸ்வீடிஷ் தீர்க்கதரிசியின் எழுத்துக்களில் வாசிக்கிறோம், பிசாசுகள் எனப்படுபவை, தேவதைகளைப் போல, தனித்த இனமல்ல, மாறாக, மனித இனத்திலிருந்தே அவை உருவாக்கப்பட்டன. மரணத்துக்குப் பிறகு நரகத்தைத் தேர்ந்தெடுக்கும் தனிநபர்கள்தான் பிசாசுகள். அங்கு, சதுப்பு நில புதர்க்காடுகளும், பாலைவனக் கழிவுகளும், கரடுமுரடான வனங்களும், நெருப்பால் நிர்மூலமாக்கப்பட்ட நகரங்களும், விபச்சார விடுதிகளும், இருண்ட குகைகளும் நிறைந்த அந்தப் பிரதேசத்தில், பிரத்தியேகமான மகிழ்ச்சியெதையும் அவை உணர்வதில்லை, ஆனால் சொர்க்கத்தில் இன்னுமதிக துயரத்தோடுதான் இருக்கும். அவ்வப்போது, தெய்வீக ஒளியின் ஒரு கீற்று அவற்றின் மீது மேலிருந்து விழுந்திடும்; பிசாசுகள் அதை எரிச்சலாக உணர்கின்றன, மிகு வெப்பமாக, அதுவொரு துர்நாற்றமாக அவற்றின் நாசிகளைச் சென்றடையும். அவை ஒவ்வொன்றும் தாங்கள் அழகாயிருப்பதாக எண்ணுகின்றன, ஆனால் பெரும்பாலான பிசாசுகள் மிருகங்களின் முகத்தைப் பெற்றிருக்கின்றன, அல்லது முகமிருக்க வேண்டிய இடத்தில் வடிவமற்ற சதைத்திரட்சிகளை; மற்றவைக்கு முகமே கிடையாது. பரஸ்பர வெறுப்பும் ஆயுதந்தரித்த வன்முறையும் நீடித்திருக்கும் நிலையில்தான் அவை வாழ்கின்றன, ஒருவேளை அவை ஒன்றிணைந்து செயல்பட்டால், அது வேறொருவருக்கு எதிராகச் சதித்திட்டம் தீட்டுவதற்காகவும் அல்லது ஒருவருரையொருவர் அழிப்பதற்காகவும் என்பதாகத்தான் இருக்கும். நரகத்தின் வரைபடத்தை வரையக் கூடாதென மனிதர்களையும் தேவதைகளையும் கடவுள் தடுத்திருக்கிறார், ஆனால் அதன் பொதுவான வரையறைகள் ஒரு பிசாசை ஒட்டியே அமைந்திருக்கும் என்பதை நாமறிவோம், சொர்க்கத்தின் வரையறைகள் ஒரு தேவதையை ஒட்டி அமைந்திருப்பதைப் போல. மிக இழிந்ததும் அருவருப்புமான நரகங்கள் மேற்கில்தான் இருக்கின்றன.

৪০ ৫৪

The Sylphs

சில்ஃப்கள் (வளியணங்குகள்)

நான்கு வேர்கள் அல்லது மூலகங்கள் ஒவ்வொன்றுக்கும், பருப்பொருட்கள் அனைத்தையும் அவற்றுக்குள்ளாகத்தான் கிரேக்கர்கள் பிரித்திருந்தார்கள், அவற்றோடு தொடர்பு கொள்வதற்கெனத் தனிப்பட்ட ஆன்மாக்கள் பிற்பாடு உருவாக்கப்பட்டன. பதினாறாம் நூற்றாண்டைச் சேர்ந்த ஸ்விஸ் ரசவாதியும் மருத்துவருமான பாராசெல்சஸ், அவற்றின் பெயர்களை அவற்றுக்கு வழங்கினார்; பூமிக்கு நோம்கள், நீருக்கு நீர்நங்கைகள், நெருப்புக்கு சாலமேண்டர்கள், பிறகு காற்றுக்கு சில்ஃப்கள், அல்லது சில்ஃபைடுகள் *(Sylphides)*. இவ்வார்த்தைகள் யாவும் கிரேக்க மொழியிலிருந்துதான் வருகின்றன. ஃப்ரெஞ்சு மொழிநுண்வல்லுனரான லித்ரே *(Littre)*, 'சில்ஃப்' எனும் வார்த்தையின் பிறப்பியலை செல்டிக் மொழிகளோடு தொடர்புறுத்துகிறார், ஆனால் நமக்கு இந்தப் பெயரை வழங்கிய பாராசெல்சஸுக்கு அந்த மொழிகளைப் பற்றி ஏதும் தெரிந்திருக்க வாய்ப்பில்லை என்றே தோன்றுகிறது.

தற்போது யாரும் ஆரணங்குகளை (வளியணங்குகளைக் குறிக்கும் இன்னொரு பெயர்) நம்புவதில்லை, ஆனால், மெலிந்த இளம்பெண்ணைக் குறிக்கும் எளிய பாராட்டாக அவ்வார்த்தை பயன்படுத்தப்படுகிறது. மீயதார்த்த உயிரிகளுக்கும் யதார்த்த வாழ்வின் உயிரிகளுக்கும் நடுவேயுள்ள இடைவெளியை வளியணங்குகள் ஆக்கிரமிக்கின்றன; காதலுணர்வுமிக்க கவிஞர்களாலும் கூட்டுநடனங்களாலும் *(ballet)* அவை இன்னும் புறக்கணிக்கப்படாமல் உள்ளன.

Talos

டாலோஸ்

கனிமம் அல்லது கல்லைக்கொண்டு உருவாக்கிய வாழுயிரிகளே கற்பனை விலங்கியலின் மிக ஆபத்தான உயிரிகளாக விளங்குகின்றன. நாம் நினைவுகூரலாம், பித்தளையில் கால்களையும் கொம்புகளையும் கொண்டிருந்ததோடு நெருப்பைக் கக்கிய சீற்றமான எருதுகளை, மீடியாவினுடைய (*Medea*) மாயதந்திரங்களின் உதவியால் ஜேசன் அவற்றைக் கலப்பையின் நுகத்தடிகளில் பூட்டினான்; கோந்தியாக்கின் (*Condillac*) கூருணர்வுடைய சலவைக்கல்லால் செய்த உளவியல் சிலையை; அரேபிய இரவுகளின் படகோட்டியை, 'மந்திரச்சக்கரங்களும் சின்னங்களும் பொறித்த ஈயப்பட்டயத்தைத் தன் மார்பில் ஏந்திய பித்தளை மனிதன்,' காந்த மலையில் இருந்து மூன்றாவது காலாந்தரை (அஜீப் பின் கஸிப்) அவனே காப்பாற்றினான்; 'மிருதுவான வெள்ளியால் ஆன பெண்களை, அல்லது கொந்தளிப்பான தங்கத்தால்', வில்லியம் ப்ளேக்கின் தொன்மக்கதை ஒன்றில், தனது காதலனின் மகிழ்ச்சிக்காகப் பட்டுப்போன்ற வலைகளைக்கொண்டு ஒரு தேவதை அந்தப் பெண்களைச் சிறைபிடித்தாள்; உடன், ஆரிஸை பேணிப் பாதுகாத்த கனிமப்பறவைகளையும்.

இந்தப் பட்டியலில் ஒரு பாரமிழுக்கும் மிருகத்தையும் நாம் இணைத்துக் கொள்ளலாம், அதிவேகமாக நகரும் காட்டுப்பன்றியான கூலின்பர்ஸ்டி (*Gullinbursti*), அதன் பெயருக்கு 'தங்க மயிரிழைகள்' என்று அர்த்தம். பால் ஹெர்மன் எழுதுகிறார்: 'உயிரோடிருக்கும் இந்த உலோகத்துண்டு, செயல்திறன் வாய்ந்த குள்ளமனிதர்களின் பட்டறையிலிருந்து வந்தது; பன்றித்தோலை நெருப்புக்குள் எறிந்து, நிலத்திலும் கடலிலும் காற்றிலும் பிரயாணிக்கும் சக்தி கொண்ட தங்கப்பன்றியை அவர்கள் உருவாக்கினார்கள். இரவு எத்தனை இருட்டாக இருந்தாலும், கரடியின் பாதையில் போதுமான அளவுக்கு எப்போதும் வெளிச்சமிருக்கும்.' காதல், திருமணம் மற்றும் கருவுறுதிறனின் நோர்ஸ் கடவுளான ஃப்ரேயாவின் ரதத்தை கூலின்பர்ஸ்டி இழுத்துச் சென்றது.

அதன் பிறகு வருகிறான் டாலோஸ், க்ரீடே தீவின் பாதுகாவலன். ஒரு சிலர் இந்த அரக்கனை வல்கன் (*Vulcan*) அல்லது டீடலஸின் (*Daedalus*) பணியால் உருவானவன் என்றெண்ணுகிறார்கள்; ரோட்ஸின் அப்போலோனியஸ் தனது *அர்கோநாடிகாவில்* (*Argonautica, IV, 1638-48*) நமக்கு அவனைப் பற்றிச் சொல்கிறார்:

> பிறகு டாலோஸ், அந்த வெண்கல மனிதன், கடினமான மலைப்பகுதியின் பாறைகளை உடைத்து, டிக்டேவின் (*Dicti* - க்ரீடேவின் மலைத்தொடர்)

264 | ஹோர்ஹே லூயிஸ் போர்ஹெஸ்

துறைமுகத் தங்குதுறைக்கு அவர்கள் வந்தபோது, நங்கூரக் கயிறுகளை கரையில் கட்ட விடாமல் அவர்களைத் தடுத்தான். வெண்கலத் தொகுதியைக் கொண்டு உருவாக்கப்பட்டவன், சாம்பல்-மரங்களில் இருந்து கிளர்ந்தெழுந்த மனிதர்களில் ஒருவன், மீதமிருக்கும் கடவுளர்களின் மகன்களில் அவனே இறுதியானவன்; மேலும் க்ரீடேவின் பாதுகாவலனாக விளங்கவும் வெண்கலத்தாலான தனது கால்களால் நாளுக்கு மும்முறை அந்தத் தீவை சுற்றி வர வேண்டுமென்பதற்காகவும் க்ரோனோஸின் மகன் அவனை யூரோப்பாவுக்குத் தந்தான். தற்போது அவனது உடலின் ஏனைய பாகங்களும் அவயங்களும் முழுக்க வெண்கலத்தால் நிறைந்திருக்க யாராலும் வீழ்த்த முடியாதவனாயிருந்தான்; ஆனால் அவனது கணுக்காலுக்கு அருகே சதைப்பகுதிக்குக் கீழே இரத்தச்-சிவப்பில் ஒரு நாளமிருந்தது; மேலும் இந்த நாளம், அதன் வாழ்வு மற்றும் மரணத்தின் சங்கதிகளோடு, மெல்லிய தோலால் மூடப்பட்டிருந்தது.

காயப்படுத்தக்கூடிய இந்த குதிகாலின் வழியாகவே, உறுதியாக, டாலோஸ் தன் முடிவைச் சந்தித்தான். விரோதம் நிரம்பிய பார்வையால் மீடியா அவனை மருட்டினாள், அவ்வரக்கன் மறுபடியும் மலையிலிருந்து கொடும்பாறைகளை எறியத் தொடங்கியபோது, கூர்மையான பாறை முகட்டொன்றில் தனது கணுக்காலை அவன் உரசினான், உடன், உருக்கிய ஈயத்தைப்போல புண்வடிநீர் (*ichor* - கடவுளர்களின் நாளங்களில் குருதியைப் போலப் பாய்ந்திடும் நீர்) வெளியேறிப் பாய்ந்தது; அதன் பிறகு, புடைத்திருந்த அந்தக் குன்றின் மேல் உயரமாக வெகுகாலம் அவன் நின்றிருக்கவில்லை.

தொன்மத்தின் மற்றொரு வடிவில், டாலோஸ், கொழுந்து விட்டெரிபவனாக, மனிதனைக் கட்டியணைத்து அவனைக் கொல்லக்கூடியவனாக இருக்கிறான். இம்முறை அந்த வெண்கல அரக்கன், டயோஸ்கூரி (*Dioscuri* - ஜெமினி என்று லத்தீன் மொழியில் சொல்லப்படும் இரட்டையர்கள்) என்றழைக்கப்பட்ட கேஸ்டோர் மற்றும் போலக்ஸின் கரங்களால் கொல்லப்பட்டான், சூனியக்காரி மீடியா அவர்களை வழிநடத்தினாள்.

ஐ ஒ

The T'ao T'ieh

தா'வோ தி'யே

கவிஞர்களும் தொன்மவியலும் அதை நிராகரித்து விட்டதாகத் தெரிகிறது, ஆனால் ஒவ்வொருவரும் ஏதோவொரு தருணத்தில், தூணின் தலைப்புறுப்பு *(capital)* முனையில் அல்லது விதானங்களின் நடுப்பகுதியில் *(frieze)* தங்களுக்கான தா'வோ தி'யேவைக் கண்டடைந்திருக்கிறார்கள், சற்று அசௌகரியமாக அது அவர்களை உணரச் செய்திடும். மூவடுக்கு ஜெரியனின் *(Geryon)* மந்தைகளைக் காத்து நின்ற நாய் இரண்டு தலைகளையும் ஓர் உடலையும் கொண்டிருந்தது, அதிர்ஷ்டவசமாக அது ஹெர்குலிஸால் கொல்லப்பட்டது. இந்த வரிசையைத் தலைகீழாக மாற்றியமைக்கும் தா'வோ தி'யே இன்னும் பயங்கரமாக இருக்கிறது: மாபெரும் அதன் தலை வலப்புறம் ஓர் உடலிலும் இடப்புறம் வேறொரு உடலிலும் இணைந்துள்ளது. முன்புறத்தில் உள்ள ஒரு ஜோடி கால்கள் இரு உடல்களுக்கும் ஊழியஞ்செய்வதால், பொதுவாக அதற்கு ஆறு கால்கள் உள்ளன. அதன் முகம் டிராகனுடையதாக இருக்கலாம், அல்லது புலியினுடையதாக, அல்லது மனிதனுடையதாக; கலை வரலாற்றாளர்கள் அதை 'அரக்கனின் முகமூடி' என்றழைக்கிறார்கள். அது, சிற்பிகள், குயவர்கள் மற்றும் வனைபொருள் தயாரிப்பவர்களுக்கான செவ்வொழுங்கமைவின் பிசாசால் *(Demon of Symmetry)* உந்தப்பட்டு உருவான, ஒரு சம்பிரதாயமான அரக்கவுருவம். கிறிஸ்துவின் பிறப்புக்குக் கிட்டத்தட்ட ஆயிரத்து நானூறு வருடங்களுக்கு முன்னால், ஷாங் வம்சத்தின் ஆட்சியில், சடங்குகளில் பயன்படுத்திய வெண்கலப் பாத்திரங்களில் அவை ஏற்கனவே இடம்பெற்றிருந்தன.

தா'வோ தி'யே என்பதற்கு 'பெருந்தீனிப் பிரியர்' என்று அர்த்தம், சிற்றின்பம் மற்றும் பேராசை ஆகிய குற்றங்களின் அடையாளமாக அது திகழ்கிறது. சுய-திருப்திக்கு எதிராக எச்சரிக்கை செய்யும் வகையில் சீனர்கள் அவற்றைத் தங்கள் தட்டுகளில் வரைந்து வைத்தார்கள்.

so ஞ

Thermal Beings

வெப்பஞ்சார்ந்த உயிரிகள்

தீர்க்கதரிசியும் பிரம்மஞானியுமான ருடால்ஃப் ஸ்டீய்னருக்கு (1861-1925) அது வெளிப்படுத்தப்பட்டது, அதாவது இந்தக் கிரகம், நாமறிந்த பூமியாக மாறுவதற்கு முன்னால், சூரியக் காலகட்டத்தையும், அதற்கும் முன்னதாக, சனிக்கோள் சார்ந்த காலகட்டத்தையும் கடந்து வர நேர்ந்தது. பௌதீக உடல், சூட்சும உடல், விண்ணக உடல், மற்றும் அகங்காரம் ஆகியவை ஒன்றிணைந்து உருவானவனே இன்றைய மனிதன்; சனிக்கோள் சார்ந்த காலகட்டத்தில் அவன் வெறுமனே பௌதீக உடலாக மட்டுமிருந்தான். இந்த உடல் கண்ணுக்குப் புலப்படக்கூடியதாகவோ அல்லது தொட்டுணரக்கூடியதாகவோ இல்லை, ஏனென்றால் அந்தக் காலகட்டத்தில் பூமியில் திண்மங்களோ அல்லது திரவங்களோ அல்லது வாயுக்களோ கிடையாது. வெப்ப நிலைகள் மட்டுமே அப்போதிருந்தன, வெப்பஞ்சார்ந்த வடிவங்கள், அண்டவெளியில் ஒழுங்கிலமைந்த மற்றும் ஒழுங்கற்ற உருவங்களை அவை வரையறுத்தன; ஒவ்வொரு மனிதனும், ஒவ்வொரு உயிரியும், மாறிக் கொண்டேயிருக்கும் தட்பவெட்பத்தைக் கொண்ட உயிரினங்களாக இருந்தார்கள். ஸ்டீய்னரின் வாக்குமூலத்தின்படி, சனிக்கோள் சார்ந்த காலகட்டத்தில் வாழ்ந்த மனித இனம் என்பது பார்வையற்ற, காதுகேளாத, வெப்பம் மற்றும் குளிரின் ஒன்றிணைந்த நிலைகளால் உருவான உணர்வற்ற கூட்டமாயிருந்தது. 'ஆய்வாளரைப் பொறுத்தமட்டில், வெப்பமென்பது வாயுவைக் காட்டிலும் அதிக நுட்பமானதொரு சங்கதியே,' ஸ்டீய்னர் எழுதிய 'மறைபொருள் அறிவியலின் உருவரைக் குறிப்புகளின்' (Die Geheimwissenschaft im Umriss) பக்கமொன்றில் நாம் வாசிக்கிறோம். சூரிய காலத்துக்கு முன்னால், ஐந்து ஆன்மாக்கள், அல்லது தேவதூதர்கள், அந்த 'மனிதர்களின்' உடல்களுக்கு உயிர்த்துடிப்பூட்டின, அதன் காரணமாக அவர்கள் ஒளிரவும் பிரகாசிக்கவும் ஆரம்பித்தார்கள்.

ஸ்டீய்னர் இந்த விஷயங்களைக் கனவில் கண்டாரா? பல்லாயிரக்கணக்கான ஆண்டுகளுக்கு முன்னால் அவை இருந்த காரணத்தால்தான் அவற்றை அவர் கனவில் கண்டாரா? மறுக்கவியலாத சங்கதி யாதெனில், மற்ற தெய்வக்கொ்டிவழிகளில் காணப்படும் டெமியூர்ஜ்கள், சர்ப்பங்கள் மற்றும் எருதுகளை விட இவை மிகவும் விசித்திரமானவையே.

ஐ ஐ

The Tigers of Annam

அன்னம் பிரதேசத்தின் புலிகள்

270 | ஹோர்ஹே லூயிஸ் போர்ஹெஸ்

அன்னம் (வியட்நாமைக் குறிக்கும் பெயர்) பிரதேசவாசிகளைப் பொறுத்தமட்டில், புலிகள், அல்லது புலிகளில் வசிக்கும் ஆன்மாக்கள், வான்வெளியின் நான்கு மூலைகளையும் அவையே ஆள்கின்றன. சிவப்புப் புலி தெற்குப்பகுதியை ஆட்சி செய்கிறது (வரைபடங்களின் உச்சியில் அது அமைந்திருக்கிறது); கோடைக்காலமும் நெருப்பும் அதற்குச் சொந்தமானவை. கறுப்புப் புலி வடக்குப்பகுதியை ஆட்சி செய்கிறது; குளிர்காலமும் நீரும் அதற்குச் சொந்தமானவை. நீலப் புலி கிழக்குப்பகுதியை ஆட்சி செய்கிறது; வசந்தகாலமும் செடிகொடிகளும் அதற்குச் சொந்தமானவை. வெள்ளைப் புலி மேற்குப்பகுதியை ஆட்சி செய்கிறது; இலையுதிர்காலமும் கனிமங்களும் அதற்குச் சொந்தமானவை.

மூலாதாரமான இந்தப் புலிகளுக்கு மேலே ஐந்தாவதாகவும் ஒரு புலி உள்ளது, மஞ்சள்நிறப் புலி, நடுவில் நின்றவாறு மற்றவற்றை அது முறைப்படுத்துகிறது, எவ்வாறு சீனாவின் மத்தியில் பேரரசரும் உலகத்தின் மத்தியில் சீனாவும் நின்றிருக்கிறார்களோ அதைப் போலவே. (இந்தக் காரணத்தால்தான் அது மத்திய சாம்ராஜ்ஜியம் என்றழைக்கப்படுகிறது; இந்தக் காரணத்தால்தான், பதினாறாம் நூற்றாண்டின் இறுதியில் சீனர்களுக்கு வழிகாட்ட இயேசுவின் சமூகத்தைச் சேர்ந்த பாதிரியார் ரிச்சி வரைந்த வரைபடத்தின் நடுப்பகுதியை அது ஆக்கிரமிக்கிறது.)

பிசாசுகளுக்கு எதிராகப் போர் தொடுக்கும் பணியை லாவோ-ட்சு ஐந்து புலிகளிடம் ஒப்படைத்தார். ஃப்ரெஞ்சு மொழியில் லூயிஸ் சோ சோட்டால் மொழிபெயர்க்கப்பட்ட அன்னம் மக்களின் ஒரு பிரார்த்தனை, ஐந்து தெய்வீகப் புலிகளின் உதவியை இறைஞ்சுகிறது. இம்மூடநம்பிக்கையின் தோற்றமூலம் சீனாவே; மேற்கத்திய நட்சத்திரங்களின் தொலைதூரப் பகுதியை ஆளும் வெள்ளைப் புலி குறித்து சீன நாகரீகப் பண்பாட்டாய்வாளர்கள் சொல்கிறார்கள். தெற்கில் சீனர்கள் சிவப்புநிறப் பறவையை வைக்கிறார்கள்; கிழக்கில், நீலநிற டிராகனை; வடக்கில், கறுப்புநிற ஆமையை. நாம் பார்த்ததைப் போல, அன்னம் பிரதேசவாசிகள் இந்த நிறங்களைத் தக்கவைத்தாலும் மிருகங்களை மட்டும் ஒன்றாக மாற்றியிருக்கிறார்கள்.

மத்திய இந்தியாவைச் சேர்ந்தவர்களான பில்கள் *(Bhils)*, புலிகளின் நரகங்களை நம்புகிறார்கள்; வனத்தின் இதயப்பகுதியில் அமைந்துள்ள நகரம் பற்றி மலாய்கள் சொல்கிறார்கள், மனித எலும்புகளால் எழுப்பிய தூண்கள், மனிதத்தோலால் எழுப்பிய சுவர்கள், மற்றும் மனித ரோமத்தால் எழுப்பிய தாழ்வாரத்தோடு, புலிகளே அவற்றை நிர்மாணித்து அவற்றில் வசிக்கவும் செய்கின்றன.

ஐ ஜ

கற்பனையான உயிரிகளின் புத்தகம் / 271

The Trolls

வேதாளங்கள்

இங்கிலாந்தில், கிறித்துவத்தின் வருகைக்குப் பிறகு, கிராமங்களுக்குத் துரத்தப்பட்ட வால்கைரீக்கள் (அல்லது 'கொல்லப்பட வேண்டியவர்களைத் தேர்ந்தெடுப்பவர்கள்') அங்கே சூனியக்காரர்களென்னும் நிலைக்குத் தரந்தாழ்ந்து போனார்கள்; ஸ்காண்டிநேவிய தேசங்களின் மாற்றுமதத் தொன்மங்களைச் சேர்ந்த அரக்கர்கள், யோட்டன்ஹெய்மில் வாழ்ந்து தோர் என்னும் கடவுளுக்கெதிராகப் போரிட்டார்கள், வெறுமனே நாட்டுப்புறப் பகுதிகளில் வசிக்கும் வேதாளங்களென்னும் நிலைக்கு பின்னர் அவர்கள் தாழ்த்தப்பட்டார்கள். மூத்த எட்டாவை ஆரம்பித்து வைக்கும் அண்டப்பிறப்பியல் கோட்பாட்டில் வாசிக்கிறோம், கடவுள்களின் அந்திமக்காலத்தில், அரக்கர்கள், ஓர் ஓநாயோடும் சர்ப்பத்தோடும் இணைந்து வானவில் பாலத்தின் (*Bifrost* - நோர்ஸ் தொன்மத்தில் பூமியையும் கடவுள்களின் தேசமான அஸ்கார்டையும் இணைக்கும் நெருப்புப் பாலம்) மீது ஏறுவார்கள், அவர்களுடைய எடை தாளாமல் அது உடைந்திடும், இவ்வகையில் உலகமும் அழிந்து போகும். பொதுமக்களின் மூடநம்பிக்கைகளில் வரும் வேதாளங்களோ முட்டாள்தனமும் தீய எண்ணங்களும்கொண்ட குட்டிச்சாத்தான்களாக உள்ளன, மலைப்பிளவுகளில் அல்லது இடிந்துவிழுவது போலுள்ள குடிசைகளில் அவை வசிக்கின்றன. தனிச்சிறப்பு மிகுந்த வேதாளங்கள் இரண்டு அல்லது மூன்று தலைகளைக் கொண்டிருக்கக்கூடும்.

ஹென்ரிக் இப்ஸனின் நாடகீயக் கவிதையான *பியர் ஜிண்ட் (Peer Gynt, 1867)* அவற்றின் இறவாநிலையை உறுதி செய்கிறது. இப்ஸன் வேதாளங்களை, எல்லாவற்றுக்கும் மேலாக, தேசியவாதிகளாகச் சித்தரிக்கிறார். தாங்கள் காய்ச்சும் மோசமான வடிசாறை ருசியானதென்றும் தங்களுடைய குடில்களை அரண்மனைகள் எனவும் அவை எண்ணுகின்றன, அல்லது அவ்வாறெண்ணத் தங்களால் இயன்றதைச் செய்கின்றன. தனது சுற்றுப்புறத்தின் இழிதகவையும் தான் மணக்கவிருக்கும் இளவரசியின் அவலட்சணத்தையும் பியர் ஜிண்ட் பார்க்கக்கூடாதென்பதற்காக, அவனது கண்களைப் பிடுங்கி விடும் அபிப்பிராயத்தை வேதாளங்கள் முன்வைத்தன.

Two Metaphysical Beings

இரு மீபொருண்மை உயிரிகள்

எண்ணங்களின் தோற்றமூலம் குறித்த மர்மம், வினோதமான இரு உயிரினங்களை, கற்பனைகளின் விலங்கியலுக்குக் கொண்டு வருகிறது. அவற்றுள் ஒன்று பதினெட்டாம் நூற்றாண்டின் மத்தியில் உருவானதெனில், மற்றொன்றோ ஒரு நூறு வருடங்களுக்குப் பிறகு.

முதலில் வருவது கோந்தியாக்கின் கூருணர்வுடைய சிலை. இயல்பார்ந்த எண்ணங்கள் குறித்த பிளாட்டோனியக் கோட்பாட்டை தெகார்தே ஏற்றார்; எடியன்னே பொன்னோட் தே கோந்தியாக், அவரைத் தவறென்று நிரூபிப்பதற்காக, மனிதவுடலை ஒத்து, எப்போதும் எதையும் அறிந்திராத அல்லது நினைத்திராத ஓர் ஆன்மா வசித்த, பளிங்குக்கல் சிலையை உருவாக்கினார். தனது சிலைக்கு ஒரேயொரு உணர்வை ஊட்டுவதிலிருந்து கோந்தியாக் தொடங்கினார், அனேகமாக எல்லாவற்றிலும் மிகக் குறைந்த சிக்கல்களைக்கொண்ட - வாசனையின் உணர்வை. மல்லிகையின் ஒரு கீற்று மணமே அந்தச் சிலையின் வாழ்வியல் வரலாற்றின் ஆரம்பம்; ஒரு கணத்துக்கு இந்த மொத்தப் பிரபஞ்சத்திலும் அந்த மணத்தைத் தவிர வேறொன்றுமில்லை - அல்லது, இன்னும் துல்லியமாகச் சொல்வதெனில், அந்த மணம்தான் பிரபஞ்சமே, ஒரு கணத்துக்குப் பிறகு அது ரோஜாவின் மணமாக இருக்கும், அதன் பிறகு இளஞ்சிவப்புக் கார்னேஷன் மலர்களின் மணமாக. சிலையின் எண்ணத்தொகுதியில், மணத்தை உணரும்போது நமக்கு 'கவனம்' கிடைக்கிறது; புறத்தூண்டுதல் விலகிய பிறகும் மணம் நீடித்திருந்தால் நமக்கு 'நினைவாற்றல்' கிடைக்கிறது; தற்போதைய எண்ணமும் முந்தைய உணர்வும் சிலையின் கவனத்தை ஆக்கிரமிக்கும் வேளையில் நமக்கு 'ஒப்பிடும் ஆற்றல்' கிடைக்கிறது; ஒற்றுமையையும் ஒற்றுமையின்மையையும் அந்தச் சிலை எண்ணிப்பார்க்கும் வேளையில் நமக்கு 'தீர்மானம்' கிடைக்கிறது; ஒப்பிடும் ஆற்றலும் தீர்மானமும் ஒருமுறை உருவான பிறகு இரண்டாவது முறை நமக்கு 'பிரதிபலிப்பு' கிடைக்கிறது. மகிழ்ச்சியற்ற உணர்வைக் காட்டிலும் மகிழ்வான நினைவு உயிர்ப்போடு இருக்கும்போது நமக்கு 'கற்பனை' கிடைக்கிறது. புரிந்து

கொள்ளும் ஆற்றல் ஒருமுறை பிறந்ததெனில் விருப்பத்தின் ஆற்றலும் தானே பிறக்கும்: அன்பும் வெறுப்பும் (ஈர்ப்பும் விலகலும்), நம்பிக்கையும் அச்சமும்கூட. மனதின் வெவ்வேறு படிநிலைகளைக் கடந்து வந்திருக்கிறோம் என்னும் உணர்வுநிலை அந்தச் சிலைக்கு எண்களைப் பற்றிய சுருக்கமான கருத்தியலைத் தரும்; இளஞ்சிவப்புக் கார்னேஷன் மலர்களின் மணமாக 'இருப்பதற்கும்' மல்லிகையின் மணமாக 'இருந்ததையும்' பற்றிய விழிப்புணர்வு அதற்குள் 'நான்' என்கிற கருத்தாக்கத்தை விதைக்கும்.

அதன் பிறகு ஆசிரியர் தனது அநுமானிக்கப்பட்ட *(hypothetical)* மனிதனுக்கு கேட்கும் சக்தி, ருசி, பார்வை, மற்றும் இறுதியாக, தொடுகை ஆகியவற்றை வழங்குவார். அந்த இறுதி உணர்வு, வெளி என ஒன்று இருப்பதையும் அந்த வெளியில் ஒரு உடம்பில் தான் வாழ்வதையும் அவனுக்கு உணர்த்தும்; சத்தங்கள், வாசனைகள், மற்றும் நிறங்கள் என்பதெல்லாம் அவனைப் பொறுத்தமட்டில், இந்த நிலைக்கு முன்னதாக, வெறுமனே அவனது உணர்வுகளின் வேறுபாடுகளாக அல்லது மாற்றங்களாக மட்டுமேயிருந்தன.

இதுவரை விவரித்த இந்த உருவகம் *புலனறிவுகளைப் பற்றிய ஆய்வறிக்கை (Traite des sensations)* என்றழைக்கப்பட்டது, 1754-ஆம் வருடத்தில் வெளியானது; இந்தச் சுருக்கத்துக்காக ப்ரெஹியரின் *தத்துவத்தின் வரலாற்றினுடைய (Histoire de la Philosophie)* இரண்டாவது தொகுதியைப் பயன்படுத்தியுள்ளோம்.

விழிப்புணர்வுநிலை எனும் சிக்கலில் உருவான மற்ற உயிரினம் ருடால்ஃப் ஹெர்மன் லோட்சாவின் 'அநுமானிக்கப்பட்ட மிருகம்'. ரோஜாக்களை முகர்ந்து இறுதியில் மனிதனாக மாறும் சிலையைக் காட்டிலும் தனிமையாக, இந்த உயிரி தன் தோலின் மீது ஒரேயொரு அசையும் உணர்வுப்புள்ளியைக் கொண்டிருந்தது - ஒரு உணர்கொம்பின் இறுதிமுனையில். அதற்கு, நிதர்சனமாகத் தெரிவதைப் போல, ஒரு சமயத்தில் ஒரு புலனுணர்வுக்கு மேல், அதன் கட்டமைப்பு அனுமதிப்பதில்லை. கூருணர்வோடுள்ள தனது உணர்கொம்பை உள்வாங்கும் அல்லது நீட்டிக்கும் ஆற்றல், அனைத்து வகையிலும் கைவிடப்பட்ட இந்த மிருகத்துக்கு, [நேரம் மற்றும் வெளி குறித்த காண்ட்டிய *(Kant)* வகைமைகளின் துணையின்றி] வெளியுலகத்தைக் கண்டுகொள்ளவும், நிலையாயிருக்கும் ஒரு சங்கதியை நகரும் பொருளிலிருந்து வேறுபடுத்திப் பார்க்கவும் துணைபுரியும் என, லோட்சா வாதிடுகிறார். இந்தப் புனைவை *மருத்துவ உளவியல் (Medizinische Psychologie, 1852)* எனும் நூலில் பார்க்கலாம்; ஹான்ஸ் வைஹிங்கரால் இது புகழப்பட்டிருக்கிறது.

The Unicorn

யூனிகார்ன்

யூனிகார்னின் முதல் வடிவம் அதன் சமீபத்தைய வடிவத்தைக் கிட்டத்தட்ட ஒத்திருக்கிறது. கிறிஸ்து பிறப்பதற்கு நானூறு வருடங்களுக்கு முன்னால், கிரேக்க வரலாற்றியலாளரும் மருத்துவருமான தெசியஸ், இந்திய சாம்ராஜ்யங்களுக்கு மத்தியில், வெண்ணிற மேற்தோல்களோடு, ஊதாநிறத் தலைகளோடு, நீலநிறக் கண்களோடு, அவற்றின் நெற்றிகளுக்கு நடுவே - அடிப்பாகம் வெண்மையாக, முனை சிவப்பாக, நடுப்பகுதி கறுப்பாயிருந்த - கூர்மையான கொம்புகளையும் கொண்டிருந்த, வெகு வேகமாக ஓடக்கூடிய காட்டுக்கழுதைகள் இருந்தன என்று சொன்னார். ப்ளீனி, இன்னும் துல்லியமாக, எழுதினார் (VIII, 31):

> மிக மூர்க்கமான மிருகமெனில் அது யூனிகார்ன்தான், உடலின் பிற பகுதிகளில் குதிரையையும், ஆனால் தலையில் மானையும், கால்களில் யானையையும், மேலும் தனது வாலில் காட்டுப்பன்றியையும் அது ஒத்திருக்கிறது, ஆழமான உக்காரத்தைக் கொண்டிருக்கிறது, உடன், நெற்றியின் நடுவிலிருந்து நீளும் மூன்றடி நீள கறுப்புநிற ஒற்றைக் கொம்பையும். இம்மிருகத்தை உயிரோடு பிடிக்க சாத்தியமேயில்லை என்று சொல்கிறார்கள்.

1892 வாக்கில், ஒற்றைக் கொம்போடிருக்கும் எருதுகளின் உருவங்களைச் சித்தரிக்கும் குறிப்பிட்ட சில புடைப்போவியங்கள் கிரேக்கர்களுக்கு யூனிகார்னை அறிவுறுத்தியிருக்கலாம் என்று கீழைத்தேயவாதியான ஷ்ரேடர் அனுமானித்தார்.

ஏழாம் நூற்றாண்டின் தொடக்கத்தில் இயற்றப்பட்ட செவில்லின் இஸிடோரினுடைய சொல்லிலக்கணங்களில், யூனிகார்ன் கொம்பின் ஒற்றைக் குத்து யானையையே கொல்லக்கூடும் என நாம் வாசிக்கிறோம்; அனேகமாக, சிந்துபாத்தின் இரண்டாவது கடற்பயணத்தில், கார்காடன் (Karkadan) அல்லது காண்டாமிருகம் ஈட்டும் இதே போன்ற வெற்றியிலும் இதுதான் எதிரொலிக்கிறது, அதனால் 'மாபெரும் யானையைத் தனது கொம்பில் தூக்கிச் செல்லவியலும்'. (காண்டாமிருகத்தின் கொம்பு 'இரண்டாகப் பிளந்திருக்கிறது, ஒரு மனிதனின் சாயலைக் கொண்டிருக்கிறது' என்பதையும் நாம் இங்கு காண்கிறோம்; குதிரையின் முதுகில் அமர்ந்திருக்கும் மனிதனை அது ஒத்திருப்பதாக அல்-கஸ்வினி சொல்கிறார், மற்றவர்களோ பறவைகளையும் மீன்களையும் குறித்துச் சொல்லியிருக்கிறார்கள்.) யூனிகார்னின் எதிரிகளில் மற்றொன்று சிங்கம், தெளிவற்ற உருவகமான வனதேவதை அரசியில் (The Fairae Queene) உள்ள செய்யுட்பகுதி அவற்றின் போராட்டத்தை இவ்வகையில் பதிவு செய்கிறது:

ஒரு சிங்கத்தைப் போல, அதன் மாட்சிமை பொருந்திய ஆற்றலை
செருக்கோடுள்ள யாருக்குமடங்கா யூனிகார்ன் எதிர்க்கிறது,
கண்மூடித்தனமான தாக்குதலும் சீற்றங்கொண்ட செருகலும் தவிர்க்க
கோபங்கொண்ட எதிரியினுடையவை, மரத்தின் கீழ் அது நிற்கிறது,
மேலும் முழுவேகத்தில் ஓடி வரும்போது அது கண்காணிக்கிறது,
அது விலகிக் கொள்கிறது; அவ்வேளையில் அந்த வெறிகொண்ட மிருகம்
அதன் அரிய கொம்பு, அதன் எதிரிகளும் நாடுவது,
அடிமரத்தைத் துளைக்கிறது, பிறகு அதை விடுவிக்கவியலாது,
ஆனால் வல்லமைமிக்க வெற்றியாளனோ ஈட்டுகிறது தாராளமான விருந்தை.

இவ்வரிகள் (இரண்டாவது புத்தகம், ஐந்தாவது காண்டம், பத்தாவது செய்யுள்) பதினாறாம் நூற்றாண்டைச் சேர்ந்தவை; பதினெட்டாம் நூற்றாண்டின் ஆரம்பத்தில் நிகழ்ந்த இங்கிலாந்து மற்றும் ஸ்காட்லாந்து அரசாங்கங்களின் இணைப்பு, ஆங்கிலச் சிறுத்தையையும், அல்லது சிங்கத்தையும், ஸ்காட்டிய யூனிகார்னையும், கீர்த்திமிகு பிரித்தானிய அரசின் மரபுச்சின்னங்கள் பொருந்திய மேலங்கிகளில் ஒன்றிணைத்து வைத்தது.

வரலாற்று இடைக்காலங்களில், ஒரு கன்னிப்பெண்ணைக் கொண்டு யூனிகார்னை சிறைபிடிக்கலாம் என விலங்கியல் ஆய்வேடுகள் போதித்தன; கிரேக்க *ஃபிஸியோலாகஸில்* நாம் வாசிக்கிறோம்: ‘எவ்வாறு அதைச் சிறைபிடிப்பது. ஒரு கன்னிப்பெண்ணை அதற்கு முன்னால் கொண்டு போய் நிறுத்தினால் அது அந்தப் பெண்ணின் மடியில் தாவிட அவள் ஆதரவாகத் தடவிக்கொடுத்து அதனை அரசர்களின் அரண்மனைக்குத் தூக்கிச் செல்வாள்.’ பிசனெல்லோவின் பதக்கங்களில் ஒன்றும் நிறைய புகழ்பெற்ற ஓவியத்திரைகளும் இந்த வெற்றியைச் சித்தரிக்கின்றன, அதன் உருவகப் பயன்பாடுகளும் வெளிப்படையாகவே உள்ளன. யூனிகார்னின் சிறைபிடிப்புக்கு அதன் காமத்தையே காரணம் சொல்கிறார் லியோனார்டோ டா வின்சி, அதன் மூர்க்கத்தை மறக்கவும், பெண்ணின் மடியில் வீழவும், பிறகு வேட்டைக்காரர்கள் அதைத் தூக்கிப் போவதற்கும் காமமே வழிவகுக்கிறது. பரிசுத்த ஆவி, இயேசு கிறிஸ்து, பாதரசம் மற்றும் தீவினை ஆகியன யாவும் யூனிகார்னால் குறியீடாகச் சுட்டப்பட்டுள்ளன.

தனது உளவியலும் ரசவாதமும் *(Psychologie and Alchemie, 1944)* எனும் நூலில் ஜங் இந்தக் குறியீடுகளின் வரலாற்றையும் பகுப்பாய்வுகளையும் தருகிறார்.

கலைமான்களின் முன்னங்கால்களோடு உள்ள சிறிய வெள்ளைக்குதிரை, ஆட்டுத்தாடி, அதன் நெற்றியிலிருந்து நேராகத் துருத்திக் கொண்டிருக்கும் நீளமான வளைகொம்பு என்கிற சித்திரம்தான் இந்தக் கற்பனையான மிருகத்துக்குப் பொதுவாக வழங்கப்படுகிறது.

ஐ ஆ

The Unicorn of China

சீனத்தின் யூனிகார்ன்

சீனத்து யூனிகார்ன், *ச்'சி-லின் (k'i-lin)*, நல்ல சகுனங்களைக் குறிக்கும் நான்கு மிருகங்களில் ஒன்றாகும்; மற்றவை டிராகன், ஃபீனிக்ஸ், மற்றும் ஆமை ஆகியன. நிலத்தின் மீது வாழும் 360 உயிரினங்களிலும் முதன்மையானது யூனிகார்னே. மானின் உடலையும் எருதின் வாலையும் குதிரையின் குளம்புகளையும் அது கொண்டிருக்கிறது. நெற்றியிலிருந்து வளரும் சிறிய கொம்பு சதையாலானது; அதன் மேற்புறத்தோல், முதுகில், ஐந்து கலவையான வண்ணங்களைக் கொண்டிருக்க வயிற்றுப்பகுதி பழுப்பாகவோ அல்லது மஞ்சளாகவோ உள்ளது. நடந்து போகையில் சின்னஞ்சிறு உயிரிகளைக் கூட மிதித்து விடக்கூடாது எனக் கவனமாயிருப்பதோடு, புல்லைக்கூட அது உயிரோடிருந்தால் உண்ணாமல் இறந்தபிறகுதான் உண்ணும் எனுமளவிற்கு யூனிகார்ன் சாதுவானதாக இருக்கிறது. அதன் வருகை நேர்மையான அரசனொருவனின் பிறப்பை முன்னறிவிக்கிறது. சீனத்து யூனிகார்னை காயப்படுத்துவதோ அல்லது அதன் பிணத்தைப் பார்க்க நேர்வதோ துரதிர்ஷ்டத்தைத் தரும். இம்மிருகத்தின் இயல்பான வாழ்நாட்காலம் ஓராயிரம் வருடங்களாகும்.

கன்ஃபூசியஸின் தாய் அவரைத் தன் வயிற்றில் தாங்கியிருந்த சமயத்தில், 'பசுவின் வடிவமும், டிராகனின் செதில்களும், முன்நெற்றியில் ஒற்றைக் கொம்பும் கொண்ட' ஒரு மிருகத்தை ஐந்து கிரகங்களின் ஆன்மாக்கள் அவளிடம் அழைத்து வந்தன. தெய்வீகப் பிறப்பின் முன்னறிவிப்பை சூதில் *(Soothill)* இவ்வகையாகத்தான் எடுத்துரைக்கிறார்; வில்ஹெல்ம் *(Wilhelm)* வழங்கிய மாற்று வடிவம், அம்மிருகம் தானாகத் தோன்றியதாகச் சொல்கிறது, அது உமிழ்ந்த பச்சை மாணிக்கத்தால் ஆன பட்டயத்தில் இவ்வார்த்தைகளை வாசிக்க முடிந்தது:

> மலைப்பளிங்கின் மகனே (அல்லது நீரின் சாரமே), இராஜ்யம் சரிந்திடும்போது, அரியணையற்ற அரசனாக நீ ஆள்வாய்.

எழுபது வருடங்களுக்குப் பிறகு, சில வேட்டைக்காரர்கள் ஒரு *ச்'சி*-லின்னைக் கொன்றார்கள், கன்ஃபூசியஸின் தாய் அதன் கொம்பைச் சுற்றிக் கட்டிய வாரிழையின் சிறு துண்டு இன்னும் அங்கிருந்தது. கன்ஃபூசியஸ் யூனிகார்னை பார்க்கச் சென்று தேம்பியழுதார், ஏனென்றால் களங்கமற்றதன்மையும் மர்மமும் பொருந்திய அம்மிருகத்தின் மரணம் முன்னறிவித்தது யாதென்பதை அவர் உணர்ந்திருந்தார், மேலும் ஏனென்றால், அவ்வாரிழையில் அவரது கடந்தகாலமும் அடங்கியிருந்தது.

பதிமூன்றாம் நூற்றாண்டில், இந்தியாவின் மீதான படையெடுப்பில் தன்னை ஈடுபடுத்திக் கொண்டிருந்த பேரரசர் செங்கிஸ்கானின் ஒற்றறியும் அணிகளில் ஒன்று, பாலைவனத்தில் ஒரு உயிரினத்தைச் சந்தித்தது, 'மானைப் போல, குதிரைக்கு உள்ளதைப் போன்ற தலையுடன், நெற்றியில் ஒரு கொம்போடு, உடலில் பச்சைநிற ரோமத்தோடும்', அவர்களுக்கு மத்தியில் அது உரையாற்றியது, 'உங்களுடைய தலைவன் தனது சொந்த நிலத்துக்குத் திரும்பும் நேரமிது,' என்றது. செங்கிஸ்கானின் சீன மந்திரிகளில் ஒருவர், கலந்தாலோசனையின் பேரில், அந்த மிருகம் *சியோ-துவான் (Chio-Tuan)* என்று அவரிடம் சொன்னார், அதுவும் ஒரு வகை *ச்'சி*-லின்தான். 'நான்கு வருடங்களாக இந்த மாபெரும் சேனை மேற்குப் பிராந்தியங்களில் போரிட்டு வருகிறது,' என்றார். 'இரத்தம் சிந்துவதை வெறுக்கும் சொர்க்கலோகம் *சியோ-துவான்* வாயிலாக நம்மை எச்சரிக்கிறது. கடவுளின் பொருட்டு இந்த இராஜ்யத்தை மன்னித்தருளுங்கள்; அமைதி மட்டற்ற மகிழ்ச்சியைத் தரும்.' பேரரசர் தனது போர்த்திட்டங்களைத் துறந்தார்.

கிறித்துவகாலத்துக்கு இருபத்து-இரண்டு நூற்றாண்டுகளுக்கு முன்பு, பேரரசர் ஷூன்-னின் நீதிபதிகளில் ஒருவருக்கு 'ஒற்றைக்-கொம்புடைய ஆடு' சொந்தமாயிருந்தது, தவறாகக் குற்றஞ்சாட்டப்பட்டவர்களை அது தாக்க மறுக்கும், ஆனால் தவறிழைத்தவர்களை முட்டித் தள்ளும்.

மர்கோலியஸின் *(Margoulies) சீன இலக்கியம் குறித்த விளக்கங்களின் தொகைநூல் (anthologie raisonne de la litterature chinoise, 1948)*, ஒன்பதாம் நூற்றாண்டைச் சேர்ந்த உரைநடை எழுத்தாளர் ஒருவரின் படைப்பான இந்த மர்மமும் அமைதியும் பொருந்திய உருவகக்கதையை உள்ளடக்கியிருக்கிறது:

> யூனிகார்ன் அதியதார்த்த உயிரி என்பதும் நற்சகுனத்தின் அடையாளமென்பதும் உலகம் முழுக்க ஒத்துக் கொள்ளப்பட்டுள்ளது; செய்யுட்பாக்களும், வரலாற்றுப் பதிவுகளும், பெருந்தகையாளர்களின் வாழ்க்கை வரலாறுகளும், அவற்றின் அதிகாரத்தைக் குறைசொல்லவியலாத

இன்ன பிற பிரதிகளும் கூட அப்படித்தான் சொல்கின்றன. யூனிகார்ன் அதிர்ஷ்டத்தின் குறியீடென்பது கிராமப்புற பெண்களுக்கும் குழந்தைகளுக்கும் கூட நன்றாகத் தெரியும். ஆனால் பண்ணை மிருகங்களுக்கு மத்தியில் இம்மிருகம் இருப்பதில்லை, அதைப் பார்ப்பதும் அத்தனை எளிதானதல்ல, உயிரியல் வகைப்பாடுகளுக்குள்ளும் தன்னை அது ஒப்புக் கொடுப்பதில்லை. குதிரை அல்லது எருதைப் போல, ஓநாய் அல்லது மானைப் போல அது இருப்பதில்லை. இத்தகைய சூழலில் நாம் ஒரு யூனிகார்னோடு நேருக்கு நேர் நின்றிருந்தால் கூட அதை நாம் உறுதிபட அறிந்து கொள்ளவியலாமல் போகலாம். பிடரி மயிரோடு இருக்கும் குறிப்பிட்டதொரு மிருகம் குதிரை என்பதையும் கொம்புகளோடு இருக்கும் குறிப்பிட்டதொரு மிருகம் எருது என்பதையும் நாமறிவோம். யூனிகார்ன் எப்படித் தோற்றமளிக்கும் என்பதை நாம் அறிய மாட்டோம்.

The Uroboros
உரோபரோஸ்

நமக்குச் சமுத்திரமென்பது கடல் அல்லது கடல்களின் ஒழுங்குமுறை; கிரேக்கர்களுக்கோ அது நிலவெளியை வளையமாகச் சூழ்ந்திருந்த எளிய வட்டவடிவ நதி. அனைத்து நீர்நிலைகளுமே அதிலிருந்துதான் வழிந்தோடின என்பதோடு அதற்குத் தோற்றுவாய்களோ வடிகால்களோ கிடையாது. அது கடவுளாகவும் இருந்தது அல்லது டைட்டனாக, அனேகமாக அனைத்து டைட்டன்களிலும் மிகப்பழமையானது அதுதான், ஏனென்றால் கடவுளர்கள் பிறந்துவந்த தோற்றுவாய் அதுதானென *இலியட்டின்* பதினான்காவது புத்தகத்தில் உறக்கம் *(Sleep* - மரணத்தின் சகோதரன்) சொல்கிறான். ஹீசியட்டின் *தெய்வக்கொடிவழியில்,* உலகின் நதிகளுக்கெல்லாம் அதுவே தந்தை - எண்ணிக்கையில் மூவாயிரம் உள்ளன - ஆல்ஃபியஸும் நைலும் அவற்றுள் முன்னணியில் இருக்கின்றன. வழிந்திடும் தாடியோடுள்ள முதிய மனிதனே நதி-சமுத்திரத்தின் வழமையான ஆளுருவகம்; பல நூற்றாண்டுகளுக்குப் பிறகு அதை விடச் சிறந்த அடையாளத்தை மனிதர்கள் கண்டுபிடித்தார்கள்.

சுற்றளவைப் பொறுத்தமட்டில் அதன் ஆரம்பமும் முடிவும் ஒரே புள்ளிதான் என ஹெராக்ளீடிஸ் சொன்னார். பிரித்தானிய அருங்காட்சியகத்தில் பாதுகாக்கப்படும் மூன்றாம் நூற்றாண்டு கிரேக்கத் தாயத்து ஒன்று, இந்த முடிவற்றதன்மையை மிகச்சரியாகச் சித்தரிக்கும் உருவத்தை நமக்குத் தருகிறது: தன்னுடைய வாலைத் தானே கடிக்கும் ஒரு சர்ப்பம், அல்லது, அர்ஜெண்டீனிய கவிஞரான மார்டினெஸ் எஸ்ட்ராடா மிக அழகாக அதைச் சொல்லியிருப்பதைப் போல, 'தனது வாலின் முடிவில் தொடங்கக்கூடியது'. ஸ்காட்டியர்களின் அரசியான மேரி ஒரு தங்க மோதிரத்தில் 'எனது முடிவில்தான் இருக்கிறது எனது தொடக்கமும்' எனும் எழுத்துகளைப் பொறித்திருந்ததாக ஒரு கதையும் உண்டு, அனேகமாக, உண்மையான வாழ்வு மரணத்துக்குப் பிறகே தொடங்குகிறது என்பது அதன் அர்த்தமாயிருக்கலாம். உரோபரோஸ் ('தனது வாலைத் தானே விழுங்கக்கூடியது' என்பதற்கான கிரேக்க வார்த்தை) என்பதுதான் இந்த உயிரினத்தின் நன்கறிந்த பெயர், மத்திம காலங்களின் ரசவாதிகளால் சுவீகரிக்கப்பட்ட சின்னமாகவும் அது இருந்தது. ஆர்வமுள்ளவர்கள் இன்னுமதிகத் தகவல்களை ஜங்கின் ஆழ்நிலை ஏடாய்வான *உளவியலும் ரசவாதமும்* எனும் நூலில் வாசிக்கலாம்.

உலகை-வட்டமிடும் சர்ப்பத்தை நோர்ஸ் அண்டவியலிலும் பார்க்க முடிகிறது; அது மயோகரோஸோர்மர் என்றழைக்கப்படுகிறது - நேரடி அர்த்தத்தில், நடு-முற்றத்தின் புழு, இங்கு நடு-முற்றம் என்பது பூமியின் குறியீடு. இளைய எட்டாவில், லோகி ஒரு ஓநாயையும் ஒரு சர்ப்பத்தையும் ஈன்றெடுத்ததாக

ஸ்நோரி ஸ்டூர்லுசன் பதிவு செய்தார். பூமியின் அழிவுக்கு இம்மிருகங்களே காரணமாயிருக்கும் என ஓர் அசரீரி கடவுள்களை எச்சரித்தது. ஃபென்ரிர் எனும் ஓநாய், ஆறு கற்பனையான பொருட்களால் நெய்த கயிற்றால் கட்டுப்படுத்தப்பட்டது: 'பூனையின் பாதச்சுவட்டு சத்தம், பெண்களின் தாடிகள், கற்களின் வேர்கள், கரடிகளின் தசைநார்கள், மீன்களின் மூச்சுக்காற்று, மேலும் பறவைகளின் உமிழ்நீர்.' ஜோர்முன்கார்ட் எனும் சர்ப்பம், 'நிலவெளியைச் சூழ்ந்திருந்த கடலுக்குள் தூக்கி வீசப்பட்டது, தற்போது அதுவும் கூட உலகைச் சூழ்ந்திருக்கிறது எனுமளவிற்கு அங்கே அது மிகப்பெரிதாக வளர்ந்து தனது வாலைத் தானே கடிக்கவும் செய்கிறது.'

அரக்கர்களின் உலகமான யோட்டன்ஹெய்மில், கடவுளான தோரை ஒரு பூனையைத் தூக்கும்படி உட்கார்டு-லோகி (*Utgard* - நோர்ஸ் தொன்மத்தில், உலகின் தொலைதூர எல்லைகளில் அமைந்திருக்கும் வட்டவடிவப் பாறைகளால் ஆன இடம், அரக்கர்களின் வசிப்பிடமும் கூட) சவாலுக்கு அழைக்கிறான்; தனது சக்தியனைத்தையும் பயன்படுத்தியும் கூட, தோரால் பூனையின் பாதங்களில் ஒன்றை மட்டுமே தரையிலிருந்து தூக்க முடிந்தது. அந்தப் பூனை உண்மையில் சர்ப்பம்தான். மாயமந்திரத்தால் தோர் ஏமாற்றப்பட்டான்.

கடவுளர்களின் அந்திமக்காலத்தில் சர்ப்பம் பூமியையும் ஓநாய் சூரியனையும் விழுங்கிடும்.

The Valkyries

வால்கைரீக்கள்

வால்கைரீ என்றால், தொடக்ககால ஜெர்மானிய மொழிகளில், 'கொல்லப்பட வேண்டியவர்களைத் தேர்ந்தெடுப்பவர்கள்' என அர்த்தம். ஜெர்மனியிலும் ஆஸ்திரியாவிலும் இருந்த மக்கள் அவர்களை எப்படிக் கற்பனை செய்திருந்தார்கள் என்பது நமக்குத் தெரியவில்லை; ஆனால் நோர்ஸ் தொன்மத்தில் அவர்கள் ஆயுதந்தரித்த அழகிய கன்னிகளாயிருந்தார்கள். அவர்களின் வழக்கமான எண்ணிக்கை மூன்றுதான்; ஆனால் எட்டாக்களிலோ பனிரெண்டுக்கும் அதிகமான பெயர்கள் குறிப்பிடப்பட்டுள்ளன.

பொதுமக்களிடையே புழங்கும் தொன்மத்தில் அவர்கள் போரில் கொல்லப்பட்டவர்களின் ஆன்மாக்களை எடுத்து அவற்றைக் காவியங்களால் பாடப்பட்ட ஓடினின் சொர்க்கத்துக்குக் கொண்டு வந்தார்கள். அங்கு, கொல்லப்பட்டவர்களுக்கான அரங்கில், வல்ஹல்லாவில், அதன் மேற்கூரை தங்கத்தால் வேயப்பட்டிருந்ததோடு உறையிலிருந்து உருவிய வாள்களே அதற்கு வெளிச்சமளித்தன - விளக்குகள் அல்ல, சூரியோதயம் தொடங்கி சூரியாஸ்தமனம் வரை வீரர்கள் போரிட்டார்கள். அதன் பிறகு அங்கே கொல்லப்பட்டவர்களை மீண்டும் உயிர்ப்பித்து அனைவரும் தெய்வீக விருந்தைப் பகிர்ந்து கொண்டார்கள், மரணமேயில்லாத காட்டுப்பன்றியின் கறியும் அள்ள அள்ளக் குறையாத கொம்புநிறைந்த தேன்-நீர்க்கலவையும் *(mead)* அவர்களுக்குப் பரிமாறப்பட்டன. முடிவற்ற போர் எனும் இந்தக் கருத்துருவாக்கம் செல்டிக் தோற்றமூலத்தைக் கொண்டிருப்பதாகத் தெரிகிறது.

திடீரென உருவாகும் விலாக்குத்தல்களுக்கு எதிரான ஒரு ஆங்கில-சாக்ஸன் மந்திரம் வால்கைரீகளைப் பற்றி அவர்களின் பெயரைக் குறிப்பிடாமலே விவரிக்கிறது; அவ்வரிகள், ஸ்டாப்ஃபோர்டால் *(Stopford)* மொழிபெயர்க்கப்பட்டவை, இவ்வாறு இருக்கின்றன:

அவை பலத்த இரைச்சலோடிருந்தன, ஹோ! இரைச்சல், நிலத்தின் மீது

அவை விரைந்தபோது;

அவை உள்ளத்தால் மிகவும் மூர்க்கமாயிருந்தன, மலைகளின் மீது

அவை விரைந்தபோது;

மகத்தான அந்தக் கன்னிகள் தங்கள் ஆற்றலனைத்தும் ஒன்றுதிரட்டி...

பரவிக் கொண்டிருந்த கிறித்துவத்தின் ஆதிக்கத்தால், வால்கைரீக்களின் பெயர் சீரழிந்தது; மத்திமகாலத்தைய இங்கிலாந்தில், வால்கைரீயாக இருந்ததாகக் குற்றஞ்சாட்டப்பட்ட ராசியில்லாத பெண்ணொருத்தியை, சரியாகச் சொல்வதெனில், ஒரு சூனியக்காரியை, நீதிபதி ஒருவர் கம்பத்தில் கட்டி எரித்தார்.

The Western Dragon

மேற்கத்திய டிராகன்

உயர்ந்து-நிற்கும், கூர்நகங்களோடும் இறக்கைகளோடுமுள்ள கனத்த சர்ப்பம் என்கிற விவரணையே அனேகமும் டிராகனுக்குப் பொருத்தமாகத் தோன்றுகிறது. அது கறுப்பாயிருக்கலாம், ஆனால் பளபளப்பாக இருப்பதென்பதும் அத்தியாவசியமாகிறது; இதற்குச் சமமான மற்றொரு அத்தியாவசியமான சங்கதி, நெருப்பையும் புகையையும் கக்க வேண்டும். மேலே சொல்லிய விவரணை, சந்தேகத்துக்கிடமின்றி, அதன் தற்போதைய தோற்றத்துக்கானது; எந்தவொரு குறிப்பிடும்படியான ஊர்வன உயிரிக்கும் கிரேக்கர்கள் டிராகன் எனும் பெயரைப் பயன்படுத்தியதாகத் தெரிகிறது. கோடைகாலத்தில் யானையின் உதிரத்துக்காக டிராகன் ஏங்குமென ப்ளீனி நமக்குத் தெரிவிக்கிறார், ஏனெனில் அது மிகுந்த குளிர்ச்சியோடிருக்கும். யானையின் மீது திடீர்த்தாக்குதலை நிகழ்த்தும், அதைச் சுற்றி வளைத்து, தன் பற்களை அதற்குள் பதிக்கும். உதிரமிழந்த யானை தரையில் சுருண்டு வீழ்ந்து இறக்கும்; அது போலவே டிராகனும், அதன் எதிரியினுடைய எடைக்குக் கீழே நசுங்கி இறக்கும். எத்தியோப்பிய டிராகன்கள், நல்ல மேய்ச்சல் நிலங்களைத் தேடி, அடிக்கடி செங்கடலைக் கடந்து அரேபியாவுக்கு வலசை செல்லுமென்பதையும் நாம் வாசிக்கிறோம். இதைச் சாதிக்க, நான்கு அல்லது ஐந்து டிராகன்கள் ஒன்றாகச் சுருண்டு, அவற்றின் தலைகள் நீருக்கு மேல் நீட்டிக் கொண்டிருக்க, ஒருவகை மரக்கலத்தை உருவாக்கும். டிராகனிலிருந்து பெறப்படும் மருந்துகளுக்கென ஒதுக்கப்பட்ட அத்தியாயமும் ப்ளீனியில் உண்டு. இங்கு நாம் வாசிக்கிறோம், அதன் கண்கள், உலரவைத்து பிறகு தேனோடு சேர்த்துக் கிளறினால், தீக்கனவுகளுக்கு எதிராகப் பலனளிக்கக்கூடிய தைலத்தை உருவாக்கும். டிராகன் இதயத்தின் கொழுப்பை நவ்வியின் (*Gazelle* - ஒரு வகை அழகிய மான்) பதனிடப்பட்ட தோலில் வைத்துப் பாதுகாத்து, கலைமானின் தசைநார்களைக் கொண்டு கையில் கட்டுவது, வழக்காடலில் வெற்றிகாண்பதை உறுதி செய்யும்; டிராகன் பல், அதையும் கூட உடலில் அணிந்து கொண்டால், அதிகாரிகளிடமிருந்து கிடைக்கும் சலுகைகளுக்கும் அரசர்களின் கருணைக்கும் உத்திரவாதமளிக்கும். மனிதர்களை வெல்லமுடியாதவர்களாகச் செய்யும் ஆயத்தமொன்றை ப்ளீனி சிறிது சந்தேகத்தோடு சுட்டிக்காட்டுகிறார். சிங்கத்தின் தோல், சிங்கத்தின் மஜ்ஜை, அப்போதுதான் பந்தயத்தை வென்றிருக்கக்கூடிய குதிரையின் பொங்குநுரை, நாயின் நகங்கள், மற்றும் ஒரு டிராகனின் வாலையும் தலையையும் கொண்டு அது வெகு கவனமாகத் தயாரிக்கப்படுகிறது.

அகமெம்நானின் கேடயத்தில் மூன்று-தலைகளைக் கொண்ட ஒரு நீலநிற டிராகன் இருந்ததாக இலியட்டின் பதினோராவது புத்தகத்தில் நாம் வாசிக்கிறோம்; நூற்றாண்டுகளுக்குப் பிறகு, நோர்ஸ் கடற்கொள்ளையர்கள்

தங்கள் கேடயங்களில் டிராகன்களை வரைந்ததோடு, தங்களுடைய நீளமான கப்பல்களின் முன்பகுதிகளில் டிராகன்தலைகளை செதுக்கியும் வைத்தார்கள். ரோமானியர்களுக்கு மத்தியில், சிறிய போர்ப்பிரிவின் *(cohort)* முத்திரையாக டிராகன் இருந்தது, பெரும் படையணியின் *(legion)* முத்திரையாக கழுகு இருந்ததைப்போல; இதுதான் இன்றைய-தினத்தின் 'டிரகூன்களுடைய' *(Dragoon* - குதிரைகளில் பிரயாணம் செய்த காலாட்படை வீரர்கள்) தோற்றமூலம். இங்கிலாந்தின் சாக்ஸன் அரசர்களுடைய போர்க்கொடிகளில் டிராகன்கள் இருந்தன; இத்தகைய உருவங்களின் நோக்கம் எதிரணியினருக்குள் பயத்தை விதைப்பதாகவே இருந்தது. ஏதிஸின் கதைப்பாடலில், நாம் வாசிக்கிறோம்:

Ce souloient Romains porter,
Ce nous fait moult a redouter.

இதைத்தான் ரோமானியர்கள் சுமந்து திரிந்தார்கள்,
இதுதான் எங்களை மிகவும் அஞ்சுபவர்களாக மாற்றக்கூடியதாக உள்ளது.

மேற்கில், டிராகன் எப்போதும் தீயதாகவே கருதப்பட்டது. ஒரு டிராகனை வென்று அதைக் கொன்று வீழ்த்துவதென்பது நாயகர்களின் (ஹெர்குலிஸ், சிகுர்ட், புனித மைக்கேல், புனித ஜார்ஜ்) வழக்கமான வீரதீரச் செயல்களில் ஒன்றாயிருந்தது. ஜெர்மானியத் தொன்மங்களில், விலைமதிப்பற்ற பொருட்களை டிராகன் காவல் காத்தது. ஆகவே, ஏழாம் அல்லது எட்டாம் நூற்றாண்டில் இங்கிலாந்தில் எழுதப்பட்ட *பேவுல்ஃபில் (Beowulf)*, கிட்டத்தட்ட முன்னூறு வருடங்களாகப் புதையலைக் காத்து நிற்கும் டிராகன் வருகிறது. தப்பியோடும் அடிமையொருவன் அதன் குகைக்குள் ஒளிந்திருந்து குவளை ஒன்றைத் திருடுகிறான். விழித்தபிறகு, திருடு போயிருப்பதைக் கவனிக்கும் டிராகன் திருடனைக் கொல்ல சபதமேற்கிறது, ஆனால் அந்தக் குவளை வெறுமனே தவறுதலாக வேறெங்கும் வைக்கப்படவில்லை என்பதை உறுதி செய்யச் சிறிது நேரத்திற்கொரு முறை அது அடிக்கடி உள்ளே சென்று வருகிறது. (மனிதக்குணமான அவநம்பிக்கையைத் தனது அரக்கவுயிரிக்கு ஒரு கவிஞன் அளித்திருக்கிறான் என்பதுதான் எத்தனை விசித்திரமானது). மொத்த சாம்ராஜ்யத்தையும் அந்த டிராகன் நாசஞ்செய்யத் தொடங்குகிறது. பேவுல்ஃப் அதைத் தேடிக் கண்டுபிடித்து, அதோடு போராடி, அதைக் கொல்கிறான்,

டிராகனின் தந்தங்கள் உண்டாக்கிய உயிருக்காபத்தான காயத்தின் காரணமாக கூடிய சீக்கிரமே அவனும் இறந்து போகிறான்.

டிராகனின் உண்மைத்தன்மையை மக்கள் நம்பினார்கள். பதினாறாம் நூற்றாண்டின் மத்தியில், அறிவியல்தன்மையுடன் கூடியதொரு பணியான கோன்ராட் கெஸ்னரின் *(Conrad Gesner) மிருகங்களின் வரலாற்றில் (Historia Animalium)* டிராகன் பதிவு செய்யப்பட்டுள்ளது.

டிராகனின் பெருமையைக் குறிப்பிடத்தகுந்த வகையில் காலம் வெகுவாகக் குறைத்துள்ளது. நாம் சிங்கத்தை உண்மையெனவும் சின்னமாகவும் நம்புகிறோம்; மினோடாரை சின்னமாக நம்புகிறோம் ஆனால் அதை உண்மையென இனியும் நம்புவதற்கில்லை. அனேகமாக, அதியற்புத மிருகங்ளைப் பொறுத்தமட்டில், நன்கு அறியப்பட்டதும் ஆனால் அதே வேளையில் மிகுந்த துரதிர்ஷ்டம் வாய்ந்ததும் டிராகன்தான். நமக்கு அது குழந்தைத்தனமான சங்கதியாகத் தெரிவதால், தான் தோன்றக்கூடிய கதைகளையெல்லாம் பொதுவாக அது பாழாக்கி விடுகிறது. என்றபோதும், அனேகமாக, தேவதைக்கதைகளில் டிராகன்களை மிதமிஞ்சி பயன்படுத்தியதால் விளைந்த, நவீனகால எதிர்நிலையைத்தான் நாம் பார்க்கிறோம் என்பதையும், நினைவிலிருத்திக் கொள்வது நல்லது. வெளிப்பாட்டில், புனித ஜான் டிராகனைப் பற்றி இரண்டு முறை பேசுகிறார், ‘அந்த முதிய சர்ப்பம், பிசாசு என்றும் சாத்தான் என்றும் அழைக்கப்பட்ட...’ கிட்டத்தட்ட அதே அர்த்தத்தில், பிசாசு என்பது சிங்கமாகவும் டிராகனாகவும் இருப்பதாக புனித அகஸ்டின் எழுதுகிறார்; அதன் சீற்றத்தைக் குறிக்க சிங்கம், அதன் தந்திரங்களைக் குறிக்க டிராகன். டிராகனுக்குள் - பூமி மற்றும் காற்றின் ஆதாரங்களான - ஓர் ஊர்வன உயிரியும் ஒரு பறவையும் இருப்பதை ஐங் அவதானிக்கிறார்.

ஐ ௸

Youwarkee

யூவார்க்கி

அவருடைய ஆங்கில இலக்கியத்தின் சுருக்கமான வரலாற்றில் (Short History of English Literature), செயிண்ட்ஸ்பரிக்கு, பதினெட்டாம் நூற்றாண்டு நாவல்களின் மிக வசீகரமான நாயகிகளில் ஒருவளாக, பறக்கும் பெண் யூவார்க்கி தென்படுகிறாள். பாதி பெண்ணும் பாதி பறவையுமாக - அல்லது, இறந்துபோன தனது மனைவி எலிஸபெத் பேரட் குறித்து ப்ரௌனிங் எழுதியது போல - பாதி தேவதையும் பாதி பறவையுமாக, தன் கைகளை விரித்து அவற்றை இறக்கைகளாக மாற்ற அவளால் முடியும், பட்டுப்போன்ற இறகுத்தொகுதி அவளுடலை மூடியிருக்கிறது. அண்டார்டிக் கடல்களின் தொலைந்து போன தீவொன்றில் அவள் வசித்தாள், கப்பல் விபத்தில் சிக்கிய கடலோடி பீட்டர் வில்கின்ஸ் அங்கு அவளைக் கண்டுபிடித்தான், அவளை அவன் மணந்து கொண்டான். யூவார்க்கி ஒரு *காவ்ரி (gawry* அல்லது பறக்கும் பெண்), *க்ளம்கள் (Glumms)* என்றழைக்கப்பட்ட பறக்கும் மக்களின் இனத்தைச் சேர்ந்தவள். வில்கின்ஸ் அவர்களைக் கிறித்துவமதத்துக்கு மாற்றினான், தன் மனைவியின் மரணத்துக்குப் பிறகு, இங்கிலாந்துக்குத் திரும்புவதிலும் அவன் வெற்றிகண்டான்.

இந்த வினோதமான காதலுறவு பற்றிய கதையை ராபர்ட் பேட்லாக் எழுதிய புதினமான *பீட்டர் வில்கின்ஸில் (1751)* வாசிக்கலாம்.

The Zaratan

ஸரடன்

உலகம் மொத்தமும், உடன், வரலாற்றுக் காலகட்டங்கள் அனைத்திலும், பொதுவாகச் சொல்லப்படும் கதை ஒன்று உண்டு - பெயர் தெரியாத தீவொன்றில் இறங்கும் கடலோடிகளின் கதை, பிறகு கடலுக்குள் மூழ்கி அவர்களைக் கொல்லும், ஏனெனில் அது உயிரோடிருக்கும் ஒரு மிருகம். இந்தக் கண்டுபிடிப்பு, சிந்துபாத்தின் முதல் கடற்பயணத்திலும், ஓர்லோண்டாவின் சீற்றத்தினுடைய காண்டம் VI, 37-ஆம் செய்யுட்பாவிலும் *[Ch'ella sia una isoletta ci credemo* - நாங்கள் அதை (திமிங்கலத்தை) ஒரு சிறிய தீவென்று நம்பினோம்] காணக்கிடைக்கிறது; புனித ப்ரெண்டனின் ஐரிஷ் தொன்மத்திலும் அலெக்ஸாண்ட்ரியாவின் கிரேக்க விலங்கியல் ஆய்வேட்டிலும்; ஸ்வீடனைச் சேர்ந்த சமயக்குருமாரான ஓலாஸ் மேக்னஸின் *வடக்கத்திய மனிதர்களைப் பற்றிய விவரணையிலும் (Historia de Gentibus Septentrionalibus,* ரோம், **1555**), *தொலைந்த சொர்க்கத்தின்* ஆரம்பத்தில் வரும் இந்தப் பத்தியிலும், இதில் சாத்தான், 'நீளவாக்கில் மிகப்பெரிதாக இழுபட்டு', திமிங்கலத்தோடு அவன் ஒப்பிடப்படுகிறான் *(203-8):*

> நார்வேயின் கடல்நுரையின் மீது அவன் மகிழ்வாக அயர்ந்துறங்குகிறான்,
> ஏதோவொரு சிறிய இரவில்–வழிதப்பிய பரிசிலின் வலவன்
> ஏதோவொரு தீவென்று எண்ணி, அடிக்கடி, கடலோடிகள் சொல்வதுபோல,
> செதிலடர்ந்த அதன் மேற்புறத்தில் நிலைநிறுத்திய நங்கூரத்தோடு,
> கப்பல்களை அதன் காற்று வீசும் திசைக்குக் கீழே நிலைப்படுத்தி, இரவு
> கடலின் மீது வேரூன்றும்போது...

முரண்பாடாக, தொன்மத்தின் ஆரம்பகால வடிவங்களில் ஒன்று, அதை மறுப்பதற்காக, மீண்டும் அதை நமக்குத் தருகிறது. ஒன்பதாம் நூற்றாண்டைச் சேர்ந்த இஸ்லாமிய விலங்கியலாளரான அல்-ஜகிஸ் எழுதிய *மிருகங்களின் புத்தகத்தில் (Book of Animals)* இது பதிவு செய்யப்பட்டுள்ளது. மிகுயேல் அசின் பலாசியோஸின் ஸ்பானிய வடிவத்திலிருந்து அதன் வார்த்தைகளை நாம் தருகிறோம்:

ஸரடனைப் பொறுத்தமட்டில், அதைத் தனது சொந்தக்கண்களால் பார்த்த யாரையும் உண்மையில் இதுவரை நான் சந்தித்ததேயில்லை.

குறிப்பிட்ட சில கடற்தீவுகளை நோக்கித் தாங்கள் ஈர்க்கப்பட்டதாக உறுதிபடத் தெரிவிக்கும் கடலோடிகளும் உண்டு, மரங்களடர்ந்த பள்ளத்தாக்குகளும் பாறைகளில் தென்படும் கீறல்களும் கண்டு, அங்கு தரையிறங்கி பெரும் நெருப்பை அவர்கள் உருவாக்குவார்கள்; ஜுவாலைகளின் வெம்மை ஸரடனின் முதுகெலும்பைத் தீண்டும் சமயத்தில், அவர்களைத் தன் முதுகில் தாங்கியவாறே அம்மிருகம் நீரினடியில் மூழ்கத்தொடங்கும், தன் மீது வளர்ந்துள்ள அத்தனைச் செடிகொடிகளோடும் சேர்த்து, அதை விட்டு விலகி நீந்த முடிந்தவர்களே தப்பிப் பிழைத்தார்கள். மிகவும் தைரியமான, மிகுந்த கற்பனாசக்தியோடிருக்கும் புனைகதையையும் இது விஞ்சி நிற்கிறது.

அரபியில் எழுதிய பெர்சிய அண்டவியல் நிபுணரான அல்-கஸ்வினியின் பதிமூன்றாம்-நூற்றாண்டு பிரதியொன்றை இப்போது நாம் எடுத்துக் கொள்ளலாம். *படைப்பின் அற்புதங்கள்* எனத் தலைப்பிடப்பட்ட அவருடைய தொகுதியில் இருந்து வருகிறது, இவ்வாறு அது நீள்கிறது:

கடல் ஆமையைப் பொறுத்தமட்டில், கப்பற்தளத்தில் உள்ளவர்கள் அதைத் தீவென்று எண்ணும்படி, மிகப் பெரிதாயிருக்கிறது அதன் வடிவம். ஒரு வர்த்தகர் பதிவு செய்திருக்கிறார்:

'கடலிலிருந்து மேலெழும்பி நின்ற செடிகொடிகளுடன் கூடிய தீவை நாங்கள் கண்டுபிடித்தோம், அதில் கரையிறங்கி சமைக்கும்-நெருப்புக்காகக் குழிகளைத் தோண்டினோம், அப்போது அந்தத் தீவு நகரத்தொடங்கக் கடலோடிகள் சொன்னார்கள்: 'கப்பலுக்குத் திரும்புங்கள்! இதுவொரு ஆமை! நெருப்பின் வெம்மை அதனை எழுப்பி விட்டிருக்கிறது, நாம் அழிந்து போவோம்!'

புனித ப்ரெண்டனின் கடற்பயணத்தில் இந்தக்கதை மீண்டும் சொல்லப்படுகிறது:

மற்றொரு தீவை அவர்கள் நெருங்கியபோது, இறங்குமிடத்தை அடைவதற்கு முன்பாகவே அந்தப் படகு தரைதட்டியது. புனித ப்ரெண்டன் தனது சகோதரர்களை படகை விட்டுக் கடலுக்குள் இறங்கிச் செல்லுமாறு பணிக்க, அவர்களும் அவ்வாறே செய்தனர்... அந்தத் தீவு பாறைகளடர்ந்தும் புற்களில்லாமலும் இருந்தது. கடலால் அடித்து வரப்பட்ட சில மரத்துண்டுகள் அங்கு கிடந்தன, ஆனால் அதன் கரையில்

மணலே இல்லை... புனித ப்ரெண்டன் தனது பிரார்த்தனையைப் படகில் இருந்தவாறே பாடிக் கொண்டிருக்க, பச்சைக்கறியை உப்புப் போட்டுப் பாதுகாப்பதற்காகச் சகோதரர்கள் அதைப் படகிலிருந்து வெளியே எடுத்துச் சென்றார்கள், மேலும் வேறொரு தீவில் அவர்கள் விலைக்கு வாங்கியிருந்த மாமிசத்தையும். இதைச் செய்தபிறகு அவர்கள் நெருப்பின் மீது ஒரு பானையை வைத்தார்கள். என்றாலும், மரக்கட்டைகளைக் கொண்டு நெருப்பை அவர்கள் வளர்த்து பானை கொதிக்கத் தொடங்கிய சமயத்தில், அலையைப் போல அத்தீவு நகர ஆரம்பித்தது. சகோதரர்கள் படகை நோக்கி ஓடினார்கள், தெய்வீகத் தந்தையிடம் பாதுகாப்பை இறைஞ்சியவாறே. அவர் தனது கரத்தால் அனைவரையும் படகுக்குள் இழுத்துப் போட்டார். தங்களிடமிருந்த அனைத்தையும் தீவில் விட்டு, அவர்கள் படகை நகர்த்தினார்கள். பிறகு அந்தத்தீவு கடலுக்குள் அமிழ்ந்தது. எரியூட்டிய நெருப்பை இரண்டு மைல்களுக்கு அப்பால் பார்க்க முடிந்தது. உண்மையில் அது என்னவென்பதை சகோதரர்களுக்கு எடுத்துக்கூறிய புனித ப்ரெண்டன், சொன்னார்:

"சகோதரர்களே, இந்தத் தீவு செய்த காரியத்தால் நீங்கள் ஆச்சரியம் கொண்டீர்களா?"

அவர்கள் சொன்னார்கள்:

"நாங்கள் மிகவும் ஆச்சரியப்படுவதோடு உண்மையாகவே அச்சத்தாலும் பீடிக்கப்பட்டிருக்கிறோம்."

அவர்களிடம் அவர் சொன்னார்:

"என் பிள்ளைகளே, அச்சம் கொள்ளாதீர்கள்... நாம் இருந்தது தீவல்ல, ஆனால் அதுவொரு மீன் - சமுத்திரத்தில் நீந்தும் யாவற்றிலும் மேம்பட்டது. தனது வாலைத் தலையோடு கொண்டு சேர்க்க எப்போதும் அது முயற்சி செய்கிறது, ஆனால் நீளம் காரணமாக அதனால் அப்படிச் செய்யவியலாது. அதன் பெயர் யஸ்கோனியஸ் *(Jasconius)*."

எக்ஸிடர் புத்தகத்திலுள்ள ஆங்கில-சாக்ஸன் விலங்கியல் ஆய்வேட்டில், ஆபத்தான அந்தத்தீவு ஒரு திமிங்கலமாக உள்ளது, 'நம்பிக்கைத் துரோகத்தில் தேர்ச்சி பெற்றது', கடற்பிரயாணிகளை அது தெரிந்தே ஏமாற்றுகிறது. கடலில் தாங்கள் ஈடுபடும் பணிகளில் இருந்து ஓய்வு நாடி அதன் முதுகில் அவர்கள் முகாமிடுவார்கள்; திடீரென்று அந்த சமுத்திரத்தின் விருந்தாளி கீழே மூழ்க மனிதர்களும் மூழ்கிச் சாவார்கள். கிரேக்க விலங்கியல் ஆய்வேட்டில்,

நீதிமொழிகள் 5:5 சொல்லும் பரத்தையாக இந்தத் திமிங்கலமே உள்ளது (அவளது கால்கள் மரணம் வரை நீள்கின்றன, அவளது காலடிகள் நரகத்தைப் பற்றுகின்றன); ஆங்கில-சாக்ஸன் விலங்கியல் ஆய்வேட்டில் அது பிசாசையும் தீமையையும் குறிக்கிறது. பத்து நூற்றாண்டுகளுக்குப் பிறகு எழுதப்பட்ட மோபி டிக்கிலும் (Moby Dick) இதே குறியீட்டு விழுமியங்களைப் பார்க்கலாம்.

ஐ ஜ

மொழிபெயர்ப்பாளர் குறிப்பு:

கற்பனையான உயிரிகளின் மணற்புத்தகம்

வரலாறும் தொன்மமும் வெவ்வேறாகத் தெரிந்தாலும் ஒன்றோடொன்று நெருங்கியத் தொடர்புடையவை. பொதுவான கலாச்சார உண்மைகளையும் வாழ்வின் இருப்பையும் தீர்மானிக்கும் சக்திகளாக இவையிரண்டுமே விளங்குகின்றன. மனிதகுலத்தின் மொத்த வரலாறும், அதன் தோற்றமும் வளர்ச்சியும், மனிதனின் கற்பனையில் விளைந்த சங்கதிகளே. நாகரீக வளர்ச்சியடைந்த மனிதனைக் கேள்விகள் துரத்தின, தங்களை கவலைக்குட்படுத்திய கேள்விகளுக்கான விடைகளை அவர்கள் தேடத் தொடங்கினார்கள். பிரபஞ்சத்தின் புதிர்களை அவிழ்க்கவும் மனிதர்கள் முயற்சி செய்தார்கள், நிதர்சனம் அதற்கான பதிலைத் தராத சூழலில், கற்பனையில் அதைக் கண்டடைந்து நிரவ அவர்கள் விரும்பிய புள்ளியிலிருந்தே தொன்மங்கள் தோன்றியிருக்கக்கூடும். ஆக மனித சிந்தனையின் அடிப்படையாகத் தொன்மங்கள் மாறின, மேலும் சிந்தனைகளை வெளிப்படுத்தும் வெவ்வேறு வடிவங்களான கலை, மதம், தத்துவம் மற்றும் அறிவியல் ஆகியவற்றின் ஆதாரமாகவும் அவை விளங்கின. உண்மையில், வரலாற்றைக் காட்டிலும், மனிதவாழ்வின் கலாச்சார அசைவுகளை அதன் குறியீட்டு முறைமைகளைக் கட்டவிழ்ப்பதில் தொன்மங்களே பிரதான பங்கு வகிக்கின்றன. ஒரு காலத்தில் சாத்தியமற்றதாக நம்பிய சங்கதிகளைப் பிற்காலத்தில் தனது கற்பனாசக்தியின் வழியாகவே மனிதன் சாதித்துக் காட்டினான். உதாரணமாக, இகாரஸின் இறக்கைகளைப் பார்த்து மனிதர்களால் பறக்க முடியும் என நம்பிய டா வின்சியைச் சொல்லலாம் *(Codex on the Flight of Birds)*. மனித ஆற்றலை விஸ்தரிக்க அல்லது அதன் குறைபாடுகளை ஈடுகட்ட இயற்கை சார்ந்த கற்பனைத்திறனையே மனிதன் பெரிதும் நம்பினான். எனவேதான், தொன்மக்கதைகளில் வரக்கூடிய ‘உயிரிகள்’, பெரும்பாலும் இயற்கையின் வெவ்வேறு ஆற்றலைப் பேசும் உருவகங்களாக இருப்பதைக் கண்டு நாம் வியப்பதில்லை. மனித மனதின் கற்பனையிலுதித்த அத்தகைய விசித்திரமான உயிரிகளால் நிறைந்திருக்கும் ஒரு முடிவற்ற புதிர்வழியின் வரைபடமென விரிகிறது போர்ஹெஸின் ‘கற்பனையான உயிரிகளின் புத்தகம்’.

தமிழ்ச்சூழலில் மிகவும் புகழ்பெற்ற போர்ஹெஸின் சிறுகதைகளில் முதன்மையானது *'மணற்புத்தகம்'* (1975). கிறித்துவ மதகுரு ஒருவர் இந்தியாவில் தனக்குக் கிடைத்த அசுரகுணம் வாய்ந்ததொரு புத்தகத்தை கதைசொல்லிக்குத் தருகிறார். ஆரம்பமும் முடிவும் இல்லாத அந்தப் புத்தகத்தை அவர் திறக்கும் ஒவ்வொரு முறையும் புதிய கதைகள் எளிதில் புரிபடாத புதிய எழுத்துருக்களில் தோன்றுகின்றன. மெல்ல மெல்ல கதைசொல்லியின் சிந்தனையை ஆக்கிரமிக்கும் அந்தப் புத்தகம் ஒரு கட்டத்தில் அவரை அச்சுறுத்தத் தொடங்குகிறது. "அந்தப் புத்தகத்தின் அரக்ககுணத்தை நான் உணர்ந்தேன். அதை விட.. எனது அரக்ககுணம் எவ்விதத்திலும் குறைந்ததல்ல எனும் உண்மை என்னைத் தேற்றப் போதுமானதாக இருக்கவில்லை...". போர்ஹெஸின் கதையுலகைப் புரிந்துகொள்ள உதவும் மற்றொரு முக்கியமான கதை, *'ட்லான், உக்பார், ஆர்பிஸ் டெர்சியஸ்'* (1940). 1902 ஆம் ஆண்டு வெளியான பிரித்தானிய கலைக்களஞ்சியத்தின் மறுபதிப்பில் கற்பனையானதொரு நிலவெளியைக் கதைசொல்லி கண்டுபிடிக்கிறார், உக்பார் எனும் வெகு விசித்திரமான தேசத்தை, அனைவரும் நன்கறிந்த தேசங்களைப் போலவும் போலல்லாமலும் அது இருக்கிறது. முழுதாக நம்பவும் முடியாத, அதே வேளையில், மறுக்கவும் முடியாத பல சங்கதிகளைக் கதைசொல்லி அதில் வாசிக்கிறார், அவற்றுள் ஒளி ஊடுருவிச் செல்லும்படியான புலிகளும்கூட உண்டு. இறுதியாக, *பேபல் நூலகம்* (1941). இந்த மொத்தப் பிரபஞ்சத்தையும் நூலகமாகப் பார்க்கும் போர்ஹெஸின் மனநிலையை விளக்கும் சிறுகதை. இம்மூன்று கதைகளுக்குமான பொதுத்தன்மைகள் என்று சொல்லக்கூடிய கனவு நிலவெளி, விசித்திர மிருகங்கள், முடிவிலியைப் பேசும் தொன்மங்கள் மற்றும் பிரமாண்டம் ஆகியவற்றின் முழுமுற்றானத் தொகுப்பாகவே 'கற்பனையான உயிரிகளின் புத்தகத்தை' போர்ஹெஸ் உருவாக்கியுள்ளார் என்பதை நம்மால் உணரமுடிகிறது.

பழங்காலத் தொன்மங்களிலும் ஆதாரங்களிலும் உலவும் கற்பனையான உயிரினங்களைப் பற்றிய செறிவடக்கக் கையேடு - போர்ஹெஸின் தனித்துவமான கூர்மொழியில் - மத்திமகால ஐரோப்பிய விலங்கியல் ஆய்வேடுகள், அவற்றின் செவ்வியல் முன்னோடிகள், கிரேக்க மற்றும் இந்தியத் தொன்மங்கள், நோர்ஸ் மற்றும் சீனாவின் புராணங்கள், இஸ்லாமிய மற்றும் பௌத்த நம்பிக்கைகள், நாட்டுப்புறப் பாடல்கள், புகழ்பெற்ற எழுத்தாளர்களின் மனதில் உதித்த கற்பனையான விலங்குகள் என யாவும் ஒரு தலைப்பின் கீழ் தொகுக்கப்பட்டுள்ளன. இந்தப் புத்தகம் அகராதியின் (முழுமையானதாக இல்லாதபோதும்) வடிவில் அமைக்கப்பட்டுள்ளது; இந்தியத் தொன்மங்களில் காணக்கிடைக்கும் யாளியைப் போல 120 விசித்திரமான உயிரினங்களை பற்றிய குறிப்புகளைக் கொண்டிருக்கிறது. அது விவரிக்கும் உயிரினங்களும், யாளியைப்

போல, உண்மையான உயிரினங்களின் வெவ்வேறு உறுப்புகளை ஒன்றிணைத்துக் கற்பனையாக உருவாக்கப்பட்டவையே. 1957 ஆம் வருடம் இந்தக் கையேடு வெளியானது. பிறப்பிலிருந்தே கொஞ்சம் கொஞ்சமாகத் தன் பார்வையை இழந்து கொண்டிருந்த போர்ஹெஸ், அதற்கு மேலும் தான் எழுதுவதை வாசிக்கவோ பார்க்கவோ முடியாமல் போனதொரு காலகட்டத்தில் வெளியான இந்தக் கையேட்டை, அவருடைய அகவுலகுக்கு மிகவும் நெருக்கமான படைப்பென நம்மால் உறுதியாகச் சொல்ல முடியும்.

உலகின் ஒழுங்குமுறைகள் நான்கு வகைகளாகப் பிரிக்கப்படுகின்றன - கருவிகள், தாவரங்கள், விலங்கினங்கள் மற்றும் மனித இனம் ஆகியவை. இவை நான்கோடு சேர்த்து மனிதனின் கற்பனையில் தோன்றிய அனைத்து வகையான மிருகங்களையும் நம்மால் இந்தத் தொகுப்பில் பார்க்க முடிகிறது. ஒற்றை மலரின் வாசனையை நுகர்ந்து அதன் வழியே தன் புலன்களை வளர்த்துக் கொள்ளும் கோந்தியாக்கின் உளவியற்சிலையையும் டாலோஸ் எனும் வெண்கல மனிதனையும் நாம் கருவிகளின் ஒழுங்குமுறையில் கொண்டு சேர்க்கலாம். காஃப்காவின் கற்பனையில் உருவான ஓட்ராடெக் இவ்வகைமையில் குறிப்பிட்டுச் சொல்ல வேண்டிய ஒன்றாகும். பூமியிலிருந்து பிடுங்கினால் மனிதனைப் போல ஓலமிடும் மாண்ட்ரேக்கும் டார்டாரியின் ஆட்டுக்குட்டிச் செடியும் தாவர ஒழுங்குமுறையைச் சேர்ந்தவை. தற்கால விலங்கியலில் இன்றும் உயிர்த்திருக்கும் சிறுத்தையும் கூழைக்கடாவும்கூட இந்தக் கையேட்டின் பக்கங்களில் உலா வருகின்றன, ஆனால் அவற்றின் குணநலன்கள் முற்றிலும் மாறுபட்டதாக இருப்பதைப் பார்க்கிறோம். சிறுத்தை தன் மூச்சின் வழியாக நறுமணத்தை வெளியிடுவதோடு இனிய குரலில் பாடக்கூடியதாக இருக்கிறது. கூழைக்கடாவோ தன் நெஞ்சைப் பிளந்து தனது உதிரத்தின் வழியே இறந்துபோன மகவுகளை உயிர்ப்பிக்கிறது. இந்நூலில், மனித இனத்தின் பிரதிநிகளாக, லமேத் வாவ்நிக்குகளையும் இறந்த காலத்தைத் துதிப்பவர்களையும் ஹோச்சிகனையும் சொல்லலாம். லமேத் வாவ்நிக்குகள், தாங்கள் அறியாமலேயே, இந்தப் பிரபஞ்சத்தின் ரகசியத் தூண்களாக இருக்கிறார்கள். நிகழ்காலம் என ஒன்றிருப்பதை நம்பாமல் கடந்த காலத்தின் பூரணத்துவத்துக்குள் தங்களைத் தொலைத்த மனிதர்களைப் பற்றி போர்ச்சுகீசிய கடற்தலைவனின் குறிப்புகள் பேசுகின்றன. ஹோச்சிகனோ மிருகங்களின் பேசும் சக்தியை அபகரித்துச் செல்கிறான்.

அதன் பிறகு வருகின்றன - கற்பனையான உயிரினங்கள். தங்கம் மற்றும் வெள்ளி நாளங்களை உண்டு வாழும் பறவையான அலிகாண்டோவால் வயிறு முட்ட சாப்பிட்டிருக்கும்போது பறக்க முடிவதில்லை. மரங்களில் கூடுகட்டி

வாழும் மேட்டுநில நன்னீர் மீனுக்கோ நீரைக் கண்டால் பயம். தண்ணீர் தனது கண்களுக்குள் புகுந்து விடக் கூடாதென்பதற்காக பின்னோக்கி நீந்துகிறது கூஃபாங். கில்லி காலுவின் முட்டைகளை வேகவைத்து வெட்டுமரக்காரர்கள் தாயக்கட்டைகளாகப் பயன்படுத்துகிறார்கள். மனிதனின் குரலைப் பிரதியெடுக்கும் ஆற்றல் க்ரோகோட்டாவிற்கு இருக்கிறது. மழைப்பறவையின் வருகை மனிதர்களைப் பெரும் வெள்ளத்திலிருந்து காக்கிறது. தான் உதிர்க்கும் கண்ணீருக்குள்ளாகக் கரைந்து போகிறது ஸ்குவோங்க். சாம்பலாகி மீண்டெழும் ஃபீனிக்ஸையும் நெருப்பினூடாக உயிர்த்திருக்கும் சாலமேண்டரையும் நாம் பார்க்கிறோம். ஆக, இம்மிருகங்கள் நம்மை ஆச்சரியத்துக்கும் குழப்பத்துக்கும் உள்ளாக்குகின்றன, ஆனால், நம்பமுடியாதவையாக இருந்தாலும், ஒருபோதும் அவை அபத்தத்தின் எல்லைகளைத் தொடுவதில்லை. அவற்றின் தோற்றவடிவமும் செயல்விவரணைகளும், மனிதனின் கற்பனைத்திறனுக்குச் சான்றளிக்கும் அதே வேளையில், தத்துவத்தளத்தில் அவனை விசாரணைக்கு உட்படுத்துகின்றன. கீழ்த்திசையின் டிராகன் மற்றும் மேற்கத்தைய டிராகன் - அளப்பரிய ஆற்றலைக் கொண்டிருந்தாலும் அவற்றின் முக்கியத்துவத்தை நம்மால் அளவிட முடிவதில்லை. எனவேதான் போர்ஹெஸ் தனது முன்னுரையில் டிராகனை அத்தியாவசியமான அரக்கவுயிரி எனக் குறிப்பிடுகிறார்.

போர்ஹெஸின் இந்தத் தொகைநூல், மொழிபெயர்ப்பில் மிகுந்த சவாலைத் தரக்கூடிய பிரதி. அவருடைய வழக்கமான ஊடுபிரதிகளும் தொன்மங்களுக்கான ஆதாரங்களும் ஒருபுறம், பெயர்ச்சொற்களுக்கான உச்சரிப்புகள் மறுபுறம் என ஒவ்வொரு வரியிலும் மொழிபெயர்ப்பாளனின் உழைப்பைக் கோரி நிற்கிறது 'கற்பனையான உயிரிகளின் புத்தகம்'. உதாரணத்துக்கு, டாலோஸ் பற்றிய குறிப்பின் ஆரம்பப்பகுதியை எடுத்துக் கொள்வோம்.

"கனிமம் அல்லது கல்லைக் கொண்டு உருவாக்கிய வாழுயிரிகளே கற்பனை விலங்கியலின் மிக ஆபத்தான உயிரிகளாக விளங்குகின்றன. நாம் நினைவுகூரலாம், பித்தளையில் கால்களையும் கொம்புகளையும் கொண்டிருந்ததோடு நெருப்பைக் கக்கிய சீற்றமான எருதுகளை, மீடியாவினுடைய *(Medea)* மாயதந்திரங்களின் உதவியால் ஜேசன் அவற்றைக் கலப்பையின் நுகத்தடிகளில் பூட்டினான்; கோந்தியாக்கின் *(Condillac)* கூருணர்வுடைய சலவைக்கல்லால் செய்த உளவியல் சிலையை; அரேபிய இரவுகளின் படகோட்டியை, 'மந்திரச்சக்கரங்களும் சின்னங்களும் பொறித்த ஈயப்பட்டயத்தைத் தன் மார்பில் ஏந்திய பித்தளை மனிதன்,' காந்த மலையில் இருந்து மூன்றாவது காலாந்தரை (அஜீப் பின் கஸிப்) அவனே காப்பாற்றினான்; 'மிருதுவான வெள்ளியால் ஆன பெண்களை, அல்லது கொந்தளிப்பான

தங்கத்தால்', வில்லியம் ப்ளேக்கின் தொன்மக்கதை ஒன்றில், தனது காதலனின் மகிழ்ச்சிக்காக பட்டுப்போன்ற வலைகளைக் கொண்டு ஒரு தேவதை அந்தப் பெண்களைச் சிறைபிடித்தாள்; உடன், ஆரிஸை பேணிப் பாதுகாத்த கனிமப்பறவைகளையும்."

இந்தப் பத்தியின் முதற்பகுதியில் ஜேசன் பற்றிய குறிப்பு வருகிறது. இதைப் புரிந்துகொள்ள கிரேக்கத் தொன்மங்களின் நாயகனான ஜேசனைப் பற்றியும் தங்கக்கம்பளியைத் தேடி அர்கோநாட்களோடு இணைந்து அவன் மேற்கொண்ட பயணம் குறித்தும் நாம் அறிந்திருக்க வேண்டும். கோந்தியாக்கின் கூருணர்வுடைய உளவியல் சிலையைப் பற்றிய விவரமான குறிப்பை போர்ஹெஸ் வேறொரு பகுதியில் (இரு மீபொருண்மை உயிரிகள்) விரிவாகத் தந்துள்ளார். அடுத்து வருவது அரேபிய இரவுகளின் கதை. காந்தமலையால் அரசனின் கப்பல் விபத்துக்குள்ளாகிறது. பித்தளை வில்லால் அம்பெய்து மலையின் மீது நின்றிருக்கும் பித்தளை மனிதனை வீழ்த்துமாறு அவனுக்கு ஒரு கனவு வருகிறது. அவனும் அவ்வாறே செய்கிறான், ஆனால் அல்லாவின் பெயரை உச்சரிக்க மறந்ததால் கடலுக்குள் வீசப்படுகிறான். பின்னர், நவீன உலகத்துக்கான புதிய தொன்மங்களை உருவாக்க முயன்ற வில்லியம் ப்ளேக்கைப் (1757-1827) பற்றிய குறிப்பு உள்ளது. இறுதியாக வருவது ஆரிஸைப் பாதுகாத்த கனிமப்பறவைகளைப் பற்றிய குறிப்பு. அவை அம்புகளை இறகுகளாகக் கொண்ட பறவைகள், தியா தீவில் அமைந்திருந்த ஆரிஸின் கோவிலைப் பாதுகாக்க அவை பணிக்கப்பட்டிருந்தன. ஆக, இந்த ஒற்றைப் பத்திக்குள் இத்தனை தகவல்களையும் தொன்மங்களையும் கொண்டு வர முடியுமெனில், ஒட்டுமொத்தத் தொகைநூலுக்குள் இருக்கக்கூடிய தரவுகளை என்னவென்று நாம் எதிர்கொள்வது? ஆனால், இந்தப் பணியின் தீவிரமும் சவாலுமே, மிகுந்த சிரத்தையோடு இதை மொழிபெயர்க்கத் தூண்டுதலாக அமைந்தன என்று சொல்வேன்.

இந்தப் புத்தகம் பதிப்பிக்கப்பட்டதன் வரலாறும் கூட தன்னளவில் மிகவும் சுவாரசியமானதே. 1957இல், போர்ஹெஸ் முதன்முதலாக *கற்பனை விலங்கியலின் கையேடு* (A Manual of Fantastic Zoology) எனும் தலைப்பில் இந்தப் புத்தகத்தை ஸ்பானிய மொழியில் பதிப்பித்தார், மார்கரீட்டா கெரேரோவோடு இணைந்து அவர் இந்தப் பிரதியை எழுதியிருந்தார் அல்லது தொகுத்திருந்தார். மதிப்புமிக்க பதிப்பகமான *Fonda de Cultura Economica* அதை வெளியிட்டது. முன்னுரையும் 82 பதிவுகளும் அகரவரிசைப்படி தொகுக்கப்பட்டு அதில் இடம்பெற்றிருந்தன, ஆனால் இரண்டு பதிவுகள் மட்டும், ஆறு கால்களைக் கொண்ட கழுதையும் பால்டாண்டர்ஸும் வரிசை தப்பி, புத்தகத்தின்

இறுதியில் ஸரடனைத் தொடர்ந்து வந்தன. 1966 மற்றும் 1971 ஆகிய வருடங்களில் அந்த பதிப்பகம் வெளியிட்ட மறுபதிப்புகளிலும் இந்த வரிசையே பின்பற்றப்பட்டது. 1967-இல், ப்யூனஸ் ஐரீஸில் ஒரு புதிய பதிப்பு வெளியானது, *Kier* எனும் பதிப்பகம் அதை வெளியிட்டது. தற்போது புத்தகத்தின் பெயர் *கற்பனையான உயிரிகளின் புத்தகம் (A Book of Imaginary Beings)* என்று மாற்றப்பட்டிருக்க ஓவியங்களை சில்வியோ பால்டெஸாரி வரைந்திருந்தார். நூலை எழுதியவர்களில் மார்கரீட்டாவின் பெயரும் இருந்தது. ஏற்கனவே இருந்த 82 பதிவுகளோடு 34 புதிய பதிவுகள் இணைக்கப்பட்டிருந்தன, ஆக இப்போது புதிர்வழிக்குள் 116 உயிரிகள் இருந்தன; புதிதாக ஒரு முன்னுரை இணைக்கப்பட்டு பழைய முன்னுரை நீக்கப்பட்டிருந்தது. இந்தப் பதிப்பில், பதிவுகளின் வரிசைமுறை மீண்டும் மாற்றியமைக்கப்பட்டது; முதல் பதிப்பில் இருந்த பதிவுகள் மட்டுமே துல்லியமாக அகரவரிசைப்படி அமைந்திருந்தன, புதிதாகச் சேர்த்த பதிவுகளில் எவ்வித ஒழுங்குமுறையையும் காண முடியவில்லை (உதாரணத்துக்கு, ப்ரவுணிக்கள் புத்தகத்தின் இறுதியில் இருந்தன, அதற்குப் பின்னால் வால்கைரீக்கள், அதன் பிறகு நோர்ன்கள் என்கிற வரிசையில்).

1969-இல், இந்தப் பிரதியின் ஆங்கில-பதிப்புருவை அமெரிக்க பதிப்பகமான *E.P.Dutton* நியூயார்க்கில் வெளியிட்டது. 1970-இல் அதே பிரதியை அடிப்படையாகக் கொண்டு இங்கிலாந்தில் *Jonathan Cape* பதிப்பு வெளியானது; நூலின் பெயர் *கற்பனையான உயிரிகளின் புத்தகம் (A Book of Imaginary Beings)* என்றே குறிப்பிடப்பட்டது. இந்தப் பதிப்பில், ஸ்பானிய பதிப்பில் இருந்ததைப்போல, மார்கரீட்டா கெரேரோவின் பெயர் ஒருவாறாகச் சுட்டப்பட்டாலும்கூட 'கெர்ரோ' என அது மாற்றப்பட்டிருந்தது; முன்னுரையிலும் மாற்றங்களிருந்தன. புதிதாக எழுதப்பட்ட முன்னுரையில் மார்கரீட்டாவின் பெயருக்குப் பதிலாக ஜியோவான்னியின் முன்னெழுத்துகள் இடம்பெற்றிருந்தன. தலைப்புப் பக்கத்தில் 'ஆசிரியரோடு இணைந்து திருத்தி, விஸ்தரித்து, மொழிபெயர்த்தது - நார்மன் தாமஸ் டி ஜியோவான்னி' எனும் குறிப்பும் இடம்பெற்றிருந்தது. விஸ்தரிப்பில் புதிதாக நான்கு பதிவுகள் இடம்பிடித்தன - கார்பன்கிள், 1694-இல் லண்டனில் திருமதி ஜேன் லீட் தெரிந்து கொண்டவை, பார்த்தவை, மற்றும் சந்தித்தவை பற்றியதொரு ஆய்வறிக்கை, சிலியின் விலங்கினங்கள், இறந்தகாலத்தைத் துதிப்பவர்கள். இந்தப் பதிவுகளைச் சேர்த்தது போர்ஹெஸா அல்லது ஜியோவான்னியா என்பது குறித்த தெளிவான தகவல்கள் கிடைக்கவில்லை. இந்தப் புத்தகத்தில் இருக்கக்கூடிய பதிவுகளெல்லாம் மிகத்துல்லியமாக ஆங்கில அகரவரிசைப்படி தொகுக்கப்பட்டிருந்தன. அதன் பிறகு 1978-லிலும் 1981-லிலும் இருவேறு

ஸ்பானியப் பதிப்புகள் வெளியாகின. அவை ஜியோவான்னியின் விஸ்தரிப்புகளை நீக்கியதோடு புத்தகத்தின் தலைப்பில் இருந்து மார்கரீட்டாவின் பெயரையும் விலக்கிக் கொண்டன. நூலின் வேறொரு ஆங்கில பதிப்பு 2005-இல் ஆண்ட்ரூ ஹர்லியால் மொழிபெயர்க்கப்பட்டு (பீட்டர் சிஸ்ஸின் சித்திரங்களோடு) *Penguin* நிறுவனத்தால் வெளியிடப்பட்டது. இந்தப் பதிப்பிலும் ஜியோவான்னியின் பதிப்பில் புதிதாகச் சேர்த்த நான்கு பதிவுகளும் நீக்கப்பட்டன.

எனவே, தமிழில் இந்தப் புத்தகத்தை மொழிபெயர்க்கும்போது, எந்தப் பதிப்பைப் பின்பற்றுவது எனும் சிக்கல் எழுந்தது. ஜியோவான்னியின் பதிப்பு இணையத்தில் எளிதாகக் கிடைப்பதால் அதிலிருந்தே தொடங்கினேன். என்றபோதும், பெரும்பாலான இடங்களில் ஆங்கில மொழிபெயர்ப்பு சற்று இடறுவதாகத் தோன்றியதால், ஆண்ட்ரூ ஹர்லியின் பதிப்பையும் எடுத்துக் கொண்டேன். இரண்டு புத்தகங்களுக்குமுள்ள பிரதான வேறுபாடாக இரு விசயங்களைச் சொல்லலாம். முதலில், ஜியோவான்னியின் பதிப்பு ஸ்பானிய மொழியில் வெளியான போர்ஹெஸ்ஸின் மொழிபெயர்ப்பாக அமைந்துள்ளது. ஹர்லியோ போர்ஹெஸ் மொழிபெயர்த்த மூலங்களைத் தேடியெடுத்து அவற்றை மொழிபெயர்த்திருக்கிறார். இரண்டாவதாக, மூல ஆதாரங்களில் செய்யுட்பாக்களாக இருந்ததை மொழிபெயர்க்கும்போது ஜியோவான்னி உரைநடையாக மாற்றி விடுகிறார். ஹர்லி அவற்றை அந்தப் பாடல்களின் வடிவமாகவே நேரடியாகத் தந்திருக்கிறார். ஆக, இவ்விரண்டு பதிப்புகளையும் அடிப்படையாகக் கொண்டே தமிழ் மொழிபெயர்ப்பில் நான் ஈடுபட்டிருக்கிறேன். பிரதானமாக இந்த மொழிபெயர்ப்பில் பின்பற்றப்பட்டிருப்பது ஜியோவான்னியின் பதிப்பே. எங்கெல்லாம் பாடல்கள் வந்தனவோ, அங்கு மட்டும் ஹர்லியின் பதிப்பை பயன்படுத்தியுள்ளேன். போலவே, ஜியோவான்னியின் பதிப்பில் உள்ள சில தவறுகளைக் களையவும் ஹர்லி உதவியிருக்கிறார். உதாரணத்துக்கு, இறுதிப்பதிவான ஸரடனை எடுத்துக் கொள்வோம். அதில் புனித ப்ரெண்டனின் கடற்பயணம் பற்றிய குறிப்பு உள்ளது. அதை ஜியோவான்னி உடைந்த ஆங்கிலத்தில் சிறுகுறிப்பாகத் தருகிறார். ஆனால் ஹர்லியோ அதற்கான மூலப்படைப்பிலிருந்து அந்தக் கதையை சரியான உரையாடல்களோடு வழங்கியிருக்கிறார். போலவே நீதிமொழிகள் 5:5 (அவளது கால்கள் மரணம் வரை நீள்கின்றன, அவளது காலடிகள் நரகத்தைப் பற்றுகின்றன) என்கிற குறிப்பும் ஜியோவான்னியில் சரியான அர்த்தத்தில் காணக்கிடைப்பதில்லை. இன்னொரு உதாரணத்தைச் சொல்வதென்றால், சீனாவின் விலங்கினங்களில் ஹூய் பற்றி வரக்கூடிய குறிப்பைச் சொல்லலாம். ஜியோவான்னி ஹூய் ஒரு மலைத்தொடர் என்கிறார், ஆனால் உண்மையில்

அது மலையில் வசிக்கும் விலங்கினம் என்பது ஹர்லியின் பதிப்பில் தெளிவாகப் பதிவாகியுள்ளது. இவ்வகையில், முடிந்தமட்டும், தமிழ் மொழிபெயர்ப்பை சரியாகவும் நேர்மையாகவும் தர என்னால் இயன்றளவு முயற்சி செய்திருக்கிறேன். மேலும், அங்கங்கே வரக்கூடிய வேதாகம வரிகளெல்லாம் (உதாரணமாக: பெஹிமோத்) தமிழ் வேதாகமத்தில் இருந்து நேரடியாக எடுக்கப்பட்டுள்ளன என்பதை வாசகர்களுக்குச் சொல்லிக் கொள்கிறேன். குறிப்புகள் எனத் தனியாக எதுவுமில்லாமல் அடைப்புக்குறிகளுக்குள் அவற்றைக் கொண்டு வந்திருப்பதும் வாசகர்களின் வசதிக்காகவே. போலவே, பெயர்ச்சொற்கள் மற்றும் மூல நூல்களின் அந்தந்த மொழி சார்ந்த தலைப்புகளும் பிரதிக்குள்ளாகவே குறிப்பிடப்பட்டுள்ளன.

மனித மனத்தின் கற்பனைகளையும் கனவுகளையும் ஓர் ஆடியைக்கொண்டு பிரதிபலிக்கும் முயற்சியாகவே போர்ஹெஸ் இந்நூலைத் தொகுத்திருக்க வேண்டும். முன்னுரையில் அவரே சொல்வது போல, இது ஒரு மூச்சில் வாசித்து முடிக்கும் புத்தகமல்ல. ஒவ்வொரு வாசிப்பிலும், கலைடாஸ்கோப்பின் மாறிக் கொண்டேயிருக்கும் வடிவங்களைப்போல, எல்லையில்லா முடிவிலிகளை நோக்கி வாசகனை நகர்த்திக் கொண்டு போவதற்கான சாத்தியங்களைக்கொண்ட அற்புதமான கனவுகளின் அகராதி.

கார்த்திகைப் பாண்டியன்
கோவை, ஜூன் 2, 2019

[நூலின் பதிப்பு வரலாறு குறித்த தகவல்கள் ஆண்ட்ரூ ஹர்லியின் மொழிபெயர்ப்பாளர் குறிப்பிலிருந்து தொகுக்கப்பட்டுள்ளன]